D1763651

இரு பைகளில் ஒரு வாழ்க்கை

இரு பைகளில் ஒரு வாழ்க்கை

அம்பை (பி. 1944)

அம்பை என்ற புனைப்பெயரில் எழுதும் சி.எஸ். லக்ஷ்மி. வரலாற்றாசிரியர்; புது தில்லி ஜவஹர்லால் நேரு பல்கலைக்கழகத்தில் முனைவர் பட்டம் பெற்றவர். நாற்பது ஆண்டுகளாகப் பெண்கள் வரலாறு, வாழ்க்கை பற்றிய ஆய்வில் ஈடுபட்டிருப்பவர். பெண் எழுத்தாளர்கள், பெண் இசைக் கலைஞர்கள், பெண் நடனக் கலைஞர்கள் குறித்து இவர் மேற்கொண்ட ஆய்வுகள் *The Face Behind the Mask, The Singer and the Song, Mirrors and Gestures* என்னும் புத்தகங்களாக வெளிவந்துள்ளன.

சிறுகதைத் தொகுதிகள் ‘சிறகுகள் முறியும்’ (1976), ‘வீட்டின் மூலையில் ஒரு சமையலறை’ (1988), ‘காட்டில் ஒரு மான்’ (2000), ‘வற்றும் ஏரியின் மீன்கள்’ (2007), ‘ஒரு கறுப்புச் சிலந்தியுடன் ஓர் இரவு’ (2013), ‘அந்தேரி மேம்பாலத்தில் ஒரு சந்திப்பு’ (2014) ‘சிவப்புக் கழுத்துடன் ஒரு பச்சைப் பறவை’ (2019), ‘ஸாரஸ் பறவை ஒன்றின் மரணம்’ (2019). இவரின் கதைகள் ஆங்கிலத்தில் *A Purple Sea, In a Forest, A Deer, Fish in a Dwindling Lake, A Night With a Black Spider, A Meeting On the Andheri Over Bridge* என ஐந்து தொகுதிகளாக மொழிபெயர்க்கப்பட்டிருக்கின்றன.

ஆங்கிலத்தில் மொழிபெயர்க்கப்பட்ட இரோம் ஷர்மிலாவின் *Fragrance of Peace* கவிதைத் தொகுப்பைத் தமிழில் ‘அமைதியின் நறுமணம்’ (2010) என்ற தலைப்பிலும் ஸான்ட்ரா கால்னியடேவின் *With Dance Shoes in Siberian Snows* என்ற லாட்விய நினைவுக் குறிப்புகளை ‘ஸைபீரியப் பனியில் நடனக் காலனியுடன்...’ (2019) என்ற தலைப்பிலும் மொழிபெயர்த்திருக்கிறார். விளக்கு அமைப்பின் புதுமைப்பித்தன் விருது (2005), டொரான்டோ பல்கலைக்கழக தமிழ் இலக்கியத் தோட்டத்தின் வாழ்நாள் இலக்கிய விருது (2008), தமிழக அரசின் கலைஞர் மு. கருணாநிதி பொற்கிழி (2011), சென்னைப் பல்கலைக்கழகத்தின் இலக்கியத்தில் உன்னதத்திற்கான விருது (2011), ‘சிவப்புக் கழுத்துடன் ஒரு பச்சைப் பறவை’ நூலுக்காக சாகித்திய அகாதெமி விருது (2021) முதலானவற்றைப் பெற்றிருக்கிறார்.

SPARROW (Sound & Picture Archives for Research on Women) என்னும் பெண்கள் ஆவணக் காப்பகத்தை மும்பையில் 1988இல் நிறுவி அதன் இயக்குநராகச் செயல்பட்டுவருகிறார்.

அம்பை

இரு பைகளில் ஒரு வாழ்க்கை

காலச்சுவடு பதிப்பகம்

● அன்பார்ந்த வாசகருக்கு,

வணக்கம்.

காலச்சுவடு நூலை வாங்கியமைக்கு நன்றி.

நூலின் உள்ளடக்கம், உருவாக்கம், அட்டைப்படம் இன்ன பிற அம்சங்கள் பற்றிய உங்கள் கருத்துகளையும் ஆலோசனைகளையும் காலச்சுவடு வரவேற்கிறது. தகவல், எழுத்து, வாக்கியப் பிழைகள் தென்பட்டால் அவசியம் தெரிவித்து உதவுங்கள். நூல் தயாரிப்பில் கடும் குறைபாடு இருப்பின் மாற்றுப் பிரதி உங்களுக்குக் கிடைக்கக் காலச்சுவடு ஏற்பாடு செய்யும்.

மின்னஞ்சல்: **publisher@kalachuvadu.com**

காலச்சுவடு நாகர்கோயில் அலுவலகத்திற்குக் கடிதம் அனுப்பலாம்.

தங்கள்

எஸ்.ஆர். சுந்தரம் (கண்ணன்)

பதிப்பாளர் — நிர்வாக இயக்குநர்

இரு பைகளில் ஒரு வாழ்க்கை ❖ சிறுகதைகள் ❖ ஆசிரியர்: அம்பை ❖ © சி.எஸ். லக்ஷ்மி ❖ முதல் பதிப்பு: நவம்பர் 2024 ❖ வெளியீடு: காலச்சுவடு பப்ளிகேஷன்ஸ் (பி) லிட்., 669 கே.பி. சாலை, நாகர்கோவில் 629001

காலச்சுவடு பதிப்பக வெளியீடு: 1327

iru paikaLil oru vaazkkai ❖ Short Stories ❖ Author: Ambai ❖ © C.S. Lakshmi ❖ Language: Tamil ❖ First Edition: November 2024 ❖ Size: Demy 1 x 8 ❖ Paper: 18.6 kg maplitho ❖ Pages: 208

Published by Kalachuvadu Publications Pvt. Ltd., 669, K.P. Road, Nagercoil 629001, India ❖ Phone: 91-4652-278525 ❖ e-mail: publications@kalachuvadu.com ❖ Printed at Mani Offset, Chennai 600077

ISBN: 978-93-6110-169-4

11/2024/S.No. 1327, kcp 5396, 18.6 (1) 9ss

பொருளடக்கம்

முன்னுரை: எட்ட எட்டப் பறந்த ஒரு குருவி	9
இரு பைகளில் ஒரு வாழ்க்கை	11
உற்ற தேகம்	19
ஜானம்மா டீச்சரும் ப்ரேம்குமாரி ஜுல்காவும்	27
கண்ணாடி சன்னலைத் தட்டிய பட்டாம்பூச்சி	40
விதவைகளுக்குத் தையல் இயந்திரங்கள்	46
வெண் புறாக்களைப் பறக்கவிடுபவர்கள்	60
சாம்பல் வண்ணக் கால்சராய்	72
பரதவாக்கியம்	85
பயணம் 24	120
பயணம் 25	125
பயணம் 26	130
கணபதிக்கு மோதகம் கௌரிக்கு மீன்	137
புத்தரின் பாதங்கள்	142
உறுதல் கூறல்	147
அகிலமே உடலாக	164

முன்னுரை

எட்ட எட்டப் பறந்த ஒரு குருவி

அது ஊர்க் குருவிதான். அதற்குப் பருந்தாக வேண்டும் என்றெல்லாம் பெரிய ஆசை ஏதும் இல்லை. ஆனால் வானம்வரை பறக்க மனம்கொள்ளா ஆசை. இன்னும் அது வானைத் தொடப் பறந்துகொண்டிருக்கிறது. இலக்கிய உலகில் என் வாழ்க்கை குறித்து மிகச் சுருக்கமாக எழுதச் சொன்னால் அது மேலே கூறியிருக்கும் குருவியின் கதைபோல்தான் இருக்கும். இலக்கிய வானைத் தொட முயலும் ஒரு குருவியாகத்தான் நான் என்னைக் கருதுகிறேன். வானம் வசப்படும் என்ற நம்பிக்கை இருக்கிறது. பறப்பதை நிறுத்தாமல் தொடர வேண்டும் என்ற இச்சையும். அப்படியே இந்தக் குருவி இலக்கிய உலகில் விழுந்தும் எழுந்தும் பறந்தும் சிறகுகள் முறியாமல் பாதுகாத்துக் கொண்டும் எப்படியோ ஆயாசமின்றி அறுபத்து நான்கு ஆண்டுகளைக் கழித்துவிட்டது!

இன்றும் ஒரு கதை வந்து மனத்தைத் தட்டும் போது மனம் பரபரக்கிறது. குறிப்புப் புத்தகத்தில் கதையின் கருவை உடனே எழுதியாகிறது. பிறகு அது உடனேயோ பல நாட்களுக்குப் பின்போ கதையாக உருவாகும்போது அதை பகுரூபியாய்ப் பல்வேறு தோற்றங்களுடன் உருவாக்கும் முயற்சியில் அயர்ச்சியில்லை இன்னும். ஒரு கதை ராவணனின் பத்துத் தலைகளும் இருபது கைகளுமாய் தோற்றம் தரும் பிரம்மாண்டத்துடன் அமைய வேண்டும் என்ற விருப்பம் மாறாமல் இருக்கிறது.

கதைகளை உள்வாங்கும் விதங்கள் மாறிவரும் நிலையில் கதைகள் மற்றவர்களை எப்படி எட்டுகின்றன, எப்படித் தொடுகின்றன என்று தெரியவில்லை. அது யாரையாவது எட்டும் என்பது நம்பிக்கைதான். உத்தரவாதம் இல்லை. அதே நம்பிக்கையுடன் எழுதப்பட்டவைதான் இதிலுள்ள 15 கதைகளும். வாழ்க்கையில் எண்பது ஆண்டுகளைக் கழித்ததற்கு எனக்கே நான் அளித்துக்கொள்ளும் அன்பளிப்பு இந்த நூல்.

நிறுத்தாமல் எழுதிக்கொண்டிருக்கும் என்னை மனம் தளரா விக்கிரமாதித்தன்போல் அயராமல் 2000இலிருந்து வெளியிட்டுவரும் காலச்சுவடு பதிப்பகம் இதையும் சாத்தியமாக்கியதற்கு என் நன்றி. காலச்சுவடு கண்ணனுக்கும் படிகளைக் கவனமாகப் படித்துத் திருத்தி, கருத்துகளைக் கூறிய இனிய நண்பன் அரவிந்தனுக்கும் அறிவியல் கதைகளைப் படித்துக் கருத்துகளைக் கூறிய நல்ல நண்பர்கள் சுதாகர் கஸ்தூரி, ராஜ்சிவா இருவருக்கும் பொறுமையாக எல்லாத் திருத்தங்களையும் செய்து ஒத்துழைத்த பா. கலாவுக்கும் இரா. ஹெமிலா ராஜசேகருக்கும் என்னைத் தங்களில் ஒருத்தியாகக் கருதி அன்பு காட்டும் காலச்சுவடு அலுவலகத்தில் பணியாற்றும் அனைவருக்கும் என் மனமார்ந்த நன்றி.

என் வளர்ப்புக் குழந்தைகள் கிந்து, கோலு, ஸோனு மூவரும் ஏதோ எழுதிவிட்டுப்போகட்டும் என்று என் எழுத்து வேலையில் பெரிய மனத்துடன் குறுக்கிடுவதில்லை. முன்தினம் திருமண முறிவே ஆகிவிடும்போல் சண்டைபோட்டுவிட்டு, இரவு நெடுநேரம் எழுதிவிட்டு, காலையில் கண்விழிக்கும்போது, இன்னும் இஞ்சி, துளசி, நறுமணப்புல்லுடன் விஷ்ணு போட்ட தேநீர் கெட்டிலில் கடந்த நாற்பத்தெட்டு ஆண்டுகளைப் போலவே காத்திருப்பது மனத்துக்கு ஆறுதலாக இருக்கிறது.

ஒரு குருவி வானை நோக்கி எட்ட எட்டப் பறந்தபடி இருப்பதற்கு இவையெல்லாம் பக்கபலமாக இருப்பது வெறும் தகவல் இல்லை. வரலாறு.

மும்பாய்   அம்பை
19-11-2024

1

இரு பைகளில் ஒரு வாழ்க்கை

பெரிய பைகளாய் இரண்டு நெகிழிப் பைகளைத் தேடி எடுத்தாள்.

○

ஜூன் மாதம் இரண்டாம் வாரம் மழைக் காலம் ஆரம்பிக்கும். முதலில் தூற்றல் போட ஆரம்பித்ததும் குப்பென்று எழும் மண் வாசனை. மரங்களின் இலைகளினூடே பச்சைக் கிளிகள் தெரிய ஆரம்பிக்கும். ஓவியங்களில் வர முடியாத விதவிதமான பச்சைகள் சுற்றிலும் தெரிய ஆரம்பிக்கும். உடைந்த குடைகளை ஒக்கப்படுத்தும் வேலையும் புதுக் குடைகள், மழைக்காலத்துக்கான பிளாஸ்டிக் காலணிகள் இவற்றை வாங்குவதற்கான ஆயத்தங்களும் அவற்றுக்கான செலவை அந்த மாத பட்ஜெட்டில் இணைப்பதும் துவங்கும்.

மழை வலுக்க ஆரம்பித்ததும் வரும் மழைக் காட்சிகளுக்கும் நிகழ்வுகளுக்கும் மனம் தயாராகும். தெருக்களில் ஆறாக ஓடும் மழை வெள்ளம். எந்த மரம் எப்போது யார் தலையில் விழும் என்று சொல்ல முடியாது. மூடாத சாக்கடைக் குழிக்குள் யார் எப்போது விழுவார்கள் என்றும் சொல்ல முடியாது. அதெல்லாம் மும்பாய் நகராட்சிக் கழகத்துக்கே தெரியாத ரகசியம். ரயில் நிலையங்களில் இறங்கும்போதும் ஏறும்போதும் யார் வேண்டுமானாலும் வழுக்கி விழலாம்.

தெருவில் ஓடும் வெள்ளத்தில் நடக்கும்போதே லெப்டோஸ்பிரோஸிஸ் வராமல் இருக்க வேண்டுமே என்ற எண்ணம் மனத்தில் ஓடும். பெருச்சாளிகள், நாய்கள் இவற்றிலிருந்து மழைக்காலத்தில் வரும் ஆளைக் கொல்லும் தொற்று அது. ஒவ்வொரு மழைக்காலத்திலும் சிலராவது இதில் இறப்பார்கள். சில ரயில் நிலையங்களின் படிகளில் மைசூர் பிருந்தாவன் தோட்டத்தில் இருப்பதைப்போல அருவி கொட்டும்.

வேறு சில காட்சிகளும் யாரோ திரைக்கதை எழுதி வைத்ததுபோல் நடக்கும். எந்த வகைப் பாதுகாப்பும் தர முடியாத குடையின் கீழே ஆனந்தமாகப் பேசியபடி, சிரித்தபடி போகும் ஜோடிகள்; கையைப் பிடித்துக்கொண்டு தெருவைக் கடக்க முயலும் முதிய தம்பதியர். கூடவே மூலைக்கு மூலை மழைக்குப் பின் வரும் தஷேரி மாம்பழங்கள் நிரம்பிய கை வண்டிகள்.

அத்துடன் கொட்டும் மழையில் கையிலிருந்து பறக்கத் துடிக்கும் குடை, கைப்பை, உடை இவற்றையெல்லாம் சமாளித்தபடிபேருந்தைப் பிடிக்கப் போய்க்கொண்டிருக்கும் போது, நம்மைக் கடக்கும் பி.எம்.டபிள்யு. அல்லது எஸ்.யு.வி. இவற்றில் சொகுசாகப் பின் சீட்டில் அமர்ந்துகொண்டு நம்மை வெறித்துப் பார்க்கும் செல்ல நாய்கள், பிறப்பு என்பது எவ்வளவு பெரிய விபத்து என்பதை நமக்கு உணர்த்தும் காலமும் மழைக்காலம்தான்.

மே மாத இறுதியில் அந்த ஆண்டு எல்லாவித வேலைகளும் மனையடங்கினால் முடங்கிவிட்டிருந்ததால் மழையுடன் வரும் வழக்கமான புறக்காட்சிகளும் அனுபவங்களும் குறித்த எந்தவிதக் கற்பனையும் இருக்கவில்லை. இருந்தாலும் விடாத கை கழுவுதலுடன் மழை, மாம்பழம், காற்று, தென்னை மர உயரத்துக்கு எழும்பும் கடலலைகள் இவற்றைச் சன்னலூடே பார்க்கலாம் என்ற எதிர்பார்ப்பும் வழக்கம்போல் உலராத உடைகள், மூக்கடைப்பு, மிளகு ரசம், இவற்றுடன்தான் இந்த மழைக்காலமும் வரும், போகும் என்ற எண்ணமும் இருந்தன. இன்னும் இரண்டு வாரங்கள் இருந்தன மனையடங்கு காலத்தின் மழைக்காலம் தொடங்க.

அந்தச் சூறாவளியின் பெயர் நிஸர்க் என்று அறிவித்தார்கள் ஜூன் ஒன்றாம் தேதி. சமஸ்கிருதப் பெயர். இந்திய வானிலைத் துறை தந்த சூறாவளிகளுக்கான பல பெயர்களில் உலக வானிலைக் குழு தேர்ந்தெடுத்த பெயராம் நிஸர்க். கட்டியம் கூறுவதுபோல் பெருத்த மழைக்கான அறிகுறிகள் தெரிந்தன.

சாம்பல் திரை ஒன்று கடலை மறைப்பதுபோல் மேலெழுந்து வந்தது. பிறகு சன்னல்களின் மேல் சீற்றத்துடன் அடித்தது மழை.

காலையில் வீட்டு வேலையில் உதவும் சாந்தாபாயி கூப்பிட்டாள்.

“தாயி, நாங்க கிளம்பிட்டோம். இன்னிக்கு வேலைக்கு வர மாட்டேன்.”

நகராட்சிக் கழகம் கடல் பகுதி கிராமத்தில் வாழும் மக்களை அங்கிருந்து வெளியேற்றும் வேலையைச் செய்ய ஆரம்பித்துவிட்டது என்றாள். இரண்டு ஆண்டுகளுக்கு முன்பு தான் கடலை ஒட்டியிருந்த மத் தீவில் வீடு கட்டியிருந்தாள்.

“குழந்தைகள் ஜாக்கிரதை. சின்னவனுக்குத் தொப்பி போடு மறக்காமல். கம்பளி எடுத்துக்க” என்றாள் அவளிடம். நோஞ்சான் குழந்தை அவன். எப்போதும் விடாமல் இருமல்.

“சரி. நீங்களும் கவனமா இருங்க.”

கிராமத்தின் அருகிலேயே, இரண்டு பேருந்து நிறுத்தங்கள் தள்ளி அடுக்குமாடி வீடுகளில் இருந்தவர்களுக்கும் அறிவிப்பு வந்தது. ஒவ்வொருவரும் இரு பைகளுக்குள் அடங்கும் துணிமணிகள் மற்ற பொருட்கள் இவற்றை எடுத்துக்கொண்டு வெளியேறத் தயாராக இருக்க வேண்டும் என்றார்கள்.

பெரிய பைகளாய் இரண்டு நெகிழிப் பைகளைத் தேடி எடுத்தாள்.

○

இப்படி நடந்திருக்கிறது முன்பும். அவளுக்கும் இன்னும் பலருக்கும். இந்த நாட்டிலும் பல நாடுகளிலும்.

நாட்டுப் பிரிவினையின்போது இரு பகுதிகளிலிருந்தும் வெளியேறியவர்கள் விட்டுச் சென்றவை எடுத்துச் சென்றவை எவை? 1959இல் சீன ராணுவம் திபெத்திய மலைக் கிராமங்களில் புகுந்தபோது கிராமங்களை விட்டு மலைப் பாதைகளில் குதிரைகளிலும் நடந்தும் வெளியேறிய திபெத்தியர் எத்தனை பைகள் கொண்டுபோயிருப்பார்கள்? இப்போதும் அவர்கள் ஒருவரையொருவர் சந்திக்கும்போது தங்கள் இனக்குழுவின் மொழியில் ‘நான் பூமியைச் சுமப்பேன், நான் வானத்தைச் சுமப்பேன், நான் உன் பாவங்களைச் சுமப்பேன்’ என்று பேசிக்கொள்வது வழக்கம் என்கிறார்கள்.

வெளிநாட்டில் அவளுடன் படித்த ஜெர்மன் யூதப் பெண்ணின் பாட்டி எங்கோ போலந்தில் உள்ள ஆஷ்விஷ்

வதை முகாமுக்குப் போகும் முன் நடந்ததைக் கூறியிருக்கிறாள் – நள்ளிரவில் ராணுவம் வீட்டுக் கதவைத் தட்டும்; உடனே அவசியத் தேவைகளை மட்டுமே எடுத்துக்கொண்டு கிளம்ப உத்தரவு; குடும்ப நகைகள், ரொட்டி, பிஸ்கோத்து, கொஞ்சம் பணம், உடைகள் இவற்றைச் சிறு பெட்டியில் போட்டுப் பின் கால்நடைகள்போல் அடைக்கப்பட்டு வண்டிகளில் பயணம்; வதை முகாமின் நுழைவாயிலிலேயே அத்தனை உடைமைகளும் பறிமுதல். பெட்டிகள், முகம் மழிக்க எடுத்துச் சென்ற சவரத் தூரிகைகள், கத்திரிக்கோல்கள், சிறு குழந்தை முதல் பெரியவர்களுக்கான காலணிகள், மூக்குக் கண்ணாடிகள், குளிர்காலக் கோட்டுகள் இவை கண்ணாடிச் சுவர்களால் தடுக்கப்பட்ட அறைகளில் குவிக்கப்பட்டுக் கிடக்கும் ஆஷ்விஷ்ஷின் வதைமுகாம் கண்காட்சிச் சாலையைப் பின் ஒருமுறை அவள் பார்த்தாள்.

படகுகளில் வெளியேறிக் கடலில் குழந்தைகளை இழந்த ஸிரிய அகதிகள் எதைக் கொண்டு சென்றிருப்பார்கள்? கரோனாவால் வேலையிழந்த ஆயிரக்கணக்கான உழைப்பாளிகள் குடும்பத்துடன் தேசிய நெடுஞ்சாலைகளில் நடந்தே அவரவர் கிராமங்களுக்குப் போனபோது எத்தனை பைகள் எடுத்துப் போயிருப்பார்கள்?

அவளுக்கும் அந்த நிலை ஏற்பட்டது ஒரு முறை. சில ஆண்டுகளுக்கு முன்புதான். இன்னொரு கண்டத்தில் உள்ள ஒரு நகரத்தில் ஒரு சிறு நீலப் பெட்டியின் முன் அமர்ந்து எதை எடுத்துச் செல்வது என்று யோசித்தாள். அவளுக்கென்று எதுவும் இருக்கவில்லை. அவன் கூறிய சொற்களுக்கு வடிவம் தந்து நிரப்பவேண்டும் என்றால் அதற்குச் சிறு பெட்டிகள் போதா; ஒரு கப்பல்தான் வேண்டும். ஒரு பள்ளி ஆசிரியையை மணந்தது அவன் குற்றம். அழகில்லை; அதாவது போகட்டும். அவளிடம் பணிவில்லை, அடக்கமில்லை. கர்வி அவள். அமெரிக்கர்களிடம் பழகத் தெரியவில்லை. அவர்கள் நம் கடவுள்களைக் கேலி செய்தால் சிரிக்கவேண்டும். சிவ தத்துவத்தை அபத்தமான ஆங்கிலத்தில் விளக்கிக்கொண்டிருக்கக் கூடாது. பாடு என்று யாராவது சொல்லிவிட்டால் "மன்னும் இமயமலை. . ." என்று ஆரம்பிக்கக் கூடாது. அதாவது போகட்டும். "பெற்ற தாய்தனை மக மறந்தாலும். . ." என்று வள்ளலார் பாட்டை அலறியபடி பாடிவிட்டு விளக்குவது அதைவிட அநாகரிகம். எப்படித்தான் அவளைப் பொறுத்துக்கொள்வது? பையனுக்கு நான்கு வயதாகிறது. அவன் அவளிடம் வளரக் கூடாது. அவன் அமெரிக்கப் பிரஜை. இங்குதான் வளர்வான். அவள் தாராளமாகப் போகலாம் இந்தியாவுக்கு. எதைக் கொண்டு வந்தாளோ அதையெல்லாம் எடுத்துக்கொண்டு போகலாம்.

எதைக் கொண்டுவந்தாள்? பெருங் கனவுகளைக் கொண்டு வந்தாள். மேலே படிக்க. மனத்துக்குப் பிடித்த வேலையைத் தேடிக்கொள்ள. உலகமெல்லாம் சுற்ற. மீண்டும் இந்தியா திரும்ப. அதில்தான் கடைசிச் சண்டை. திரும்பிப் போக அங்கே என்ன இருக்கிறது? வேலையில்லாத் திண்டாட்டம். நொடிந்துபோய் உலக வங்கியில் கடன் வாங்கும் நாடு. சாதிச் சண்டை. மதக் கலவரம். ஒன்று வெள்ளம் இல்லாவிட்டால் பஞ்சம். பெண்களுக்குப் பாதுகாப்பு இல்லை. இப்படியே போயிற்று அவன் வாதம். அப்போதுதான் முடிவு செய்தாள், விவாகரத்து பெற்று நாடு திரும்ப. "போ போ. நாளைக்கு எங்கேயாவது தெருவுல விழுந்துகிடந்தா இல்ல ஏதாவது ஆசுபத்திரி தாழ்வாரத்துல படுத்துக்கிடந்தா நானோ உன் பிள்ளையோ வருவோம்னு எதிர்பார்க்காதே. ஏதாவது ஊரு முனிசிபாலிடிதான் உன்னைப் புதைக்கணும். . ." என்றான்.

தான் அணிந்திருந்த நகைகளைக் கழற்றி அழகிய வேலைப் பாட்டுடன் செய்யப்பட்ட ஒரு மரப்பெட்டியில் தன் மகனுக்காக வைத்து, "சேயோனுக்கு, அம்மாவிடமிருந்து" என்றொரு சீட்டை எழுதி உள்ளே வைத்தாள். சேயோன் என்று பெயர் வைக்கவும் ஒரு சண்டை நடந்திருந்தது. யாருக்குத் தெரியும்? பிறகு மாற்றி விடலாம் அமெரிக்கர்கள் உச்சரிக்கக் கூடிய சைமன் என்று.

அப்பா, அம்மா இருவரும் இல்லை. தூரத்து உறவினர் இருந்த மும்பாய் போகத் தீர்மானித்திருந்தாள். அரசு ஆஸ்பத்திரிகளும் தாழ்வாரங்களும் மும்பாயிலும் அனாதை களுக்கு இருக்குமில்லையா? பெட்டியில் கொண்டுபோக எதுவும் இல்லை என்று பட்டது. இரண்டு பைகளில் கொண்டுவிடும் அவள் உடைமைகள் என்று தோன்றியது. பெட்டியைத் தள்ளிவைத்தாள்.

பெரிய பைகளாய் இரண்டு நெகிழிப் பைகளைத் தேடி எடுத்தாள்.

○

மும்பாய் அவளுக்குப் புதிதல்ல. அவள் அப்பா தில்லிக்கு மாற்றலாகிப் போகும்முன் அவர்கள் மும்பாயில்தான் இருந்தார்கள். சிவாஜி பார்க் பகுதியில் வீடு. மராட்டியும் ஹிந்தியும் கற்றது அப்போதுதான். மும்பாயில் இருந்த உறவினர் அவள் வெற்றுக் கைகளுடன் வந்ததை அவ்வளவாக விரும்ப வில்லை என்று தெரிந்தது. ஆனால் வேலை கிடைப்பது சிரமமாக இருக்கவில்லை. கடற்புறத்திலிருந்த ஒரு பள்ளியில் தலைமை யாசிரியராக வேலை கிடைக்க தில்லி ஆசிரிய அனுபவம் உதவியது. தில்லியில் முனீர்காவில் இருந்த வீட்டை விற்று

ஒற்றையறை வீடு ஒன்றை வாங்கவும் முடிந்தது. உறவினர் மகிழ்ச்சியுடன் விடைகொடுத்தார், "நல்ல வேளை, உன்னோட அப்பா அம்மா உசிரோட இல்ல இதையெல்லாம் பார்க்க" என்ற அன்பு வார்த்தைகளுடன். அவர் வீட்டிலிருந்து கொண்டுவந்ததும் இரண்டு பைகளில் அடங்கிவிட்டது.

எதுவும் நிரந்தரம் இல்லை என்று இந்த வீடு அடிக்கடி உணர்த்திக்கொண்டே இருந்தது. இந்த வீட்டை வாங்கும் போதே பூகம்பம் வந்தது. மும்பாயில் வீடு வாங்கும்போது சிறு தொகையைக் காசோலையாகத் தராமல் வெறும் தொகையாகத் தருவது வழக்கம். அது பத்திரத்தில் குறிக்கப்படாது. வீட்டின் சொந்தக்காரரர் வயதான விதுரர். இருந்த ஒரே மகனும் மன நோயாளியாம். ஏழைப் பெண்ணாகப் பார்த்துத் திருமணம் செய்துவைத்தாராம். வீட்டை விற்கும் சில மாதங்களுக்கு முன்தான் இருவரும் என்ன காரணத்துக்காகவோ தற்கொலை செய்துகொண்டிருந்தார்கள். வீட்டை விற்றுவிட்டுச் சொந்த ஊரான மங்களூர் போகத் தீர்மானித்திருந்தார். வீட்டு விலையையும் குறைத்திருந்தார் வேறு யாரும் வாங்க முன்வராததால். "வீட்டைப் பற்றிக் கவலைப்படாதேம்மா. என் மனைவி சுமங்கலியாகப் போனவள். ஆகிவந்த வீடு" என்றார். தரகருடன் போய் அமர்ந்து, பத்திரங்களிலெல்லாம் கையெழுத்திட்ட பின் தொகையை அவர் முன் வைத்ததும் வீடே ஆடியது பூகம்பத்தில் சில நொடிகள். தொகையைத் தன் பக்கம் இழுத்து அணைத்துக்கொண்டார். ஆட்டம் நின்றதும் "பூகம்பம் நல்ல சகுனம்" என்றார். அதன் பிறகு இன்னொரு பூகம்பமும் வந்து போயிற்று. அப்போது ஆடும் படிகளில் இறங்கியோடி, தோட்டத்துக்குப் போய் நின்றுகொண்டு காலடியில் அதிரும் பூமியை உணர்ந்தபடி நின்றது மறக்கவில்லை.

இப்போது சூறாவளி. நிஸர்க் என்ற சொல்லுக்கு இயற்கை என்றும் இன்னும் பல அர்த்தங்களும் உள்ளனவாம். ஆனால் அதன் ஒரு பொருள் துறத்தல். அவளுக்கான இந்த வீடு பொருட்களால் நிறைந்திருந்தது. இப்போது, இந்தக் கட்டத்தில் எதை அவள் துறக்க வேண்டும்? வனம் போகத் தீர்மானித்ததும் மரவுரி உடுத்துக்கொண்டு வந்த சீதையின் செயல் வேகத்தை நினைத்துக்கொண்டாள். அம்மா அடிக்கடி முணுமுணுக்கும் திருவாசகத்தின் திருச்சதகம் பகுதியின் 'ஊழி தரு காலுங் கனலும் புனலொடு மண்ணும் விண்ணும்' பாடல் மனத்தில் ஓடியது. காற்றும் அக்னியும் நீரும் மண்ணும் விண்ணும் காலப்போக்கில் பிரளயத்தில் ஒடுங்கும் எனும் பாடல். இதுதான் அந்தப் பிரளயமா?

மெல்ல எழுந்து வீட்டுப் பத்திரங்கள், கடவுச் சீட்டு, ஆதார் அட்டை, கல்விச் சான்றிதழ்கள், விவாகரத்து குறித்த காகிதங்கள், வங்கிக் கணக்குப் பத்திரங்கள் இவற்றை எடுத்து ஒரு பையில் வைத்தாள். ஓர் உறையிலிருந்து சேயோனின் இரு புகைப்படங்களை எடுத்து இன்னோர் உறையில் போட்டு அதையும் வைத்தாள். பீரோவைத் திறந்து இரண்டு ஸல்வார் கமீஸ், உள்ளாடைகள் இவற்றை எடுத்துவைத்தாள். கை அந்த மயில்கழுத்து வண்ணப் புடவையில் பட்டது. அம்மாவின் புடவை. அப்பாவின் மயில்கண் வேட்டி ஒன்றும் அம்மாவின் இந்தப் புடவையும் தில்லி வீட்டில் அம்மா அவளுக்காக வைத்துவிட்டுப் போன பச்சை டிரங்குப் பெட்டியில் இருந்தன. புடவையைத் தடவித் தந்தாள். மார்போடு அணைத்துக்கொண்டாள். அப்பாவின் மயில்கண் வேட்டியை மடியில் போட்டுக்கொண்டாள் மகவைப்போல. சிறிது நேரம் அப்படியே அமர்ந்திருந்தாள். பிறகு எழுந்து அவற்றை மீண்டும் பீரோவிலேயே வைத்தாள். இன்னொரு சிறு தந்தப் பெட்டியைத் திறந்து பார்த்தாள். கெம்புக் கற்கள் பதித்த அம்மாவின் மயில் வடிவத்தோடும் அம்மாவின் திருமணத்தின்போது பாட்டி தந்த ராக்குடியும் இருந்தன. அவள் திருமணத்தின்போது அதை அவள் தலையில் வைத்துப் பின்னினாள் அம்மா. "எனக்கப்புறம் இது உனக்கு" என்றாள். "ஏன் இப்பவே தரக் கூடாதா?உன் தலைதான் நரைச்சுப்போச்சே? நீதான் வெச்சுக்கிடப் போறியாக்கும்?" என்று கேலி செய்தார் அப்பா. "எங்கம்மா நினைவா என் கிட்ட இருக்கும். அப்புறம் இவளுக்கு" என்றாள்.

கையில் வைத்துப் பார்த்தாள். வெகு நேரம் பார்த்துவிட்டு மீண்டும் உள்ளே வைத்தாள். எடுத்து வைத்த உடைகளை இன்னொரு பையில் வைத்துவிட்டு மாதவிடாய்க்கான விஷயங்களைக் காகிதத்தில் சுற்றிப் பையில் வைத்தாள். அறையின் ஒரு சுவர் முழுவதும் புத்தகங்கள். கண்ணாடி பீரோவில் இருந்தன. சில தலைப்புகள் பளிச்சென்று பெரிதாக வும் இன்னும் சில மங்கியும். நடேச சாஸ்திரியின் திக்கற்ற இரு பெண் குழந்தைகள், ராஜமையரின் கமலாம்பாள் சரித்திரம், அ. மாதவய்யாவின் முத்துமீனாட்சி, வை.மு. கோதைநாயகி அம்மாள் நாவல்கள், ஜகன்மோகினி சில இதழ்கள் என்று துவங்கி லக்ஷ்மியின் மிதிலா விலாஸ், ஸூர்யகாந்தம், ஸ்ரீமதி மைதிலி, தேவனின் மிஸ்டர் வேதாந்தம், ஜஸ்டிஸ் ஜகன்னாதன் என்று அம்மா பைண்டு செய்து வைத்திருந்த புத்தகங்களும் இவற்றுடன் சாண்டில்யனின் கடல்புறா, கல்கியின் சிவகாமியின் சபதம் என்று ஆரம்பித்து அம்மாவுக்குப் பிடித்த வண்ணதாசன், வண்ணநிலவன்வரை அம்மா இலக்கியத்தின் சில தசாப்தங்களை

அந்தப் பச்சைப் பெட்டியில் அவளுக்காக வைத்துவிட்டுப் போயிருந்தாள். சற்று எம்பி மேலே வைத்திருந்த திருவாசகத்தை எடுத்தாள். மங்கிப்போன நீலத் துணி அட்டை. உள்ளே அம்மா தன் வழக்கமான பாணியில், "எனக்குப் பின் திலகாவுக்கு" என்று எழுதி "மீனாட்சி" என்று கையெழுத்திட்டிருந்தாள். புத்தகத்தில் அம்மாவின் மணம் இன்னும் இருந்தது. அதை எடுத்து முதல் பையில் வைத்தாள்.

இரண்டு பைகளையும் மேசைமேல் வைத்தாள். பிறகு எழுந்து அன்றிரவுக்கான உணவுக்காகச் சப்பாத்தி மாவைப் பிசையத் துவங்கினாள். கைப்பேசி ஒலித்தது. அவசரமாகக் கையை அலம்பிவிட்டு எடுத்தாள். அவள் பள்ளியின் நிர்வாகி தான் கூப்பிட்டார். "மேடம், நிஸர்க் அலிபாக் ஜாகே வஹான் ஸே குஜராத் கீ தரஃப் சலா கயா." (நிசர்க் அலிபாக் போய் அங்கேயிருந்து குஜராத் பக்கம் போய்விட்டது). "ஜீ, தன்யவாத்" என்று நன்றி கூறிவிட்டுக் கைப்பேசியை வைத்தாள்.

மேசைமேல் அவள் உடைமைகளுடன் இரு நெகிழிப் பைகள் இருந்தன.

ooo

உயிர்மை, அக்டோபர், 2021

2

உற்ற தேகம்

விழித்தபோது அப்பாவைத் தேடின கண்கள். அவர் இல்லை. தலையை மெல்லத் திருப்பியபோது (அப்பா! இது தலையா பாறாங்கல்லா?) "அப்பா..." என்று கூப்பிட நினைத்தாள். குரல் எழவில்லை. ஒரு நர்ஸ் அவளைப் பார்த்துப் புன்னகைத்தபடி அவள் தலையணையைச் சரி செய்தாள். உடலில் இணைத்திருந்த பல குழாய்களைச் சரிபார்த்தாள். டாக்டர் ஒருவர் உள்ளே வந்து, "ஹவ் ஆர் யு ஃபீலிங்?" என்று உடல்நலம் விசாரித்துவிட்டு நர்ஸிடம் தாழ்ந்த குரலில் ஏதோ சொன்னார்.

"தலை கனக்கிறது" என்றாள். அவளுக்கே அது கேட்கவில்லை. குரல் வெறும் காற்றாய்க் கிளம்பியது.

◯

அருகில் வந்து, "அனஸ்தீஷியாவிலிருந்து வெளியே வந்தவுடன் அப்படித்தான் இருக்கும்" என்று டாக்டர் ஹிந்தியில் சொல்லி முடிக்கும் முன் குமட்டிக்கொண்டு வந்தது. நர்ஸ் வாந்தி எடுக்கப் பீங்கான் வட்டிலைப் பிடித்துக்கொண்டாள் அவள் முன். சற்று முன்னால் சாய்ந்தபோது தலைதான் கனத்ததே ஒழிய உடல் திடீரென்று லேசானது போல் தோன்றியது. இரண்டு முழங்கைகளுக்குக் கீழே எதுவுமே இல்லாத உணர்ச்சி ஏற்பட்டது. ஆனால் திடீரென்று குறுகுறுத்தது. அரித்தது.

வலித்தது. வாயில் புளித்த நீரைத் துப்பியதும் அவளை மீண்டும் சரியாகச் சாய்த்துப் படுக்க வைத்தாள் நர்ஸ்.

○

விரைந்து வந்து ரயில்மேடை அருகே வேகத்தைக் குறைத்து நின்றது மின்வண்டி. இவள் படிகளில் வேகமாக இறங்கிக் கொண்டிருந்தாள். அன்றைய வகுப்பு மிக முக்கியமானது. இவள் வேகமாக இறங்கி பெண்கள் பெட்டியை எட்டி ஏறும்முன் வண்டி கிளம்பியது மெல்ல. இவள் பெண்கள் பெட்டியின் வாயிலை எட்டியாகிவிட்டது. அதன்பின் யாரோ தள்ளியதில் கால்கள் தடுமாற தலைகுப்புற வண்டிக்கும் ரயில்மேடைக்கும் இடையே இருந்த பள்ளத்தில் விழப்போய் பள்ளத்தில் கைகள். எதைப் பிடித்துக்கொள்வது என்று தெரியாமல்... இயந்திர மிருகமாய் புகைபோல் விரையும் வண்டி. கூச்சல்... ஓலம்... வலி... வலி... வலி...

○

துண்டு துண்டாய் நினவுக்கு வந்தது. படிகளில் இறங்கும்போது கையில் மின்னிய குருதிச் சிவப்புப் பட்டையிட்ட கண்ணாடி வளையல். குதிகால் உயர்ந்த புதிய செருப்பின் பளபளச் சிவப்பு. முன்னால் பறந்த துப்பட்டாவின் மென் சிவப்பு வீச்சு. பெண்கள் பெட்டியின் பச்சை மஞ்சள் பட்டைக் கோடுகள். சறுக்கல். உருளும் சக்கரங்கள். வேகம். வலி.

○

ஆஸ்பத்திரியை விட்டு வெளியே வந்தபோது இரு கரங்களில்லை.

உறுப்பு மாற்று அறுவைச் சிகிச்சையில் உள்ளுறுப்பு மட்டு மல்லாமல் வெளியுறுப்பான கை மாற்று செய்யும் அறுவை சிகிச்சை முயற்சிகள் மேற்கொள்ளப்பட்டிருக்கின்றன என்று கேள்விப்பட்டதும் மும்பாயின் மிகப் பெரிய தனியார் ஆஸ்பத்திரிக்கு உறுப்பு மாற்று அறுவை சிகிச்சை கோரி அவள் விண்ணப்பித்தபோது மனத்தில் ஓடிய நான்காண்டுகளுக்குமுன் இழந்த கரங்களின் கதையும் கதையை ஒட்டிய காட்சிகளும்.

தனக்குப் பொருத்தப்பட்ட செயற்கைக் கைகளைப் பார்த்தாள். அவை செயல்பட்டன ஓரளவு. ஆனால் அவளுக்கு ரத்தமும் சதையும் உள்ள, நரம்புகளும் ரத்த நாளங்களும் ஓடும் உணர்வுள்ள கைகள் தேவை. பற்றிக்கொள்ள. அழுத்த. கிள்ள. பூவைத் தொட. புறாவைத் தடவ. பூனையை அணைத்துக் கொள்ள. தளர்வாக விட. உணவின் தன்மையை உணர. கடற்கரை மணலை அள்ள. புத்தகத்தின் பக்கங்களைத் திருப்பும்

போது பக்க முனைகளைத் தொடுவதற்கு வளைய. யோசனை செய்தபடி கை வளையல்களை ஏற்றி ஏற்றி இறக்க. கூந்தலைக் கோதிவிட. மராட்டிக்காரியான ஆயியின் நவ்வாரி புடவையைக் குடி பாட்வா அன்று யார் உதவியுமில்லாமல் தானே உடுத்திக் கொள்ள. ஆயி குளிக்கும்போது முன்பெல்லாம் செய்த்துபோல் பசு நரம்போடும் அவள் பின்னங்கழுத்தையும் முதுகையும் தேய்த்துவிட.

இன்னும் ஒரு காரணமுமிருந்தது. இன்னும் யாரிடமும் சொல்லவில்லை. கோவிந்தின் தாடிக்குள் விரல்களை விட்டுத் துழாவ.

மாற்று அறுவை குறித்த புராணக் கதைகள் அவ்வப்போது திடீரென்று நினைவுக்கு வந்தன. கணபதிக்கு யானைத் தலை வந்த கதை, ஜமதக்னியின் மனைவி ரேணுகாவின் தலையை வெட்டியபின் அவள் எல்லம்மாவாக மாறிய கதை, இழந்த அங்கங்களை மீண்டும் பெறும் கதை, ததிசி முனிவரின் எலும்புகள் வஜ்ராயுதமான கதை, இறந்தவர்கள் உயிர் பெறும் கதை, எலும்புக்கூடாய் மாறிய பின்னும் உணர்ச்சிகளை இழக்காத சிவ பக்தை காரைக்காலம்மையாரின் கதை இப்படிப் பல கதைகள். எல்லாக் கதைகளிலும் ஆக்கை அழிந்து அழிந்தபின் மீண்டும் உருப்பெறும் தன்மைகளைத் தேடினாள்.

ஷல்ய தந்திரம், பழைய மருத்துவ சம்ஹிதைகள், சுஸ்ருதர் செய்த ஒட்டுறுப்பு அறுவை சிகிச்சைகள் இவைகளைக் குறித்த கட்டுரைகள் என்று ஒரு பக்கம் படிப்பு ஓடியது. அரசன் கேலனின் மனைவி பிஸ்பலா போரில் காலை இழந்தபோது அவளுக்கு இரும்புக் கால் பொருத்தப்பட்டது, மூக்கின் குழைம அறுவை, செவிமடல் ஒட்டுறுப்பு அறுவை என்று தினம் ஒன்றைப் படித்துவிட்டுச் சாப்பாட்டு மேசையில் விவாதங்கள் ஓடும். “அக்கா, ப்ளீஸ், யானைத் தலை பூனைத் தலைன்னு கதை சொல்ல ஆரம்பிக்காதே. . .” என்று கேலி செய்வான் தம்பி.

பாலூட்டி மிருகங்கள் இயல்புகளிலும் உடல் தன்மை களிலும் மனிதர்களுக்கு மிகவும் அருகில் உள்ளவை என்பார் அப்பா. மனிதக்குரங்கின் சிறுநீரகங்களை மனிதர்களுக்கு வைத்துப் பார்த்திருக்கிறார்கள் அமெரிக்காவில். பன்றிகளின் இதய அடைப்பிதழ்கள், கணையம், ஏன், தோல்கூட உபயோகப்பட்டிருக்கிறது. மரபணுத் திருத்தம், மரபணு நகலாக்கம் மூலம் பன்றிகளின் சிறுநீரகங்கள் மனிதர்களுக்குப் பொருத்தப்படலாம் என்ற கட்டத்துக்கு நாம் வந்தாகிவிட்டது என்று விளக்கினார். அறிவியலில் எதுவும் சாத்தியம்தான்; பிரபஞ்சத்தின் தன்மைதான் அறிவியலையும் சாத்தியமாக்குகிறது என்பது அப்பாவின் தாரக மந்திரம்.

நவீன மருத்துவத்தில் நடந்த உள்ளுறுப்பு மாற்று சிகிச்சைகளைத் தேடி தேடிப் படித்தாள். அத்துடன் ரத்த தானம் முதல் இதய மாற்று வரையிலான கதைகளையும் படங்களையும் உள்ளுறுப்புகளைத் திருடும் கும்பல்களைப் பற்றிய படங்களையும் சளைக்காமல் பார்த்தாள். உடலுறுப்பு தானம் செய்யக் கோரும் பல தொண்டு நிறுவனங்களின் அறிவிப்புகள், உறுப்பு தானம் எவ்வகையிலும் எந்த மதத்துக்கும் புறம்பானது அல்ல என்ற விளக்கங்கள் ஊடகங்களில் வந்தபடி இருந்தன. அவள் எப்போதாவது மறந்தால் கூட சக்லி எப்படிச் செய்வது என்ற செய்முறை, "அப்ஸரா ஆலி" லாவணி பாட்டு இவற்றுக்கு இடையே கண் தானம், சிறு நீரக தானம், கல்லீரல் தானம் பற்றி யாராவது பேசினார்கள். தங்கள் உடலை மருத்துவக் கற்கைக்காகத் தானம் செய்த பல பிரபலங்கள் பற்றிய விவரங்களுக்குப் பத்திரிகைகள் முக்கியத்துவம் தந்தன. வெளியுறுப்புகளில் கை தானம் செய்யப் பட்டுள்ளதா கை மாற்று அறுவை செய்யப்பட்டுள்ளதா என்பதைப் பார்ப்பது அன்றாடம் அவள் முதல் வேலையாக இருந்தது. 2015இலிருந்து தென்னிந்தியாவில் நடந்திருந்த கை மாற்று அறுவை சிகிச்சைகள் பற்றிய விவரங்களைப் படித்ததும் ஓடி வந்து அப்பாவிடம் சொன்னாள். அப்பாவும் அது குறித்த தகவல்களைச் சேகரித்த வண்ணம் இருந்தார். அப்பாவின் உறவினர்கள் இருந்த சென்னைக்கோ கொச்சிக்கோ செல்வதா இல்லை மும்பாயிலேயே முயற்சிப்பதா என்பதை யோசித்த பின்தான் மும்பாயிலேயே கை மாற்று அறுவை சிகிச்சைக்கு விண்ணப்பித்திருந்தாள்.

○

அந்த அற்புதமும் நேர்ந்தது. விபத்து நடந்த ஏழாண்டுகளுக்குப் பின் கை மாற்று அறுவை சிகிச்சைக்கான நாள் குறிக்கும் அற்புதம். இளைஞன் ஒருவனின் இரு கைகள். கை மாற்று அறுவை சிகிச்சைக்கான பல லட்சங்களைத் திரட்டும் பொறுப்பை டாக்டர்கள் ஏற்றுக்கொண்டார்கள். அதன் வெற்றி தோல்வி இரண்டையும் அவள் ஏற்கத் தயாராக இருக்க வேண்டும், அசாத்தியப் பொறுமையுடன் விளைவுகளை நோக்கவேண்டும், எழுந்து, நின்று பின் குழந்தை நடை பயில்வதைப்போல் மிகவும் மெள்ள நடக்கப்போகும் ஒன்று இது, அவசரம்காட்டக் கூடாது, அவள் உடல் பொருத்திய கைகளை ஏற்கவும் மறுக்கலாம் என்றெல்லாம் கூறி அவளைத் தயார்ப் படுத்தினார்கள்.

கை மாற்று அறுவை என்பது மிகவும் சிக்கலான ஒன்று. எலும்புகளைப் பொருத்துதல், முக்கிய தமனிகள், ரத்த

நாளங்கள், நரம்புகள், தசை நாண்கள், சருமம் இவற்றைச் சீர்ப்படுத்துதல் இப்படிப் பல்வகைப்பட்ட விஷயங்களை ஒன்றிணைக்கவேண்டும். ரத்த நாளங்களைப் பலமுனைகளில் இணைக்கவேண்டும். முதலில் எலும்பு முனைகளை இணைக்க வேண்டும். முக்கியமான மூன்று நரம்புகளாவது இணைக்கப்பட வேண்டும். தவிர எத்தனையோ தசைகளைச் சேர்க்கவேண்டும் என்று படங்களுடன் விளக்கினார்கள்.

அறுவை சிகிச்சையறைக்குப் போகும்முன் ஆயியையும் தம்பியையும் ஒரு முறை பார்த்தாள். விரலை உயர்த்திக் காட்டினான் தம்பி. முத்தத்தைப் பறக்கவிட்டாள் ஆயி. கோவிந்த் கைபேசியில் தோன்றி அணைப்பையும் அன்பையும் தந்திருந்தான். "உனக்குக் கைகள் கிடைத்தால் என்னை இறுக்கி அணைத்துக்கொள்வாய்தானே?" என்று கேட்டிருந்தான் ஒரு முறை. "இல்லை, முதலில் உன்னைக் குத்திப் பார்ப்பேன்" என்றுவிட்டுச் சிரித்ததும் "நன்றாகக் குத்து ப்ளீஸ்" என்றான். கண்களில் ஈரம்.

அப்பா வரவில்லை. வர முடியாத இடத்தில் இருந்தார்.

○

பதினாறு மணிநேரக் கை மாற்று அறுவை. தொற்று ஏற்படாமல் இருக்க மருந்துகள். அவள் கையைவிடப் பருத்திருந்த ஆண் கைகள். முதலில் கல்போல் கனம். பிறகு மூன்று நாட்களில் உதவியுடன் நடத்தல். கையை அசைக்கும் பயிற்சிகள். தொற்று ஏற்படாத வண்ணம் வீட்டை முற்றிலும் தயார் செய்தபின் ஒரு மாதத்துக்குப்பின் வீட்டுக்கு வருகை. தொடர்ந்த பயிற்சிகள், மருந்துகள். ஆறு மாதங்களுக்குப்பின் மழை ஓய்ந்த ஒரு நாள் காலையில் நீள்வால் கிளி ஒன்று திடீரென்று பறந்து வந்து சன்னலிலிருந்த நீண்ட கம்பி ஒன்றில் அமர்ந்து கிக்கீ என்றபோது எறும்பு ஊர்வதைப்போல் உணர்வு ஏற்பட்டது விரல்களில். அது உண்மையா அல்லது ஏதோ பழைய நினைவின் மீட்சியா என்று நினைக்கும்முன் மீண்டும் எறும்பு ஊர்ந்தது. ஆள்காட்டி விரல் அதை ஏற்பதைப்போல் மெல்ல அசைந்தது.

"ஆயீ..." என்று கத்தினாள்.

வந்து பார்த்த ஆயி, "கையோட தோல் நிறம் உன் கை நிறத்துக்கு மாறி வரபோதே எனக்கு நம்பிக்கை வந்தது" என்று விட்டுக் கையைப் பற்றிக்கொண்டாள்.

டாக்டரிடம் சொன்னபோது மேலே கையைக் காட்டி விட்டுச் சிரித்தார். போன மாதம் செய்த வழக்கமான காந்த அதிர்வு அலை வரைவு மூளையில் அதிக அளவு இயக்கத்தைக்

காட்டியது என்றார். பல ஆண்டுகள் கைகளில்லாமல் இருந்ததால் அறுவைச் சிகிச்சைக்குப்பின் நாங்கள் செய்த வரைவில் இந்த உடல் பகுதிக்கான மூளை இயக்கம் மிகவும் பலகீனமானதாக இருந்தது. போன மாதமே அவருக்கு மிகுந்த நம்பிக்கை வந்திருந்தது என்றார். அவள் கை அளவுக்கே இந்தக் கை மாறி ஒரு பெண்ணின் கையாக முற்றிலும் மாற வாய்ப்புண்டு என்றார்.

நாளாக நாளாக விரலசைவுகளுடன் லயமும் இணைந்து வருவதுபோல் தோன்றியது. ஏதோ தாளத்தில் விரல்கள் அசைந்தன. மேசையை விரல்கள் வளைந்து தட்டின. சாப்பாட்டுத் தட்டு முதல் மர முக்காலி, கதவு எல்லாவற்றிலும் தட்டவேண்டும்போல் தோன்றியது.

மிகவும் தயக்கத்துடன் டாக்டரிடம் கை தானம் செய்த குடும்பத்தினரின் விவரங்களைக் கேட்டாள். அவர் அவர்கள் தொடர்பு எண்ணைத் தந்தார்.

ஆயியிடம் கூறிவிட்டு எண்ணைத் தொடர்புகொண்டாள். எதிர்ப்பக்கம் "ஹலோ" என்றதும் ஆங்கிலத்தில், "ஆன்ட்டி, நீங்கள் தேவகி தினகரன்தானே?" என்றாள்.

"எஸ்" என்று பதில் வந்தது.

"உங்களுக்கு என்னைத் தெரியாது. உங்கள் மகன்..."

"அனகனா?"

"ஆமாம். அவர் கை..."

"ஹா..." என்றோர் அலறல் வந்தது எதிர்ப்புறத்திலிருந்து.

"ஆன்ட்டீ..."

"சொல்லும்மா..." என்றார் தமிழில்.

"ஆன்ட்டி, திடீர்னு கூப்பிட்டுட்டேன். தப்பா நினைக்காதீங்க" என்றாள் தமிழில்.

"தமிழ் பேசத் தெரியுமா? எப்படியிருக்கேம்மா?"

"இப்போ நல்லா தேறிட்டுவரேன், ஆன்ட்டி. அவர்... அனகன்... என்ன வேலை செய்திட்டிருந்தார்?"

அனகன் சிறு வயதிலிருந்தே மிருதங்கம் பயின்றான். மேடையில் வாசிக்கும் சந்தர்ப்பம் அமைந்தபோதுதான் திடீரென்று உடல்நிலை பாதிக்கப்பட்டு மூளைச்சாவு நேர்ந்தது. உள்ளுறுப்புளையும் கைகளையும் தானம் செய்யத் தீர்மானித்தனர். வெளியுறுப்பான கைகளைத் தானம் செய்வது

உறவினர்கள் யாருக்கும் ஏற்பாக இருக்கவில்லை. தேவகிதான் வற்புறுத்தினார் அந்தக் கைகள் எங்காவது யாருக்காவது உதவட்டும் என்று.

விளக்கிவிட்டு, அவள் ஏன் இதைக் கேட்கிறாள் என்று கேட்டாள். தன் கை விரல்கள் ஏதோ விதமான லயத்துடன் அசைவதைக் கூறியதும் மீண்டும் "ஹா!" என்ற அலறல் கிளம்பியது தேவகியிடமிருந்து.

கைப்பேசியை வைத்துவிட்டு அப்பாவின் அறைக்குச் சென்றாள். அவர் மேசைமீது தலை வைத்து அமர்ந்தால் அவர் மடிமீது சாய்வதுபோல் இருக்கும். ஆயி அவர் மேசையை அப்படியே வைத்திருந்தாள். காகிதக் கவ்வியில் வைத்திருந்த கற்றைக் காகிதங்களைக்கூட அப்படியே வைத்திருந்தாள்.

மேலாக இருந்த பக்கத்தில் 'சராசரம் நிறை மனத்துவம்/ *Panpsychism*' என்று தலைப்பிட்டு அது குறித்த ஏதோ புத்தகத்திலிருந்து ஆங்கிலத்தில் குறிப்பெடுத்து அதைத் தமிழிலும் எழுதியிருந்தார். தமிழிலும் எழுதியது அவளுக்கும் தம்பிக்கா கவும் இருக்கும். ஆயியிடம் மராட்டியும் அப்பாவிடம் தமிழும் கற்றுக்கொண்டிருந்தனர் இருவரும்.

> "பிரக்ஞையின் தன்மை என்ன? அது புறநிலையில் காணக்கூடிய, அதன் அடிப்படை அணுநிலை வரை உயிருள்ள ஒன்றா? அல்லது இதுதான் மெய்ம்மை, எதார்த்தம் என்று கூறக்கூடிய ஒன்று இருக்கிறதா?"
>
> "இன்னொன்றுடன் தொடர்புகொள்ளும் செயலின் வரம்புகளைப் புற எதார்த்தம் குறித்த நம் ஆழ்ந்த பார்வையாகத் தவறாகப் புரிந்துகொண்டுள்ளோம். ஒன்றை நோக்குவதிலும் நினைவுகொள்வதிலும் நமக்கு வரையறுக்கப்பட்ட திறமைகள்தாம் உள்ளன. ஆனால் நாம் இருப்பதோ வரையறுக்கப்படாத பிரக்ஞை இயற்றிகள் செயல்படும் பிணையத்தில். அவற்றின் சிக்கலான தன்மை நம் வரையறுக்கப்பட்ட திறமைகளை யும் மீறியது."

குறிப்பின் கீழே தத்வம் அஸி என்று எழுதியிருந்தார். அதன் கீழே:

> உயிருறும் உடலையும் உடலுறும் உயிரையும்
> அயர்வறக் காத்தருள் அருட்பெருஞ்சோதி

என்று வள்ளலார் பாடலை அடிக்கோடிட்டு எழுதியிருந்தார்.

ஆயி பஹினாபாயியின் அபங்க் ஒன்றை முணுமுணுத்தபடி சமைத்துக்கொண்டிருந்தாள்.

கட் பங்கலியாவரி நப் நபாசே பீதரி
தைஸா தேஹ் கேலியானே ஜீவ் ஷிவ் மித்யா பாணே
ஜல் ஆட்டலியாவரி ப்ரதிபிம்பா கைஸி உரி
பஹிணி மணே பாஸே த்வைத் ஜாணா உபாதீனே யேத்
(குடம் உடைந்தால் அதன் உள்ளிருக்கும் வெளி
உள்ளது வெளியுடன்
அதுபோல் உடல் மறைந்தால் ஜீவனும்
சிவனுடன் விள்ளாததாகிறது
நீர் ஆவியானால் அதன் பிம்பம்
எப்படியிருக்க முடியும்?
பஹினி சொல்கிறாள் இரண்டாகத் தெரிவது
தோற்றமயக்கம் என்று)

❍

டாக்டர் கூப்பிட்டார் சில நாட்களுக்குப் பின். அவர் அறையில் ஒரு தம்பதி இருந்தனர். அவள் வந்ததும் அவளருகே ஓடி வந்து அவள் இரு கரங்களைப் பற்றி, கண்ணில் ஒற்றிக்கொண்டார் அந்தப் பெண்மணி.

“தேவகி ஆன்டியா?” என்றாள்

தலையை ஆட்டினார் கண்ணீர் வழிய.

சற்றுத் தூரத்தே நின்ற அவள் கணவர் தினகரன் அருகே இருந்த மேசை மேல் வைத்திருந்த அரக்கு நிறப் பட்டுத்துணியால் சுற்றப்பட்ட மிருதங்கத்தை எடுத்துக்கொண்டு முன்னால் வந்து அவள் முன் நீட்டினார்.

இரு கை ஏந்தி அதை வாங்கிக்கொண்டாள்.

❍❍❍

அரு, இதழ் 12, 27 நவம்பர் 2021

3

ஜானம்மா டீச்சரும் ப்ரேம்குமாரி ஜூல்காவும்

மூளைக்கட்டிக்கான அறுவைச் சிகிச்சை செய்யப்பட்டு மீண்டு வந்து வாழ்க்கை மீண்டும் அதன் தடத்துக்கு வந்த சில நாட்களில் ஒரு நாள்தான் அது நடந்தது.

இது தேவர படா

இது யாவ தேவரு?

இது ராம தேவரு.

எங்கிருந்து அந்தக் கன்னடச் சொற்கள் படபடவென்று சிறகசைத்து வரும் புறாக்கள்போல் எழும்பிவந்தன என்று சொல்ல முடியவில்லை. எங்கே அவை இத்தனை நாட்கள் புதைந்திருந்தன என்றும் தெரியவில்லை. நினைவு எங்கே எப்படித் தேங்குகிறது எப்போது வழிகிறது என்றெல்லாம் யோசித்துப் பார்த்தவளுமல்ல. அவள் சமைத்தபின் வீட்டிலுள்ளவர்கள் உண்டு வேலைக்கும் பள்ளிக்கும் விரையும் அன்றாடச் சக்கரத்தில் மனத்தில் இருந்ததெல்லாம் நியமத்தின் விதிகளும் அவற்றின் இறுக்கமும்தாம். வழக்கமாகப் பொங்கலுக்காகச் செய்யும் வீட்டை ஒழிக்கும் வேலைதான். அட்டத்தின் ஏதோ காகிதக்கட்டிலிருந்து விழுந்தது அட்டை பிய்ந்துபோன அந்தக் கன்னடப் பாடப் புத்தகம். கையில் எடுத்தாள். முதல் பாடம்தான் அந்தக் கேள்விகளுடன் தொடங்கும் பாடம். வேறு யுகத்தில் வேறு யாரோ

உச்சரித்த சொற்கள்போல் தோன்றியது. சொற்களுடன் சினிமாவில் படத்தலைப்புகள் காட்டும்போது இசைக்கப்படும் பின்னணி இசைபோல் பள்ளிக்கூடச் சிறுமிகள் பல சுருதிகளில் சுருதியுடன் ஒன்றியும் விலகியும் உரத்துப் பாடும் பாடல்களின் கலவையான ஒலியும் கர்ணநாதம்போல் செவியில் ஒலிக்க ஆரம்பித்தது. புறாச் சிறகொலியாய்ச் சொற்களும் கூட்டுப் பாடலும் காதைக் குடைந்தபடி இருந்தன. அன்றைய பொழுது காதில் நுழைந்த வண்டுடன்தான் போலும்.

முளையின் ரத்தக்கட்டிக்குள் கிடந்து சிதறி வந்தவையா இவையெல்லாம்? அந்தச் சிதறல்கள்மேல் படர்ந்த குருதியாய் ஒட்டிக் கிடந்தது ஜானம்மா டீச்சரின் உருவம்.

சிதறல்: ஒன்று

தம்பியை இடுப்பில் இடுக்கிக்கொண்டு அம்மா இவள் கையைக் கெட்டியாகப் பிடித்துக்கொள்ள, ஒரு கையில் பெட்டியும் ஒரு கையில் சுருட்டிய பாயுமாய் இருந்த அப்பா வுடன் அவர்கள் பெங்களூர் ரயில் மேடையில் இறங்கியபோது அவளுக்கு எட்டு வயதுதான்.

அதற்கு முன்பு இருந்த ஊர் வெறும் வயலும் வெளியுமாய் மனத்தில் இருந்தது. பெங்களூர் பெரியப்பா சிவாஜி நகரில் வீடு பார்த்திருந்தார். அங்கேதான் அப்பாவும் கடை போட்டார். பிரம்புப் பொருட்கள் விற்கும் கடை. பிரம்பு முக்காலி, நாற்காலி, அலங்காரக் கூடை, அவரும் அம்மாவுமாக முடைவார்கள்.

வீட்டிலிருந்து பள்ளிக்கூடம் அதிக தூரமில்லை என்றார் பெரியப்பா. அவர் அல்ஸூரில் இருந்தார். பெங்களூரில் கல்லுக்குப் பஞ்சமில்லை. பெரிய பெரிய கல் தூண்களுடன் அரண்மனைபோல் வடிவமைக்கப்பட்ட இரண்டு பெரிய கட்டடங்களாகக் கட்டப்பட்ட அந்தப் பள்ளிக்கூடம் முழுவதும் கல்லால் கட்டப்பட்டது. கட்டடங்களுக்கு இடையே அரண்மனை நந்தவனம்போல் தோட்டமும் படிகளும். படி இறங்கியவுடன் பள்ளியின் ஒரு வாசலுக்கு இட்டுச்செல்லும் வீதியுடன் நடுவே கொடியேற்றும் வட்ட மேடையுடன் விசால மான இடம். அடுத்த கட்டடத்தின் பின்னே விளையாட்டு மைதானத்துடன் விரிந்துகொண்டேபோன புல் வெளி. அந்தப் பள்ளியில்தான் அவளைப் போட்டார்கள்.

பள்ளியில் சேர அப்பாவின் கையைப் பிடித்தபடி நுழைந்த போது எதிரே பார்த்தது முரட்டு நீல நிறக் கதர்ப் புடவையும் வட்டக் கண்ணாடியும் நெற்றியில் சிறு பொட்டும் விபூதியும் முடியப்பட்ட சிறிது நரைத்த முன் தலையுமாய் இருந்த ஒரு

பெண்மணியைத்தான். அப்பா கைகூப்பி வணங்கினார். இவளையும் வணங்கச் சொன்னார்.

"பள்ளிக்கூடத்துல சேர்க்க வந்திருக்கீங்களா?"

"ஆமாம்மா. நல்ல பள்ளிக்கூடம்னு சொல்றாங்க."

"ரொம்ப நல்ல பள்ளிக்கூடம்யா. நான் இங்கதான் டீச்சரா இருக்கேன் இருபது வருஷத்துக்கு மேலா. எந்தக் கிளாசுல சேர்க்கப்போறீங்க?"

"ஆறாவதும்மா. கொஞ்சம் பார்த்துக்கிடுங்க பிள்ளைய."

"எல்லாப் பிள்ளையும் என்கிட்டதான் வந்தாகணும்; நான் பாட்டு டீச்சர்."

சிரித்தார்.

"ஜானம்மா என் பேரு."

அவரைத் தொட வேண்டும்போல் இருந்தது இவளுக்கு. கையை நீட்டி கறுப்பும் சிவப்பும் கலந்த ரப்பர் வளையல் போட்ட அவர் கையைத் தொடப்போனாள்.

"ஏய். . ." என்று தடுத்தார் அப்பா.

"ஏன் தடுக்கறீங்க? தொட்டு தொட்டுப் பேசத்தான் பிள்ளைகளுக்குப் பிடிக்கும்" என்றபடி இவளை இழுத்து அணைத்துக்கொண்டார்.

ஜானம்மா டீச்சரின் முதல் அணைப்பு.

""அடித்தது போதும் அணைத்திடல் வேண்டும்"னு அவரும் சொல்லியிருக்கார் அம்மா. . ."

"வள்ளலார் இறைவன் கிட்ட சொன்னார். நாம நம்ம குழந்தைகள் கிட்ட செய்து காட்டலாம்யா" என்றுவிட்டுச் சிரித்தார்.

பள்ளியில் நுழையும்போது ஜானம்மாவை எதிர்கொண்ட பல மாணவிகள் இருந்தனர் பள்ளியில். இரண்டாண்டுகளுக்குப் பின் தலையில் தலைப்பாகை கட்டிய தன் சீக்கிய அப்பாவுடன் வந்த ப்ரேம்குமாரி ஜுல்காவும் பள்ளியில் நுழைந்தபோது முதலில் பார்த்தது ஜானம்மாவைத்தான் என்று சொன்னாள் ஒருமுறை.

சிதறல்: இரண்டு

ஆறாவதுவரை தமிழ், கன்னடம், தெலுங்கு, ஹிந்தி, உருது என்று தாய்மொழி மூலம் படித்துவிட்டு ஏழாவதிலிருந்துதான் ஆங்கில வழிப் படிப்பு அந்தப் பள்ளியில். அப்போதும் தாய்மொழி இரண்டாம் பாடமாகவும் கட்டாயப் பாடமாக ஹிந்தியுமுண்டு. ஒன்றாம் வகுப்பிலிருந்தே பாட்டுக் கிளாஸ் உண்டு. முதல் இரண்டு வகுப்புகளில் பையன்களும் படித்தார்கள். இன்னும் பள்ளி பழகாதபோது அழுகையும் சிணுங்கலும் மூத்திரம் போகும் அவசரமுமாய்த்தான் வகுப்பு நடக்கும் கட்டடங்களை விட்டுச் சற்றுத் தள்ளிக் கட்டப் பட்டிருந்த ஜானம்மாவின் இசை வகுப்புக்குக் குழந்தைகள் வரிசை போகும். ஒற்றை விரலை நீட்டியபடியும் விம்மியபடியும் இருக்கும் குழந்தைகளைத் தள்ளிக்கொண்டு வருவார் காமாட்சி ஆயாம்மா. ஜானம்மாவைப் பார்த்தவுடன் கேவல் ஆரம்பிக்கும். ஆயாவிடம் எல்லோரையும் முதலில் சிறுநீர் கழிக்கக் கூட்டிச்செல்லச் சொல்வார்.

"வெறும் வீம்பு டீச்சர். அங்க போனா வரலைன்னுட்டுச் சொல்லும்" என்பார் ஆயா.

களேபரம் எல்லாம் நின்று எல்லோரும் வணக்கம் சொல்லி விட்டு உட்கார்ந்ததும் "யார் திட்டினது?" என்று கேட்பார். திட்டினவர் பட்டியல் வீட்டிலிருந்து நீளும். "இவன்" "இவள்" என்று விரல்கள் நீண்டு உள்நாட்டுப் போரும் இருக்கும்.

எல்லாம் முடிந்ததும் "பாடலாமா?" என்று கேட்பார். கோள்சொல்லி முடித்து அடைந்த இளைப்பாறலில் தலைகள் ஆடும்.

முதல் பாட்டு "காலை எழுந்ததும் படிப்பு, பின்பு கனிவு கொடுக்கும் நல்ல பாட்டு, மாலை முழுவதும் விளையாட்டு என்று பழக்கப்படுத்திக்கொள்ளு பாப்பா" என்று செல்லக் குரலில் தொடங்கிவைப்பார். அது சில மாதங்கள்வரை போகும். அதன் பிறகு "வினாயகா உனை வேண்டினோமே ஆவலாய் வினாயகா; ஏழையும் வணங்கும் தெய்வம் வினயமாய்ப் பணிவோமே"தான்.

மேல் வகுப்புகளுக்குப் போனதும் தியாகராஜர் கிருதிகளும் தேவர் நாமாக்களும் பாரதி பாடல்களும் இக்பாலின் "ஸாரே ஜஹான் ஸே அச்சா" பாடலும் வேதநாயகம் பிள்ளையின் "கருணாலய நிதியே" ஹிந்தோளப் பாடலும் பாட்டுப் புத்தகத்தில் சேர்ந்துகொண்டன. பாட்டுப் பரீட்சையில் வாங்கும் மதிப்பெண்கள் பெயருக்குத்தான். பாட்டுப் பரீட்சையில் தேறாவிட்டாலும் அடுத்த வகுப்புக்குப் போய்விடலாம். ஆனால் எல்லோரும் தேறவே முயற்சிப்பார்கள். காரணம் பாட முடியாத

நபர்களே உலகத்தில் கிடையாது என்ற ஜானம்மா டீச்சரின் உறுதியான நம்பிக்கைதான்.

"மே நஹி கா ஸக்தி டீச்சர்" (என்னால் பாட முடியாது டீச்சர்) என்று முனகுவார்கள் முஸ்லிம் பெண்கள்.

""ஸாரே ஜஹான் ஸே அச்சா" பாடேன்" என்று யோசனை சொல்வார். சில பெண்கள் ஒப்புக்கொண்டு பாடுவார்கள். 1953, 1954, 1956, 1958, ஆண்டுகளில் வெளியான அனார்கலி, ஜாக்ருதி, நாகின், மதர் இந்தியா, ஃபாகுன் போன்ற ஹிந்திப் படப் பாடல்கள் பெங்களூரில் மிகவும் பிரபலமாகியிருந்தன. ஜாக்ருதி படத்தில் அபி பட்டாசார்யா இந்தியா முழுவதையும் சுற்றிக்காட்டியபடி பாடும் "ஆவோ பச்சோ தும்ஹே திகாயே" (வாருங்கள் குழந்தைகளா, உங்களுக்குக் காட்டுகிறேன்) பாட்டைப் பலர் விரும்பிப் பாடுவார்கள். அது அணிவகுப்புக் கான நடையின் தாளத்தில் இருக்கும். ஜானம்மா பென்சிலால் மேஜையில் தாளம் போட்டு உற்சாகப்படுத்துவார்.

அனார்கலி படத்திலிருந்து அனார்கலியை செங்கல் கட்டி சமாதி வைக்கும்போது பாடும் "யே ஸிந்தகி உஸிகி ஹை" (இந்த வாழ்க்கை அவனுடையது) பாடலை உருகி உருகிப் பாடுவார்கள் சில பெண்கள். சிரித்துக்கொண்டே மெள்ளப் பென்ஸிலால் மேஜையில் தட்டியபடி "சோகம் தாங்கலியே!" என்பார். மதர் இந்தியாவின் "துனியா மே ஹம் ஆயே தோ ஜீனாஹி படேகா ஜீவன் அகர் ஸெஹர் தோ பீனா ஹி படேகா" (உலகத்தில் வந்துவிட்டால் வாழத்தான் வேண்டும்; வாழ்க்கை விஷம் என்றால் குடிக்கத்தான் வேண்டும்) என்று சில பெண்கள் பாடத் துவங்கும்போது "இத்தனை சோகம் ஆகாதும்மா இந்த வயசுல. . . வேற பாட்டுப் பாடு" என்பார். பாம்புப் பெண்ணின் படம் நாகின். வைஜயந்திமாலா மனம் கரைந்து பாடும் "மேரே தில் யே புகாரே ஆஜா..."(என் உள்ளம் அழைக்கிறது வாயேன்) சில பெண்களின் விருப்பப் பாடலாக இருந்தது. "இன்னும் கொஞ்சம் நல்லாப் பாடினா வருவார்..." என்று தட்டிக்கொடுப்பார்.

ஸாக்கியா வீட்டில் உருதுக் கவிதைகளை அனுபவிக்கும் சூழல் இருந்ததுபோலும். ஃபெயிஸ் அஹமத் ஃபெயிஸ் சிறையிலிருந்து 1954இல் எழுதிய "குலோன் மே ரங் பரே" (மலர் களில் வண்ணங்கள் நிரம்பட்டும்) கவிதையைப் படித்தாள் ஒரு முறை. அதில் நாட்டுப் பிரிவினை பற்றிக் கூறும்போது

"எனக்கு நடந்தவை எல்லாம் நடந்தாயிற்று ஆனால்
பிரிவினை நடந்த இரவு நான் வடித்த கண்ணீர்
உங்கள் வளமான எதிர்காலத்துக்கான வாழ்த்தாகட்டும்"

இரு பைகளில் ஒரு வாழ்க்கை

என்ற வரிகளில் ஸாக்கியாவுக்குத் தொண்டையை அடைத்தது. ஜானம்மாவின் கண்களும் கலங்கின. பிறகு பொருளை விளக்கினார் மற்றவர்களுக்கு.

எல்லோரையும்விட அதிகமாகப் பிகு செய்துகொள்வது ப்யூலாதான். "பாட்டு வராது டீச்சர், தொண்டை சரியில்லை டீச்சர்..." என்று ஏகப்பட்ட சாக்கு சொல்வாள். "ஒரு வரி பாடும்மா..." என்று விடாமல் கேட்பார் ஜானம்மா டீச்சர். சரி என்று ஒரு முறை, "கேளுங்கள் தரப்படும், தட்டுங்கள் திறக்கப்படும்" பாடியவள் "மிஸ்ஸியம்மா" படம் வந்தபின் "எனையாளும் மேரி மாதா, துணை நீயே மேரி மாதா என்றும் துணை நீயே மேரி மாதா" பாட்டை விடாப்பிடியாகப் பிடித்துக்கொண்டாள். பள்ளி ஆரம்பிக்கும் முன் பிரதான மண்டபத்தில் எல்லோரும் எல்லாப் பாடல்களையும் சேர்ந்து பாடுவதுபோல் வகுப்பில் அவளுடன் எல்லோரும் "எனையாளும் மேரி மாதா..." என்று பாட ஆரம்பித்தார்கள் சிலர் தங்களைச் சாவித்திரியாகவும் சிலர் பி. லீலாவாகவும் கற்பனை செய்துகொண்டு.

ப்ரேம்குமாரி ஜுல்கா பாடாமல் தப்பிக்கப் பார்ப்பாள். முதலில் மாட்டேன், பாடத் தெரியாது என்றெல்லாம் பிகு செய்துவிட்டு ஒவ்வோர் ஆண்டும் காதல் பாட்டுகள்தாம் பாடுவாள். "ஃபாகுன்" படத்தில் மதுபாலா ஆடியபடி பாடும் "இக் பர்தேசி மேரா தில் லேகயா" (ஒரு வேற்றூரான் என் உள்ளத்தைக் கொள்ளைகொண்டுவிட்டான்) பட்டிதொட்டி எல்லாம் பாடப்பட்டுக்கொண்டிருந்த காலத்தில் அதை ஒரு பரீட்சையின்போது பாடினாள். பிறகு "இக் பர்தேசி" பாட்டு வகுப்பிலும் வெளியிலும் அவள் பாட்டாகிவிட்டது.

ப்ரேம்குமாரி ஜானம்மா டீச்சரின் செல்லம் ஒரு வகையில். ஒரு முறை ஜானம்மா டீச்சர் தன் அறையில் தனியாக இருந்த போது "ஹரி ஸ்மரணே மாடோ நிரந்தர" என்ற தாசர் பதத்தை அனுபவித்துப் பாடிக்கொண்டிருந்திருக்கிறார். ஏதோ கேட்க வந்த ப்ரேம்குமாரி வெளியே நின்றபடி அதைக் கேட்டுவிட்டு முடிந்தவுடன் உள்ளே வந்து ஜானம்மா டீச்சரின் கால்களைத் தொட்டுக் கண்ணில் ஒற்றிக்கொண்டு, "டீச்சர், இது என்ன பாட்டு? மனசை உருக்குதே?" என்று கேட்டிருக்கிறாள். அவள் தோளைத் தடவியபடி பாட்டின் பொருளைக் கூறினாராம் ஜானம்மா. அதன்பின் வகுப்பில் முடிவில் சிறிது நேரம் இருந்தால் "டீச்சர், "ஹரி ஸ்மரணே..." என்று கெஞ்சுவாள். ஒவ்வொரு முறையும் அவள் கண்களில் நீர் நிறையும். ஜானம்மா டீச்சரிடம் நெருங்கிப் பழகி வீட்டில் அவரை ஜின்னி என்று

அழைப்பார்கள் என்று கண்டுபிடித்ததும் ப்ரேம்குமாரிதான். தூரத்தில் அவரை பார்த்து "ஜின்னி டீச்சர்" என்று உரக்க அழைத்துவிட்டு அவர்கள் எல்லோரும் ஓடுவது வழக்கம்.

கடைசியாக ப்ரேம்குமாரி "இக் பர்தேசி" நமுட்டுச் சிரிப்புடன் பாடியது 1959இல்தான். உயர்நிலை கடைசி வகுப்பில் இருந்தபோது அவள் சில நாட்கள் வரவில்லை. ஒரு நாள் தலைமை ஆசிரியர் மூலமாக ஜானம்மா டீச்சருக்கு ப்ரேம்குமாரிக்கு உடல்நிலை சரியில்லை என்றும் அவரைப் பார்க்க விரும்புவதாகவும் சேதி வந்தது. அன்று அப்பா வந்திருந்தார் அவளை அல்ஸூர் ஏரி அருகே இருந்த பெரியப்பா வீட்டுக்குக் கூட்டிச் செல்ல. ப்ரேம்குமாரி வீடு அல்ஸூரில் குருத்வாரா அருகேதான் இருந்தது. ஜானம்மா டீச்சர் அப்பாவையும் அவளையும் பள்ளியில் தற்செயலாகப் பார்த்து விவரத்தைக் கூறியதும் அப்பா ஜானம்மா டீச்சரை அவர்களுடன் வரும்படி கூறினார். பேருந்தில் போகலாம் என்று தீர்மானித்தபோது மாணவிகளைக் காலையும் மாலையும் பெங்களூரின் பல இடங்களிலிருந்து கூட்டிவந்து கொண்டுவிடும் பேருந்துகளில் அல்ஸூர் போகும் பேருந்தில் போகலாம் என்று ஜானம்மா டீச்சர் கூற அப்படியே சென்றார்கள். முகவரி டீச்சரிடம் இருந்து குருத்வாராவும் ஏரி அருகிலேயே இருந்ததால் வீட்டைக் கண்டுபிடிப்பது சிரமமாக இருக்கவில்லை.

உள்ளே போனதும் ப்ரேம்குமாரியின் அண்ணன்போல் தெரிந்த ஒருவர் ஓடிவந்து ஜானம்மா டீச்சரையும் இவர்களையும் உள்ளே அழைத்துக்கொண்டுபோனார். ப்ரேம்குமாரி கிழிந்த நாராய்க் கிடந்தாள் கட்டிலில். அவளருகே அமர்ந்து ஏதோ சொல்லிக்கொண்டிருந்தார் அவள் அப்பா. ப்ரேம்குமாரியின் அண்ணா அது ஸ்ரீ குருக்ரந்த் ஸாஹிப்ஜியின் 555 பகுதியின் மரணத்தைப் பற்றிய சில சுலோகங்கள் என்று ஜானம்மா டீச்சருக்கு மென்குரலில் விளக்கினார். ஜானம்மா டீச்சர் வந்துவிட்டதை உணர்ந்தவள்போல் ப்ரேம்குமாரி கண்ணைத் திறந்தாள். டீச்சரின் புறம் கையை மெல்ல நீட்டினாள். ஜானம்மா டீச்சர் அவள் கையைப் பற்றிக்கொண்டார். மெலிந்த குரலில், "ஜின்னி டீச்சர், ஹரி ஸ்மரணே..." என்றாள்.

டீச்சரின் நெஞ்சு ஏறி இறங்கியது. அவளுக்காக மட்டும் பாடுவதைப்போல், பிரகலாதன், திரௌபதி, அஜாமிளன் கூப்பிட்டபோது வந்த ஹரியை எப்போதும் ஸ்மரணை செய், முக்தி கிடைக்க எடுக்கும் முடிவிது என்ற யமுனா கல்யாணி ராகத்தில் அமைந்த தாசர் பதத்தைப் பாடினார். கண்கள் மலர ப்ரேம்குமாரி டீச்சரைப் பார்த்தாள்.

சிதறல்: மூன்று

அந்தச் சந்திப்பு தற்செயலாகத்தான் அமைந்தது. உடன் வேலை செய்யும் தோழியுடன் அவள் வீட்டுக்குப் போனபோது முன்னறையில் இருந்த படங்கள் ஆச்சரியத்தை அளித்தன. இவள் பள்ளியின் பிரதான மண்டபத்தில் இருந்த புகைப்படங்கள். அவளைக் கேட்டபோது அவளுடைய மாமியாரின் பெற்றோர்கள் என்று கூறினாள். மாமியாரிடம் அறிமுகப் படுத்தினாள். தான் படித்த பள்ளி என்று கூறியதும், "அதை அப்பா ஏன் கட்டினாங்க தெரியுமா?" என்று கேட்டார். அவருடைய அப்பா பெண்கள் கல்வியில் மிகவும் ஆர்வமாக இருந்ததால் கட்டியது என்றதும் அது சரிதான் என்று ஒப்புக் கொண்டவர், "ஆனால் அதுக்கு ஒரு சம்பவம் நிமித்தமா அமைஞ்சுது" என்றார். 1930இல் அவரைப் பள்ளியில் போட்டார்கள். ஐரோப்பியப் பெண்களும் ஆங்கிலோ இந்தியப் பெண்களும் படித்த பள்ளியில் மற்ற பெண்களுமிருந்தார்கள். பூ, பொட்டுடன் இருந்த இவர் தோற்றத்தையும் ஆங்கில உச்சரிப்பையும் அடிக்கடி கேலி செய்தார்கள். ஒருநாள் அழுதுகொண்டு வீட்டுக்கு வந்ததும் அம்மா அப்பாவிடம் சொன்னார்: "உங்களிடம் இல்லாத வசதியா? நீங்களே ஒரு பள்ளிக்கூடம் கட்டக் கூடாதா என்ன?" அப்பா ஒப்புக் கொண்டார். நம் பண்பாட்டு மதிப்பீடுகளைச் சாதி மத பேதம் பார்க்காமல் கற்றுக்கொடுக்கும் பள்ளி ஒன்றை அமைக்கத் தீர்மானித்து அவரிடம் இருந்த பெரிய மனையில் இரண்டு பெண்களின் பெயரில் இரண்டு கட்டடங்களாகக் கட்டினார். 1931ஆம் ஆண்டு பள்ளிக்கூடம் நிறுவப்பட்டது. தோழியின் மாமியாரும் அவர் தங்கையும் அங்கேதான் படித்தார்கள்.

"முதல்ல வேலைக்கு எடுத்த டீச்சர் யார் தெரியுமா? ஜானம்மா டீச்சர்தான். பள்ளிக்கூடம் பற்றிக் கேள்விப்பட்டு அப்பாவோட நண்பர் ஒருத்தர் மூலமா வந்தாங்க. அவங்க வந்தது பேசினது எல்லாம் அப்படி மனசுல பதிஞ்சு இருக்கு. நான் அப்ப ரொம்பச் சின்னவ. ஆனா அப்பாவும் அம்மாவும் அடிக்கடி அவங்க வந்ததையும் பேசினதையும் சொன்னதாலயோ என்னவோ அப்படித் துல்லியமா நினவுல இருக்கு."

"தனியாவா வந்தாங்க?"

"ஆமாம். இருபது வயசு இருக்கும் அப்ப அவங்களுக்கு. உங்களுக்குத் தெரியுமே. நீங்கதான் அவங்க ஸ்டூடண்ட் ஆச்சே? கதர்ப் புடவை. நெத்தில ரொம்பச் சின்னப் பொட்டு. விபூதி. பார்த்தவுடனேயே அப்பாவுக்குப் புரிஞ்சு போச்சு. சிஸ்டர்

சுப்பலக்ஷ்மி ஹோம்ல இருந்துட்டு ட்ரிப்ளிகேன் கவர்மெண்ட் பள்ளிக்கூடத்துல படிச்சுட்டு பெறகு சாரதா வித்யாலயாவுல படிச்சிருந்தாங்க. பாட்டு அவங்க தானாவே வீட்டுல அவங்க அண்ணா கிட்ட கத்துக்கிட்டாங்கபோல. அதுலதான் ஆர்வமா இருந்தாங்க."

"அவங்க வீட்டுல அவங்களப் படிக்கவிட்டாங்களா?"

"வயசுக்கு வந்த பெறகுதான் கல்யாணம் பண்ணியிருக் காங்க. அதுக்கு முன்னால ஊர்லயே இருந்த ஒரு சின்னப் பள்ளிக்கூடத்துல படிச்சிருக்காங்க. புருஷன் வீட்டுக்குப் போகவே இல்ல. அவரு பாம்பு கடிச்சோ என்னவோ போயிட்டாரு. எல்லாம் அவங்க சொன்னதுதான். குடும்பமா அப்புறமா சென்னைக்கு வந்துட்டாங்களாம். பிராமணக் குடும்பங்கள்ல பண்ணற கோலமெல்லாம் அவருக்குப் பண்ணலை அதனால. அப்பா கேட்டாரு அவங்க கிட்ட. "சின்னப் பொண்ணா இருக்கீங்களே, மறுமணம் பண்ண லாமே?" அப்படீன்னு..."

"என்ன சொன்னாங்களாம்?"

"ஐயா, ரொம்ப அன்பா பேசறீங்க. விதவையான பொண்ணு ஆசைப்பட்டா கட்டாயம் மறுமணம் பண்ணத்தான் வேணும். ஆனால் அதுக்கு மேல தேவை கல்விதான் ஐயா. பிராமண விதவைக்குத் தேவை ஆண் சுகம்தான், ஆண் தர பாதுகாப்புதான்னு நினைக்கிறதுகூட தப்பு இல்லையா? இந்தக் கதர்ப் புடவை எல்லாம் பார்த்துட்டு யாரோ என்னை வற்புறுத்தினதா நினைக்காதீங்க. நான் காந்தியவாதி. சின்ன வயசுல இருந்து அவர்கிட்ட ரொம்ப அபிமானம் எனக்கு. அதனாலதான் கதர்ப் புடவை. எங்க வீட்டுல எல்லாருமே கதர்தான். சுதந்திரமா இருந்து பெண் குழந்தைகளுக்கு எனக்குத் தெரிஞ்சதை சொல்லிக் கொடுக்கணும். அதுல ரொம்ப ஆர்வமா இருக்கேன். எதிர்காலத்துல மனசுல ஆசை வந்தா பார்க்கலாம்" அப்படின்னாங்களாம்."

"அப்பா உடனே வேலை கொடுத்துட்டாரா?"

"அப்பா விடலை. "பெண் விடுதலை பாடின பாரதியோட செல்லம்மாவையே பாரதி எறந்ததும் தலையை மழிசசுவிட்ட சமூகம்மா உங்களுது. தனியா இருந்தா உங்களுக்குப் பல தொல்லைகள் வரலாம். சாதியில எல்லாம் நம்பிக்கை இல்லையினா என் தம்பியே இருக்கான்" அப்படீன்னுகூட சொல்லியிருக்காரு அப்பா. அப்பாவுக்கு அவங்களை ரொம்பப் பிடிச்சுப் போச்சு."

"யாருக்குத்தான் அவங்களைப் பிடிக்காது?"

"அப்ப அவங்க ஒரு விஷயம் சொன்னாங்க. அப்பா சொல்வாரு அடிக்கடி அது பத்தி. அவங்க சொன்னாங்களாம். ஒரு பொண்ணு நினைச்சா அவளை யாரும் எதுவும் பண்ண முடியாதுன்னு. அவங்க குடும்பத்துக்கு அப்படி இருந்த பெண்களைத் தெரியுமாம். பல வருஷம் முன்னால வேங்கமாம்பான்னுட்டு ஒருத்தர் இருந்தாராம். விதவை. கிருஷ்ண பக்தையாம். ஆன்மிகப் புஸ்தகம் பலது எழுதி யிருக்காராம். அவர் தலைமுடயோட இருந்ததால அவங்க ஊர்ல இருந்தவங்க சங்கர மடத்துக்கு இவங்க மேல குத்தம் சாட்டி சங்கரபீடாதிபதி மூலமா கட்டளை அனுப்பினாங்களாம். அதற்கு வேங்கமாம்பா, "நான் ஸ்வாமிகள் கிட்டப் பேசணும். அவர் கிட்ட கேள்விகள் கேட்கணும். என் கேள்விக்கெல்லாம் அவர் பதில் சொல்லி அது நான் ஏத்துக்கறபடியா இருந்தால் அவர் ஆணைப்படி நடக்கறேன்" அப்படீன்னாங்களாம். ஸ்வாமிகள் தலைமுடியோட இருக்குற விதவைகளைப் பார்க்க மாட்டாரு இல்லையா? அதனால் ரெண்டு பேருக்கும் இடையில ஒரு திரை கட்டி அங்கேயிருந்து கேள்வி கேட்க ஏற்பாடு செய்தாங்களாம்."

"கதை மாதிரி இருக்குது..."

"கேளுங்க. வேங்கமாம்பா ஸ்வாமிகள் கிட்ட கேட்டாராம். "மொட்டை ஆக வேண்டியது எது? மறுபடியும் வளராதது எது?" ஸ்வாமிகள் "தாயே, இதெல்லாம் உனக்கில்லை"ன்னுட்டுப் போயிட்டாராம். "இப்படியும் பெண்கள் இருந்தாங்க, ஐயா. இப்பவும் சிஸ்டர் இல்லையா? அவங்க ட்ரெய்னிங் குடுத்த நாங்க எல்லாம் இல்லையா? எல்லா விதவைகளுக்கும் ஒரே ஒரு ஆசைதான் இருக்கும்னு நினைக்காதீங்க. முதல்ல என் காலுல நான் நிக்கறேன். நான் பெரிய ஞானி எல்லாம் இல்லை. ஆசை வரலாம். வந்தா பார்க்கலாம். அப்ப மறுமணம் பத்திப் பேசலாம்" அப்படீன்னாங்களாம். இருவது வயசுப் பொண்ணு. அப்படி டாண் டாண்ணு தெளிவா பேசவே அப்பா அசந்துபோயிட்டாராம்."

அவரிடம் ப்ரேம்குமாரி பற்றிச் சொன்னவுடன் அவர் கண்களும் நிறைந்தன.

"பெங்களூர்லதான் இருக்காங்களாமா?"

"தெரியலை. அப்பா அம்மா இருந்தவரைக்கும் தொடர்புல இருந்தாங்க. எனக்கே இதோ 76 வயசாவுது. அவங்களுக்குத்

தொண்ணூறு வயசுக்கு மேல இருக்குமில்ல? அவங்க அண்ணன் குடும்பத்தோட போயிட்டாங்களோ என்னவோ?"

சிதறல்: நான்கு

சில மாதங்களிலேயே அந்தச் சந்திப்பு நேர்ந்தது. மூளைக்கட்டி விவகாரம் எல்லாம் வரும்முன். பழக்கடையில் மல்லேஸ்வரம் மார்க்கெட்டில் பழுப்பும் பச்சையுமாய் கதர்ப் புடவையில் ஒரு மூதாட்டி பழம் வாங்கிக்கொண்டிருந்தார். வண்டியிலிருந்து பழக் கூடைகளைப் பார்த்தவாறு வாங்கலாமா என்று இவள் யோசித்தபடி இருந்தபோது அவர் திரும்பினார். தூக்கிவாரிப்போட்டது. ஜானம்மா டீச்சர்.

"ஜின்னி டீச்சர்..." என்று கத்தினாள்.

அவளைப் பார்த்துவிட்டு அருகில் வந்தார். முகத்தில் அழகாக முதுமை ஏறியிருந்தது. கொடிபோல் இருந்தார். எந்த நிமிடமும் முறிந்து விழுந்துவிடலாம் எனும் கொடிபோல்.

"யாரு?"

"நான் கோகிலா, டீச்சர். ஞாபகம் இருக்கா? எங்க அப்பாவும் நானும் நீங்களுமா ப்ரேம்குமாரி வீட்டுக்குப் போனமே? ரொம்ப வருஷம் ஆயிடுச்சு. மறந்திருக்கும்..."

"மறக்கல. நினைவிருக்கு. சௌக்கியமாம்மா? பக்கத்துல தான் வீடு. வாயேன்."

காரில் ஏற்றிக்கொண்டாள். எட்டாவது பிரதான தெருவின் பின்னால் இருந்த தெருவில் மல்லேஸ்வரம் ரயிலடிக்கு அருகே அடக்கமான சிறு வீடு.

கதவைத் திறந்து உள்ளே போனதும், "டீ சாப்பிடலாமா?" என்றுவிட்டு உள்ளேபோய் தேநீர் தயாரித்துக்கொண்டு வந்தார். முக்காலியில் வைத்துவிட்டுச் சிரித்தார். அப்போதுதான் முக்காலியை மறு முறை பார்த்தாள். அப்பா முடைந்தது. அவள் பள்ளியை விட்டுப் போகும்போது எல்லா டீச்சர்களுக்கும் தந்தது. இன்னும் வைத்திருந்தார்.

திடீரென்று கேட்டார். "ப்ரேம்குமாரி வீட்டுக்குப் போனபோது அவங்கப்பா சொன்ன குரு க்ரந்த் ஸாஹிப்ஜி சுலோகம் பத்தி ஞாபகம் இருக்கா?"

"ஏதோ மரணம் பத்தின்னு சொன்னதா மெல்லிசா நினைவு டீச்சர். ஏன் கேட்கறீங்க?"

“அப்புறமா அவ அப்பா கிட்ட கேட்டுத் தெரிஞ்சுண்டேன். எழுதி வெச்சிருக்கேன். நில்லு. கொண்டு வரேன்” என்று ஏதோ இரண்டு நாட்கள் முன்பு நடந்த ஒன்றைப் பற்றிப் பேசுவதைப் போல் பேசிவிட்டு உள்ளே போனார்.

ஒரு காகிதத்துடன் வந்தார். அதில் எழுதியிருந்தது:

கிஆ ஜாணா கிவ் மர்ஹகய் கைஸா மர்ணா ஹோஹய் (குரு க்ரந்த் ஸாஹிப்ஜி – 555–4)

எனக்கென்ன தெரியும்? எப்படி நான் இறப்பேன்? எப்படிப்பட்ட மரணமாக இருக்கும் அது?

ஜய் கர் ஸாஹிப் மன்ஹு ந வீஸ்ரய் தா ஸஹிலா மர்ணா ஹோஅய் (குரு க்ரந்த் ஸாஹிப்ஜி – 555–5)

என் மனத்தில் இறைவனை மறக்காதிருந்தால், என் மரணம் எளிதாகிவிடும்.

மௌனமாக அமர்ந்திருந்தனர்.

வெளியே கதவு தட்டும் சத்தம் கேட்டது.

டீச்சர் போய் கதவைத் திறந்ததும் ஒரு சீக்கியர் உள்ளே வந்து காலைத் தொட்டுக் கும்பிட்டார்.

“ப்ரேம் குமாரியின் அண்ணா” என்று அறிமுகப்படுத்தினார்.

கை குவித்தார்.

டீச்சர் அருகே வந்து கீழே அமர்ந்து, “ஜின்னி டீச்சர், “ஹரி ஸ்மரணே...” என்றார்.

“குரலே இல்லையே, ஜொகிந்தர். என்ன பாட?”

“இன்று அந்த நாள்” என்றார் குரலடைக்க ஹிந்தியில்.

கொஞ்சம் கரகரத்துத் தழுதழுத்துப் போன குரலில் டீச்சர் ரகசியம் சொல்வதுபோல் பாடினார்: “ஹரி ஸ்மரணே மாடோ நிரந்தர...”

டீச்சர் கையைத் தன் இரு கைகளால் இறுகப் பற்றிக்கொண்டார் ப்ரேம்குமாரியின் அண்ணா. குமுறினார்.

சிதறல் ஓய்ந்தது.

தலையில் குளிர்ச்சி அலை ஒன்று பரவியது. செவியில் திடீரென்று ஓசை நின்றது.

கையிலிருந்து புத்தகம் விழுந்தது. குனிந்து எடுத்து நிமிர்ந்த போது நாள்காட்டி கண்ணில் பட்டது. இன்றும் அந்த நாள். ப்ரேம்குமாரி ஜுல்காவுக்காக ஜானம்மா டீச்சர் பாடிய நாள்.

○○○

***மணல் வீடு*, இதழ் 43, பிப்ரவரி 2022**

4

கண்ணாடி சன்னலைத் தட்டிய பட்டாம்பூச்சி

விமானதளத்திலிருந்து பல்கலைக்கழகம் வெகுதூரம் என்பதால் யாரும் வரவில்லை வரவேற்க. ஒரு டாக்ஸி ஏற்பாடு செய்திருந்தார்கள். பல்கலைக் கழகத்தின் விருந்தினர் இல்லத்தைச் சென்றடைய இரண்டுமணி நேரமாயிற்று. பல்கலைக்கழக வாயிலிலிருந்து விருந்தினர் இல்லத்தை எட்டவே அரைமணி ஆயிற்று. கும்மிருட்டு. வழியில் யாரும் தென்படவில்லை. ஷில்லாங்கில் சீக்கிரமே இருட்டிவிடுமாம். தெருவில் நடமாட்டம் அதிகம் இருக்காதாம். வண்டி ஓட்டுநர் சொல்லிக்கொண்டே வந்தார்.

விருந்தினர் இல்லம் மிகப் பெரிய பல்கலைக் கழக வளாகத்தின் எல்லையில் இருந்தது. அதை அடுத்து நீண்ட காடு. வரவேற்பு மேசையில் இருந்தவர் கனிவுடன் பேசி, பெயரைப் பதிவு செய்தார். "சாப்பாட்டுக் கூடத்தில் இப்போது யாரும் இல்லை. அறைக்கே சாப்பாடு அனுப்பி விடுகிறோம்" என்றார். ஒரு பையன் வந்து அவள் சாமான்களைத் தூக்கிக்கொண்டு முதல் மாடிக்குக் கூட்டிச் சென்றான். அறையைத் திறந்து, சாமான்களை வைத்துவிட்டு, விளக்கைப் போட்டபின், "சன்னலைத் திறக்காதீர்கள். பூச்சி, பல்லி இப்படி ஏதாவது வந்துவிடும்" என்று ஹிந்தி யில் சொல்லிவிட்டு கொஞ்சம் நிறுத்தினான். பிறகு அவள் பயப்படுகிறாளா என்று பார்ப்பதுபோல் அவள் முகத்தைப் பார்த்தபடி, "பாம்புகூட..." என்று இழுத்தான்.

அவன் கையில் பத்து ரூபாயை வைத்தபடி “சரி, சன்னலைத் திறக்க மாட்டேன்,” என்றாள்.

சாப்பாடு கொண்டுவருவதாகச் சொல்லிவிட்டு பையன் போனான்.

வெகு சிறிய அறை. அதில் இரு புறத்திலும் மெத்தை, கம்பளியுடன் கட்டில்கள். பளிச்சென்ற வண்ணங்களில். ஒரு புறம் மேசை. கதவை ஒட்டி இடது பக்கம் ரேழிபோன்ற பகுதியில் தேநீர் தயாரிப்புக்குத் தேவையான மின்சாரக் கெட்டில், தேநீர்ப் பைகள், சர்க்கரை, பால் பொடி முதலியன. அதன் எதிரே கழிப்பறை.

கண்ணாடி சன்னல் வெளியே இருண்ட, நீண்ட அடர் காடு. எங்கு முடிகிறது என்றே தெரியவில்லை. கரிய நெடு மரங்கள், எதையோ தலை ஆட்டி ஆமோதிப்பதுபோல் காற்றில் அசைந்தபடி. கொஞ்சம் ‘திக்’கென்றது.

அறையை அவள் நோட்டம் விடுவதற்குள் சாப்பாட்டுத் தட்டைக் கொண்டுவந்தான் பையன். வரவேற்புப் பகுதியில் இருந்த படிவத்தில் அவள் மரக்கறி உணவும் முட்டையும் என்று குறிப்பிட்டிருந்ததால் தட்டில் இரண்டு பெரிய சப்பாத்தி, தால், மசாலா உருளைக்கிழங்கு, முட்டைப் பொரியல் வெங்காயமும் பூண்டும் மணக்க. பார்த்தவுடனேயே பசித்தது.

முகம் கழுவி இரவு உடைக்கு மாறியபின், அவளை ஷில்லாங்குக்கு அழைத்திருந்த பேராசிரியரைத் தொலைபேசியில் தொடர்புகொண்டாள். அவர் எடுக்கவில்லை.

பிறகு சாப்பாட்டை ருசித்துச் சாப்பிட்டாள்.

சுற்றிலும் பேரமைதி.

மீதமிருக்கும் சாப்பாட்டுடன் தட்டை வெளியில் வைக்க வேண்டாம் என்று சொல்லியிருந்ததால் தட்டைக் கழுவி வெளியே வைத்துக் கதவைச் சாத்தினாள்.

ஏதாவது சூடாகக் குடிந்தால் உடலும் மனமும் ஒரு நிலைக்கு வரும் என்று தோன்றியது. தேநீர்க் கெட்டிலருகே பாலுடன் கலந்து சூடாகப் பருக சாக்கலேட் பொடிப் பைகளும் இருந்தன. ஒரு கோப்பையில் சாக்கலேட் பொடியைப் போட்டு, கெட்டிலில் தண்ணீரை விட்டு, அது கொதித்து, கெட்டிலின் விளக்கு அணைந்ததும் கோப்பையில் ஊற்றி, அதில் பால் பொடியும் சர்க்கரையும் போட்டுக் கலந்தாள். கோப்பையுடன் நாற்காலியில் அமர்ந்தாள்.

எதிரே காடு. சாக்கலேட் சுவையுடன் சூடாகத் தொண்டையை வருடியது பானம்.

அப்போதுதான் அந்தச் சத்தம் கேட்டது.

பெருஞ்சத்தம் இல்லை. மென்மையான ஒலி. பென்சிலால் மேசைமேல் மெதுவாகத் தட்டுவதுபோல். ஆனால் அந்த அமைதியில் உரக்க ஒலித்தது. கண்ணாடி சன்னலின் வலது கோடிப் பகுதியில் ஒரு பட்டாம்பூச்சி சன்னல் மேல் வந்து வந்து மோதிகொண்டிருந்தது.

கறுப்பும் சிவப்பும் கடும் மஞ்சளும் கலந்த அடர் நீலமாய் இருந்தது. "சன்னலைத் திறவேன்" என்று சொல்வதுபோல் இருந்தது அது அப்படி வந்து மோதுவது. மீண்டும் மீண்டும் சன்னல் கண்ணாடியில் வந்து மோதியது தட்டுவதுபோல்.

வெளியே அதற்கு ஏதாவது தொல்லையா? இல்லை இந்த அறை அதனுடையதா?

மீண்டும் ஒரு தட்டல்.

கோப்பையை மேசை மேல் வைத்துவிட்டு, மெல்ல எழுந்து போய், சன்னலின் வலதுபக்கக் கண்ணாடிப் பகுதியைச் சிறிது தள்ளினாள்.

பட்டாம்பூச்சி உள்ளே அவளைத் தாண்டிப் பறந்துவந்து சுவரின் மேல் அமர்ந்தது.

திரும்பிவந்து பட்டாம்பூச்சி அமர்ந்திருந்த சுவரின் எதிரே இருந்த கட்டிலில் அமர்ந்தாள். மேசை மேல் இருந்த சாக்கலேட் பானத்தைப் பருக ஆரம்பித்தாள். சூடு ஆறவில்லை. இதமாக இருந்தது.

"குடிச்சிட்டுச் சிக்கிரம் தூங்கு. களைச்சிருப்பே..."

திடுக்கிட்டாள்.

யார் கூறியது? அம்மாவின் குரல்போல் இருந்தது. இரவில் தனக்கும் அவளுக்கும் பாலில் மஞ்சள் பொடி போட்டு மிதமான சூட்டில் அரை டம்ளர் எடுத்து வைப்பாள். அப்போது இப்படிச் சொல்வாள்.

ஒருநாள் அப்படிப் போட்டுக்கொடுத்துவிட்டுப் படுத்தவள் எழுந்திருக்கவில்லை. இப்போது இந்த அத்துவானக் காட்டில் அவள் சொல்வதுபோல் தோன்றியது.

"நான்தான் சொல்றேன்."

அம்பை

எதிர்ப்புறத்திலிருந்து ஒலி வந்தது. சுவரில் இருந்த பட்டாம்பூச்சியின் சிறகுகள் அசைந்தன.

தலையைக் குலுக்கிக்கொண்டாள். அந்தச் சாக்கலேட் பொடியில் ஏதாவது கலந்திருந்ததா என்ன?

பட்டாம் பூச்சி பறந்து வந்து வலது தோளில் அமர்ந்தது. குறுகுறுத்தது.

"இருட்டுல காட்டைப் பார்த்தா பயப்படுவே. அதனால வந்தேன்."

காதருகே அம்மாவின் குரல். பட்டாம்பூச்சியைக் கழுத்தைத் திருப்பிப்பார்த்தாள்.

கன்னத்தை உரசியது தன் நீலச் சிறகால். கண்ணருகே அடர் நீலம். விழிகளைச் சுருக்கி வலப்புறம் ஓட்டி அதைப் பார்த்தால் அறை முழுவதும் தூரிகை கொண்டு வேகமாகத் தீட்டியதுபோல் ஒரு நீலம் படர்ந்தது. அம்மாவின் நீலம். நீலம் அம்மாவுக்குப் பிடித்த வண்ணம். அவளுடைய பல புடவைகள் நீலம்தான். அவள் பெயரும் நீலம்தான். நீலாம்பிகை. நீலி சூலி என்று கேலி செய்வார் அப்பா.

கன்னத்தை மீண்டும் உரசியது தன் சிறகால். கண்கள் நிரம்பின. பயணத்தில் களைத்திருந்தாள். விருந்தினர் இல்லம் காட்டின் நடுவே இருப்பது தெரியாது. பள்ளியில் படிக்கும்போது மலைமேல் இருந்த காட்டில் ஒரு குழுவுடன் மலையேற்றத்துக்குப் போனபோது, உடன் வந்திருந்த தோழி வழி தவறிப்போய் காட்டில் அகப்பட்டுக்கொண்டுவிட்டாள். பிறகு ஓநாய்களால் குதறப்பட்ட அவள் உடல்தான் கிடைத்தது.

அதிலிருந்து காடென்றால் பயம். அம்மா வனப்பிரியை. ஏதாவது என்றால் கிளம்பிவிடுவாள் ஏதாவது காட்டுப் பகுதிக்கு. "என்ன, பதினாலு வருஷத்துக்கு அப்புறம்தான் வருவியா?" என்பார் அப்பா, அம்மா கிளம்பத் தயாரானதும்,

"காலமாம் வனத்தில் அண்டக் கோலமா மரத்தின் மீது
காளிசக்தி யென்றபெயர் கொண்டு – ரீங்
காரமிட் டுலவுமொரு வண்டு"

என்று தன் தமிழ் வாத்தியார் குரலில் பாடி, "இப்படி வனத்துல பறந்துட்டு வருவ உங்கம்மா" என்பார்.

"அம்மா, நீங்களா?" என்றாள்.

"உம். நான்தான்." பட்டாம் பூச்சி அவளைச் சுற்றிப் பறந்தது.

"தூங்கு" என்று கட்டளையிட்டது.

அப்படி அது பறப்பதும் ஏதோ வகையில் அம்மாவை நினைவூட்டியது. அம்மா விறுவிறுவென்று நடப்பாள். அவள் உடலை ஏதோ மென் இறகைச் சுமப்பதுபோல்தான் சுமந்தாள். அங்கும் இங்கும் நொடியில் விரையும் உடல். எண்ணெய் தேய்த்துக் குளிக்கும்போது, அமர்ந்து முதுகைக் காட்டியபடி, "முதுகு தேய்த்துவிடு" என்று அவள் சொல்லும்போது, தொட்டால் மிருதுவான பூப்போன்ற உடல். யாராவது "உடம்பு எப்படி இருக்கிறது?" என்று விசாரித்தால், "உடம்பா? அதுக்கென்ன? நடந்தால் கூடவே வருது" என்றுவிட்டுச் சிரிப்பாள்.

சடங்குகளில் அம்மாவுக்கு எந்த ஈடுபாடும் இல்லை. விருப்பம்போல் இருப்பாள். விளக்கேற்றுவாள். கோலம் போடுவாள். பண்டிகைகளைக் கொண்டாடுவாள். யோகா செய்வாள். தாய்ச்சி செய்வாள். தியானம் விடாமல் செய்வாள். அப்பா போன பிறகும் எதுவும் மாறவில்லை. நெற்றியில் சிறு பொட்டும் விபூதிக் கீற்றும் அப்படியே இருந்தன. இவளைத் திருமணம் செய்துகொள்ள வற்புறுத்தவில்லை. திருமணம் அல்லாத உறவுகளில் இவள் அடிவாங்கியபோதும் எதுவும் சொல்லவில்லை. "போகிறது விடு" என்றுவிட்டு பாதாம் பாயசம் வைப்பாள். இவளுடன் முறித்துக்கொண்டுவிட்டாலும் முறித்துக்கொண்ட நண்பர்கள் அம்மாவை எப்போதாவது பார்த்தால் நலம் விசாரிப்பார்கள்.

இறந்த மறுநாள் காலை அவளைப் பார்த்தபோது முகம் அமைதியாக, உயிர்ப்புடன் இருந்தது. அவள் உடலைக் குளிப்பாட்டும்போது தொட்டால் திரும்பியது எடையற்று இருப்பதுபோல். தண்ணீர் ஊற்றும்போது அசைந்து கொடுப்பதுபோல் இருந்தது.

அம்மாவின் அஸ்தியை நாசிக்கில் கோதாவரியில் கரைத்தாள். கோதாவரி சிரிப்பதுபோல் கலகலவென்று ஓடிக்கொண்டிருந்தது. சின்ன மண் குடுவையிலிருந்து சாம்பல் ஓடும் நீரில் விழுந்தபோது அதிலிருந்து புகை ரூபமாய் முழு உருவில் எழுந்து அம்மா நீர் மேல் நடந்துபோவதுபோல் இருந்தது.

இதோ, இப்போது பட்டாம்பூச்சியாய் ஷில்லாங்கில் காட்டில் வருகை தந்திருப்பது அவள்தானா? பட்டாம்பூச்சி களுக்கு வாழ்நாள் இரண்டு அல்லது நான்கு வாரங்கள்தாம் என்று எங்கோ படித்தது நினவுக்கு வந்தது. அம்மா பட்டாம்பூச்சியாய் இப்போதுதான் பிறந்தாளா? இல்லை, அவள் வாழ்நாள் முடியப்போகிறதா?

இடையில் என்ன நடந்தது?

"அம்மா..." என்றழைத்தாள்.

"சொல்லு."

"அம்மா, இறந்ததுக்கு அப்புறம் என்னம்மா ஆகுது?" பட்டாம்பூச்சி அவள் கன்னத்தை உரசியது. சிரிப்பொலி கேட்டது. அவள் மூட மறந்த சன்னல் கண்ணாடியின் இடைவெளி வழியாய்ப் பறந்துபோனது.

காலை டாக்ஸி வந்தது. பேராசிரியர் அழைத்தார். இரவு தூங்கிவிட்டாராம். மன்னிப்புக் கேட்டார். காலை உணவு அவர் வீட்டில்தான் என்றார். பேராசிரியருடன் இணைந்து அவர் துறையில் ஓர் ஆராய்ச்சி குறித்துப் பேசி, அதற்கான வழிமுறைகளைத் தொடங்கியபின் மாலை கௌஹாத்தி போகவேண்டும்.

குளித்துவிட்டு, சிவப்பு, மஞ்சள் பூக்கள் ஒரு பக்கம் சிதறி இருந்த நீல கமீஸும் மஞ்சள் ஸல்வாரும் அணிந்துகொண்டாள்.

பையன் சாமான்களைக் கொண்டுபோக வந்தான். சன்னல் வெளியே பார்த்தபோது சூரிய ஒளியில் காடு இளம்பச்சையும் கடும் பச்சையும் பழுப்புமாய் விரிந்திருந்தது.

டாக்ஸியில் வந்தமர்ந்து ஓட்டுநர் சன்னல் கண்ணாடியை ஏற்றப்போகும்போது எங்கிருந்தோ ஒரு பட்டாம்பூச்சி வந்து சன்னல் கண்ணாடியில் ஒட்டிக்கொண்டது. அதே கரு நீலத்தில் கறுப்பும் சிவப்பும் மஞ்சளுமாய். இவள் கன்னத்தை உரசி விட்டுப் பறந்தது. "பத்திரம்" என்பதுபோல் பட்டது.

"இங்கே பட்டாம்பூச்சிகள் அதிகம்" என்றார் ஓட்டுனர் கண்ணாடியை ஏற்றிவிட்டு வண்டியைக் கிளப்பியவாறே.

பட்டாம்பூச்சி மீண்டும் கண்ணில் படுகிறதா என்று பார்த்தபடியே வந்தாள். பேராசிரியர் வீட்டை எட்டியதும் அவர் வெளியே வந்து மலர்ந்த முகத்துடன் வரவேற்றார். இரவு தூங்கிவிட்டதற்கு மீண்டும் மன்னிப்புக் கோரினார். நன்றாகத் தூங்க முடிந்ததா என்று கேட்டார். வீட்டினுள் நுழையும்போது அவளைக் கூர்ந்து பார்த்து, "இந்த உடையில் நீங்கள் ஒரு பட்டாம்பூச்சிபோல் இருக்கிறீர்கள்" என்றார். அவள் விழிகள் நிறைவதைப் பார்த்து அதிர்ந்தார்.

000

5

விதவைகளுக்குத் தையல் இயந்திரங்கள்

வீட்டு வாசலில் சரக்கு வண்டி வந்து நின்று இரு ஆட்கள் சரசரவென்று பெட்டிகளை இறக்கத் தொடங்கியதும் சத்தம் கேட்டு கௌரி வெளியே ஓடி வந்தாள். அதற்குள் அந்தச் சிற்றூரின் பெண்களும் குழந்தைகளும் வந்து வண்டியைச் சூழ்ந்து நின்றுகொண்டிருந்தனர். இரண்டு நாய்களும் தங்கள் பங்குக்குக் குரைத்துக் கொண்டிருந்தன.

கௌரி வருவதற்கும் ஓட்டுநர் அருகே அமர்ந்துகொண்டிருந்த பெண் வண்டியிலிருந்து இறங்குவதற்கும் சரியாக இருந்தது. கௌரியைப் பார்த்துக் கை கூப்பினாள். கௌரியின் வயதுதான் இருக்கும் என்று தோன்றியது.

"அம்மாவரு இதாரா?" என்று விசாரித்தாள். அம்மாவரு என்று குறிப்பிட்டது கௌரியின் மாமியார் சங்கரம்மாவை. கௌரி தலையசைத்து விட்டு உள்ளே போய் சங்கரம்மாவிடம், "அத்தே, நிம்மன் நோடக்கே யாரோ பந்திதாரே" என்று அவரைப் பார்க்க யாரோ வந்திருப்பதைத் தெரிவித்தாள்.

கயிற்றுக் கட்டிலில் அமர்ந்திருந்த சங்கரம்மா, "என்னைப் பார்க்கவா?" என்று கேட்டுவிட்டு வெளியே வந்தார்.

அவரைப் பார்க்கப் பலர் வருவது வழக்கம்தான். அந்தச் சிற்றூரில் பெண்கள் சுய உதவிக் குழு ஒன்றைச் சிறப்பாக நடத்திக்கொண்டிருப்பவர் அவர். சென்ற ஆண்டுகூட அனைத்துலகப் பெண்கள் கூட்டம் ஒன்றுக்குப் பாரீஸ் போய் விட்டு வந்திருந்தார். சிற்றூரை விட்டு அதிகம் எங்கும் போகாதவர் பாரீஸ்வரை போனதை அந்தச் சிற்றூரே கொண்டாடிக்கொண்டிருந்தது இன்னும்.

சங்கரம்மா வெளியே வந்ததும் அந்தப் பெண் கைகூப்பினாள். "என்னைத் தெரிகிறதா? முந்தியே சந்திச்சிருக்கோம் அந்த வர்க்ஷாப்புல. அப்புறம் பாரீஸில்கூட சந்திச்சோமே?" என்றாள் கன்னடத்தில். சங்கரம்மாவின் காலைத் தொட்டு வணங்க வந்தாள். பதற்றத்துடன் விலகிக் கொண்டார் சங்கரம்மா.

"நீ சுனிதாதானே? இது எல்லாம் என்ன?" என்று கேட்டார் பெட்டிகளைச் சுட்டிக்காட்டியபடி.

"தையல் மெஷின்" என்றாள் சுனிதா.

"தையல் மெஷினா? எதற்கு?" என்று கேட்டார் சங்கரம்மா.

"உங்கள் பெண்கள் சுய உதவிக் குழுவுக்கு" என்றாள் சுனிதா புன்னகைத்தபடி.

சங்கரம்மா சற்றுத் திகைத்து நின்றார்.

சுனிதாவும் தர்மசங்கடத்தில் இருப்பதுபோல் பட்டது. சங்கரம்மாவின் கைகளைப் பிடித்துக்கொண்டு, "நான் என்ன செய்ய முடியும்?" என்றாள். பாரீஸில் அவர்கள் பேசியது அனைத்தையும் அவளும் நினைவுகூர்ந்திருப்பாள் போலும்.

வெளியில் இருந்த சாமான்கள் போட்டுவைக்கும் கொட்டிலில் பெட்டிகளை வைக்குமாறு அந்த ஆட்களிடம் பணித்துவிட்டு, "உள்ளே வாம்மா சுனிதா"என்று அவளை வீட்டினுள் அழைத்துச் சென்றார் சங்கரம்மா.

○

தையல இயந்திரங்களை அந்தச் சிற்றூருக்குக் கொண்டு செல்லுமாறு அவள் வேலை செய்யும் பெண்கள் தொண்டு நிறுவனத் தலைவி கூறியதும் சுனிதா சற்றுத் தயங்கத்தான் செய்தாள். மேம்பாடு, வளர்ச்சி இரு சொற்களுக்குமான பொருள் குறித்து அவர்களுக்கிடையே மாறுபட்ட கருத்துகள் இருந்தன. வளர்ச்சி எண்ணிக்கையைச் சார்ந்தது; மேம்பாடு தரத்தைச்

சார்ந்தது என்பது இவள் வாதம். இரண்டுக்கும் எந்தவித வேறுபாடும் கிடையாது என்பது தலைவியின் நிலைப்பாடு. அவை ஒன்றோடு ஒன்று இணைந்தவை. ஒரு நாணயத்தின் இரு பக்கங்கள்.

இயற்கையோடு ஒன்றியவர்கள் பெண்கள். அவர்கள் இயற்கையை வளப்படுத்த வேண்டும். அதைக் குலைக்கும் முயற்சிகளை முறியடிக்கவேண்டும். அவர்கள் மரங்களை நடவேண்டும். அருகிவரும் மூலிகைச் செடிகள், மரங்கள் இவற்றின் விதைகளைச் சேகரித்துப் பாதுகாக்கவேண்டும். சிப்கோ இயக்கத்துப் பெண்கள்போல் மரங்கள் வெட்டப் படுவதைத் தடுக்கவேண்டும்.

இயற்கை அழியக் கூடாது, வளப்படுத்தப்படவேண்டும் என்பதெல்லாம் சுனிதாவுக்கும் உடன்பாடுதான். எந்த மாற்றுக் கருத்தும் இல்லை. அவளும் சுந்தர்லால் பகுகுனாவையும் வந்தனா சிவாவையும் கிருஷ்ணம்மாள் ஜெகன்னாதனையும் அறிந்தவள்தான். காந்தியையும் வினோபா பாவேயின் சர்வோதய வழியையும் போற்றி ஆதரித்த குடும்பத்திலிருந்து வந்தவள்தான். இந்தக் கொள்கைகளால் ஈர்க்கப்பட்டும் தலைவியின் தன்னலமற்ற அர்ப்பணிப்பான சேவையைக் கேள்விப்பட்டும்தான் அவள் அந்தத் தொண்டு நிறுவனத்தில் வேலைக்குச் சேர்ந்திருந்தாள். ஆனால் கிராமம், சிற்றூர், நகரம் இவற்றின் ஒடுக்கப்பட்ட அல்லது கீழ்த்தட்டுப் பெண்கள், சக்தியூட்டல், மேம்பாடு இவை எல்லாவற்றையும் யாரோ திட்டமிட, செயல்படுத்துபவர்களாகவே இருந்தார்கள். சில இயல்புகள் அவர்களுக்கே உரியன என்று கருதிச் செய்யப்பட்ட திட்டங்களை ஏற்பவர்களாக இருந்தார்கள். வயதில் சிறியவளாக இருந்தாலும் இது பற்றியெல்லாம் தொடர்ந்து விவாதித்தபடி இருந்ததால் தொண்டு நிறுவனத் தலைவியுடன் அவள் சென்ற பயிலரங்குகளும் கருத்தரங்குகளும் அவளுக்குச் சோர்வையே தந்தன.

குறிப்பிட்ட ஒரு பயிலரங்கை அவளால் மறக்க முடிய வில்லை. 'பாலினமும் மேம்பாடும்' என்ற அந்தப் பயிலரங்கில் அவள் வேலை செய்த தொண்டு நிறுவனத் தலைவிதான் முக்கிய ஆலோசகராக இருந்தார். சிற்றூர்களிலிருந்தும் கிராமங்களி லிருந்தும் பல தொண்டு நிறுவனங்கள், சுய உதவிக் குழுக்கள் இவற்றைச் சார்ந்தவர்கள் வந்திருந்தனர். தொண்டு நிறுவனங்கள் நடத்தும் இரு இயேசு சபை பாதிரிமார்களும் வந்திருந்தனர். அவரவர் தங்கள் நிறுவனங்களின் சக்தியூட்டும் வேலைகளைக் கூறியபோது, விதவைகளுக்குத் தையல் இயந்திரங்கள்,

கொல்லைபுறக் காய்கறித் தோட்டங்கள் இவையே பிரதானமாக இருந்தன. நிலப்பட்டா தங்கள் பெயரில் இருந்ததால், கணவர்கள் குடித்துவிட்டுவந்து அடிப்பது, வேறு வகை வன்முறை செய்வது, நிலத்தை விற்றுவிடுவது போன்ற தொல்லைகளிலிருந்து மீண்டு சுதந்திரமாகச் செயல்பட முடிந்தது என்று சிலர் கூறி அதை விவரிக்க ஆரம்பித்தபோது, "மேம்பாட்டு வேலைகளைப் பற்றிப் பேசுங்கம்மா. இது பெண்கள் உரிமைகள் பற்றியது" என்று இடைமறித்தார் இயேசு சபை பாதிரியார். அவரும் ஓர் ஆலோசகர்.

குடிபோதையில் மனைவி, குழந்தைகளை அடிப்பது, கஷ்டப்பட்டு உழைக்கும் மனைவி கையிலிருந்து காசைப் பிடுங்குவது என்று கஷ்டப்படுத்தும் கணவர்களை எந்தச் சட்டமும் மாற்றாது என்று சங்கரம்மாவின் சிற்றூரின் பெண்கள் சிலர் நினைத்தனர். சங்கரம்மாவின் தலைமையில் அவர்கள் திரண்டு, குடித்துவிட்டு வரும் ஆண்களை வழிமறித்துப் பிரம்பால் அடித்தனர். எல்லா ஆண்களும் அலறிப்புடைத்துக்கொண்டு ஓடினர். எல்லாப் பெண்களும் கறுப்புப் புடவையைத் தங்கள் சீருடையாகத் தேர்ந்தெடுத்திருந்தனர். இரவு வேளையில் கையில் பிரம்போடு வந்த கரிய உருவங்களைப் பார்த்துக் குடிகார ஆண்கள் அலறத் துவங்கினர். இந்தப் பெண்கள் இணைந்து, சுய உதவிக் குழு ஒன்று அமைத்து, சங்கரம்மா தலைமையில் பெட்டிக்கடை, மளிகைக் கடை வைப்பது, மூலிகை சோப்பு தயாரித்தல், சாணி எரிவாயுக் கலன், சூரிய அடுப்பு அமைப்பது இவற்றைச் செய்ய விரும்பினர். நகலி ஒன்றை வாங்கி நகலகம் நடத்தும் எண்ணமும் இருந்தது. இவற்றைச் செயல்முறைப்படுத்த என்ன செய்யவேண்டும் என்றறிய வந்திருந்தார் சங்கரம்மா அப்போது.

ஆடு கோழிகளை வளர்த்துச் சலித்துப்போய், பால் பண்ணை வைத்து நடத்தித் தோற்றிருந்த ஒரு சுய உதவிக் குழுவின் பிரதிநிதிகளும் வந்திருந்தனர். தோற்றதற்குக் காரணம் அவர்களுக்கு நிர்வாகத் திறமை இல்லாதது அன்று. அவர்களை ஊக்குவித்து உதவிய தொண்டு நிறுவனம் அவர்களுக்கு ஜெர்ஸிப் பசுக்களை வாங்கித் தந்திருந்தது. ஆரம்பத்தில் நன்றாகப் போன கூட்டுறவுப் பால் பண்ணை, ஜெர்ஸிப் பசுக்கள் மரபணு மாற்றம் செய்யப்பட்டலவை, அவற்றின் பால் குழந்தைகளுக்கு ஏற்ற தில்லை போன்ற வதந்திகளால் விரைவிலேயே நஷ்டமடைய ஆரம்பித்துப் பிறகு மூட வேண்டிவந்தது. ஜெர்ஸிப் பசுக்களை என்ன செய்வது? அவற்றுக்குத் திமில் இருந்தால் ஏரில் பூட்டலாம். ஏரின் வடிவத்தைச் சற்று மாற்றி அமைத்தால் ஜெர்ஸிப் பசுக்களை ஏரில் பூட்ட முடியும். அப்படி மாற்றத்

தனக்குத் தெரியும் என்று ஒரு பெண் முன்வந்ததும், "ஏரின் மேல் கை வைத்தால் பிச்சுப்புடுவோம்" போன்ற எதிர்வினைகள்தாம் ஊர் ஆண்களிடமிருந்து வந்தன. ஜெர்ஸிப் பசுக்களை பெருநகரத்தில் பால் பண்ணை நடத்திப் பாக்கெட் பால் விற்கும் ஒருவர் அடிமாட்டு விலைக்கு வாங்கிக்கொண்டார். வேறு முயற்சிகளைப் பற்றிப் பேச அவர்கள் வந்திருந்தனர்.

வனவாசிக் குழுக்கள் சில தங்கள் குழுவினர் செய்யும் கை வேலைகள், நடனங்கள், அவர்கள் பாட்டுகள், தொன்மக் கதைகள், ஓவியங்கள் இவற்றை ஆவணப்படுத்த ஒரு சிறு ஆவண மையம் அமைப்பது, நூல்கள் வெளியிடுவது இவை பற்றி ஆலோசனை கேட்க வந்திருந்தனர். அவர்கள் பெண்கள் மாநாடுகளுக்குப் பைகள் தைத்துக் கொடுத்தும் ஒவ்வொரு மாநாட்டின் ஆரம்பத்திலும் இடைகளில் கை கோர்த்து, வட்டமாக வந்து ஆடியும் அலுத்திருந்தனர்.

அரவாணிகள் சிலரும் ஆணுறைகள் வினியோகித்துக் களைத்துப் போயிருந்தனர். அவர்களும் ஆவண மையம் அமைக்கவும் நூல்கள் வெளியிடவும் பயிலரங்குகள் நடத்தும் ஆலோசனைகளைப் பெறவும் தங்கள் அனுபவங்களைக் கூறவும் வந்திருந்தனர்.

நிலப்பட்டா குறித்துப் பேசிய பெண்களை முக்கிய ஆலோசகரான இவளுடைய நிறுவனத் தலைவியின் அனுமதியுடன் இயேசு சபை பாதிரியார் இடைமறித்த பின், விதவைகளுக்கும் ஆதரவற்ற பெண்களுக்கும் தையல் இயந்திரங்கள் தந்த வெற்றிச் செயல்பாடுகளும் சமையலறைத் தோட்டங்கள் என்ற திட்டத்தின் பெயரில் கொல்லைப்புறத் தோட்டங்கள் அமைத்த சாகசங்களுமே பேசப்பட்டன. இடையில் தேநீர் இடைவேளைக்கு முன் இவள் நிறுவனத் தலைவி தெளிவாக விளக்கினார்:

"இதோ பாருங்கள், எல்லோரும் சரியாகக் கேட்டுக் கொள்ளுங்கள். நிதி தரும் நிறுவனங்கள், வங்கிகள் எல்லாம் இவ்வளவு தையல் மெஷின் தந்தோம், இவ்வளவு காய்கறித் தோட்டம் வளர்க்க இவ்வளவு பணம் தந்தோம், இத்தனை ஆடுகள் தர பணம் தந்தோம், இவ்வளவு வனவாசிப் பெண்களுக்குப் பாரம்பரியப் புடவைகள் நெய்ய டிஸைன் கொடுத்துப் பணம் தந்தோம், இத்தனை புடவைகள் விற்றோம் என்று கணக்குக் காட்டவேண்டும். இதையெல்லாம் செய்து இத்தனை பென்களுக்குச் சக்தி ஊட்டினோம் என்று எங்களுக்கு எண்ணிக்கை இருக்க வேண்டும். தையல் மெஷினில் பெரிய

மாநாடுகளுக்குப் பைகள் தைக்கலாம். துணிக்கோப்புகள் பண்ணலாம். தலையணை உறைகள், கைப்பைகள் தைக்கலாம். கூட்டுறவுச் சாப்பாட்டுக் கடைகள் வைத்தால் பலர் வயிறு நிரம்பும். அதை விட்டுவிட்டுக் குடிகார ஆம்பிளைகளைப் பிரம்பால் அடித்தோம், நிலப் பட்டா எங்கள் பெயரில் இருந்தால்தான் சுதந்திரம் இப்படி எல்லாம் பேசினால் அது வீண் ஆண் எதிர்ப்புதான். குடும்ப அமைப்பை அது சிதைத்துவிடும். பெண்களுக்கு என்று சில இயல்புகள் உண்டு. பொறுப்பு உண்டு. அவர்களுடன் பிறந்தது அது. அதற்குச் சக்தியூட்டுவதுதான் மேம்பாடு. ஆவண மையம் வைக்கிறோம், ஏர் பூட்டி உழுகிறோம் என்று கிளம்பாதீங்க. வீண் பெண்ணியம் பேசாதீர்கள். நம் நாட்டுப் பண்பாடு என்று ஒன்று இருக்கிறது இல்லையா?"

பல பெண்களும் ஆண்கள் செயல்படும் ஆண்கள் தொண்டு நிறுவன ஆண்களும் இயேசு சபை பாதிரியார்களும் வெகுவாகத் தலையாட்டி ஆமோதித்தனர் அவர் கூறுவதை.

தேநீர் இடைவேளை விடப்பட்டது.

சுனிதா முகம் இறுகி அமர்ந்திருந்ததாலோ என்னவோ சிலர் அவளை அணுகினர்.

அவர்களுக்குப் பைகள், தலையணை உறைகள் எல்லாம் தைக்க வேண்டாம். அவர்களுக்கும் அந்த மாநாடுகளில் பங்கேற்க வேண்டும். புடவைகள் நெய்ய நவீனமாக்கப்பட்ட பாரம்பரிய மாதிரிகள் கணினியில் வடிவமைக்கப்பட்டு அவர்களுக்கு டெல்லியிலிருந்து பிஹார் வருகின்றன. கணினியில் மாதிரிகளை வடிவமைக்க அவர்களுக்கும் ஆசை. அதில் அவர்களுக்குப் பயிற்சி அளிக்கக் கூடாதா? ஆம்பிளைகள் குடித்தால் குடும்ப அமைப்பு குலையாதா என்ன என்றெல்லாம் இவளிடம் முணுமுணுப்பாகப் பேசினர். சங்கரம்மா அவளிடம் அவர் ஊர்ப் பெண்களுக்குக் கணினி வேண்டும், எல்லோரும் கொஞ்சம் படித்தவர்கள், பயிற்சி தந்தால் அவர்கள் பலதும் செய்யலாம். ஆவண மையம் இருந்தால் அவர்களும் அவர்கள் ஊர் அமைப்பு, கோவில்கள், அந்த ஊரில் விளையும் பயிர்கள், விவசாய முறை இதையெல்லாம் பதிவு செய்யலாம் என்று கூறினார்.

முடிவில் தேநீர் இடைவேளை முடிந்து மற்றவர்கள் வரும்முன் அறையிலிருந்த கரும்பலகையில் மற்றவர்கள் சொல்படி கொட்டை எழுத்துகளில் சுனிதா எழுதினாள்:

அடுத்த 25 ஆண்டுகளுக்குத் தையல் இயந்திரங்களும் சமையலறைத் தோட்டங்களும் வேண்டவே வேண்டாம்.

ஏதோ குண்டு வெடித்துவிட்டதுபோல் இருந்தது அதற்கான எதிர்வினை. நிறுவனத் தலைவி சுனிதாவை வெகுவாகக் கடிந்துகொண்டார். அவள் ஆண் எதிர்ப்பை ஊக்குவிக்கிறாள், எது மேம்பாடு என்பதைப் புரிந்துகொள்ளவில்லை என்று விமர்சித்தார். பயிலரங்குக்கான பின்னூட்டம் எழுதப்பட்டபோது பல ஆண்கள் பிரம்பால் அடி வாங்குவதுபோல் படம் வரைந்தார்கள். சிலர் பூரிக்கட்டை, உருட்டுக்கட்டை, உலக்கை, கரண்டி போன்றவற்றை ஆயுதங்களாக மாற்றியிருந்தனர் அவர்கள் படங்களில்.

அப்படி முடிந்தது அந்தப் பயிலரங்கு.

அதற்குப் பிறகுதான் பாரீஸ் பயணம். பிரெஞ்சு நாட்டுப் பெண்கள் அமைப்பு ஒன்று ஏற்பாடு செய்திருந்த அனைத்துலக மாநாடு. சுனிதாவின் நிறுவனத் தலைவி இதற்குத் தேர்ந்தெடுத்த பெண்களில் சங்கரம்மாவும் இருந்தார். சங்கரம்மாவின் பிரம்படிக் கதையில்தான் எல்லோர் கவனமும் இருந்தது. ஆனால் அவர் குழுவுக்குத் தையல் இயந்திரங்கள்தாம் முக்கியம் என்பதில் அவர்கள் உறுதியாக இருந்தனர். சங்கரம்மா மறுத்தது அவர்கள் காதில் விழவில்லை. முக்காடு போட்ட இந்தியப் பெண்கள் தையல் இயந்திரங்களின் முன் குனிந்து தைப்பது போலவும் திரௌபதியின் புடவைகள்போல ஆயிரக்கணக்கான வண்ணத் துணிகள் நீர்வீழ்ச்சிபோல் விழுவதுபோலவும் வரைந்து, மேலே கிருஷ்ணருக்குப் பதிலாக, அருள்பாலிக்கும் அவர்கள் நிறுவன இலச்சினையைப் போட்டுப் பதாகைகள் செய்து ஒட்டிவிட்டனர் எங்கும்.

இதே உணர்வு ஆப்பிரிக்க நாடு ஒன்றில் நடைபெற்ற அனைத்துலகப் பெண்கள் மாநாட்டுக்கு நிறுவனத் தலைவியுடன் போனபோதும் ஏற்பட்டது.

மிகவும் புகழ்பெற்ற ஐரோப்பிய நிதி நல்கும் நிறுவனம் ஒன்று ஏற்பாடு செய்திருந்த மாநாடு அது. தொழில்நுட்பமும் எண்ணிம முறையும் எவ்வாறு பெண்களுக்குச் சக்தியூட்டும் என்பதைக் காட்ட அருகிலிருந்த கிராமத்தில் பெண்களுக்காக அவர்கள் நிறுவியிருந்த கணினி பொருத்தப்பட்ட வாசக சாலைக்கு அழைத்துச் சென்றனர். அந்தக் கணினியை எழுத்தறிவில்லாத எழுபது வயதுப் பெண்மணி ஒருவர் இயக்கிக் காட்டுவார் என்று அறிவித்திருந்தார் ஐரோப்பிய நிறுவனத் தலைவி.

முகம் கொள்ளாப் புன்னகையுடன் அந்த மூதாட்டி காத்திருந்தார். வாசகசாலையில் ஒரே ஒரு கணினி இருந்தது.

மற்றவை ஆங்கில நூல்கள். அங்குள்ள ஆண் மாணவர்கள் அந்த வாசகசாலையை அதிகம் பயன்படுத்துகிறார்களாம்.

கணினியை அவர் திறந்ததும் எல்லோரும் கைதட்டினர். பிறகு அவர் அதில் ஒரு குறுந்தகடை நுழைத்தார். குறுந்தகடு படங்கள் மூலம் கோழி வளர்ப்பு பற்றியும் காய்கறி பயிரிடுவது பற்றியும் விளக்கியது. பிறகு அவர்கள் வளர்த்த கோழிகளும் பயிரிட்ட காய்கறிகளும் சிறு மைதானம் ஒன்றில் கண்காட்சிப் படுத்தப்பட்டன.

அந்தச் சிறு மைதானத்தில் பிறகு நடந்த கூட்டத்தில் ஒவ்வொருவராகச் சில பெண்கள் வந்து இந்தக் கணினி அவர்களுக்குச் சக்தியூட்டியது குறித்துப் பேசினார்கள். பிறகு இளம் பெண்களின் ஒயிலான ஆப்பிரிக்க நடனம்.

அதன்பின் ஐரோப்பிய நிதி நல்கும் நிறுவனத்தின் தலைவி ஆப்பிரிக்கப் பெண்களைப் பார்த்து, "உங்களுக்கெல்லாம் எங்களிடமிருந்து, எங்கள் மன ஆழத்திலிருந்து ஓர் அன்பளிப்பு" என்று அறிவித்துவிட்டு, வரிசையில் வந்து வாங்கிக்கொள்ளும்படி கூறி, ஒரு பெரிய பையைத் திறந்து அன்பளிப்பை எடுத்துக் கையை உயர்த்திக் காட்டினார்.

வெய்யிலுக்குக் கறுப்புக் குளிர் கண்ணாடி!

ஆப்பிரிக்கப் பெண்கள் வரிசையில் வந்து வாங்கிக் கொண்டார்கள்.

"இந்தத் தொழில்நுட்பப் பெண்களின் அமைப்புக்கு ஒரு வண்டியும் உண்டு" என்று அறிவித்ததும் அழகான ஒரு சரக்கு வண்டியை ஆண் ஒருவர் ஓட்டிக்கொண்டு வந்தார்.

சுனிதா பக்கத்தில் இருந்த, ஆங்கிலம் சிறிது அறிந்த பெண், அவள் காதில் கிசுகிசுத்தாள்.

"இப்படி யாராவது வந்தால்தான் அந்தக் கம்ப்யூட்டரை இயக்கிக் காட்ட அந்தம்மா வருவார். மற்றபடி இங்கே இருக்கும் பையன்களும் ஆண்களும் மட்டும்தான் அங்கே போவது. எங்களுக்குக் கோழி வளர்க்கத் தெரியாதா? இல்லை, காய்கறி பயிரிடத் தெரியாதா? அந்த வண்டியை நாங்கள் ஓட்டக் கூடாதா என்ன? நாங்கள் சைக்கிள் ஓட்டுகிறோம். ஓட்டக் கற்றுக்கொடுத்தால் இதையும் ஓட்டுவோம். இது என்ன பிரமாதம்?"

சொல்லிவிட்டுத் தன் கையில் இருந்த குளிர் கண்ணாடியைக் காட்டி, "இது உனக்கு வேண்டுமா?" என்று

கேட்டாள். குளிர் கண்ணாடி, துவாலைக் குழாய்க் குளியலுக்கு அணிய நெகிழித் தொப்பி, அடுப்படியைத் துடைத்து வீசி எறிய காகிதத் துவாலைகள், ரப்பர் செருப்புகள், பிளாஸ்டிக் குவளைகள் என்று அன்பளிப்புகளால் வீடு நிறைந்துவிட்டதாம்.

சுனிதா குளிர் கண்ணாடி வேண்டாம் என்றதும் தொடையில் வைத்து 'படக்'கென்று உடைத்து அருகிலிருந்த குப்பைத் தொட்டியில் போட்டாள். குப்பைத் தொட்டி கறுப்புக் குளிர் கண்ணாடிகளால் நிறைந்திருந்தது.

○

இப்போது இந்தத் தையல் இயந்திரங்கள். வேண்டவே வேண்டாம் என்றார் சங்கரம்மா. இருபது தையல் இயந்திரங்களை வைத்து உபயோகிக்க இடமில்லை என்றார். ஏற்கனவே இன்னொரு நிறுவனம் தந்த இரண்டு தையல் இயந்திரங்கள் வேறு இருந்தன. அதில் தைக்கவோ, பூவேலை செய்யவோ யாரும் தயாராக இல்லை என்றார். அவையும் இவள் கொண்டுவந்தவைபோலவே உயர் ரக உஷா தையல் இயந்திரங்கள்.

சங்கரம்மாவும் கௌரியும் உபசரித்து அன்புடன் தந்த இஞ்சித் தேநீரையும் கோட்பாளேயையும் சாப்பிட்டுவிட்டுக் கிளம்பினாள் சுனிதா.

தேநீரும் சிற்றுண்டியும் குடித்துவிட்டு வெளியிலிருந்த குழாயில் கைகழுவிக்கொண்டிருந்த ஓட்டுநரிடமும் ஆட்களிடமும் தையல் இயந்திரங்கள் அடங்கிய பெட்டிகளை மீண்டும் சரக்கு வண்டியில் ஏற்றச் சொன்னாள். ஓட்டுநர் அருகில் அமர்ந்துகொண்டு, "கச்சேரிகே வாபஸ் ஹோகோணா" என்று நிறுவன அலுவலகத்துக்குத் திரும்பிப்போகும்படி கூறினாள் சுனிதா.

○

இருபது இயந்திரங்கள் உள்ள பெட்டிகள் அடுக்கியிருப்பதைப் பார்த்து மலைத்தபடி நின்றாள் நிறுவனத் தலைவி. சுனிதா சரக்கு வண்டிகளுக்கும் ஆட்களுக்குமான பணத்தைக் கொடுத்து விட்டு வந்தாள். சூரியன் அஸ்தமிக்கச் சிறிது நேரம் இருந்தது.

"சங்கரம்மா வேண்டாம்னு சொல்லிட்டாங்க" என்று மீண்டும் விளக்கினாள் தலைவியிடம். அவர் ஒரு நாற்காலியில் உட்கார்ந்துகொண்டு யோசிக்க ஆரம்பித்தார். அந்தத் தையல் இயந்திரங்களை வாங்கி வினியோகிக்கும்படி ஓர் ஐரோப்பிய நிதி நல்கும் நிறுவனம் நன்கொடையளித்திருந்தது. அவர்கள்தாம்

சங்கரம்மாவின் குழுவைத் தேர்ந்தெடுத்திருந்தார்கள். சங்கரம்மா மறுத்திருந்தாலும் இவை அவருடைய குழுவுக்கு வெகுவாகப் பயன்படும் என்று அவர்கள் நம்பினார்கள்.

சுனிதா மின்சாரக் கெட்டிலில் வேண்டிய அளவு தண்ணீர் இருக்கிறதா என்று பார்த்துவிட்டு பொத்தானை அழுத்தி தேநீர் செய்ய ஆரம்பித்தாள். துளசித் தேநீர்ப் பைகளை இரு கோப்பைகளில் போட்டாள். தண்ணீர் கொதித்துவிட்டதை அறிவிக்கும் விளக்கு அணைந்தபின் கொதிக்கும் நீரை கோப்பைகளில் ஊற்றி, பால் பவுடரையும் சர்க்கரையையும் போட்டு ஸ்பூனால் கலக்கினாள். இரண்டு கோப்பைகளையும் ஒரு தட்டத்தில் வைத்து சில பிஸ்கோத்துகளையும் வைத்து, தலைவியின் மேசையில் வைத்தாள். தான் ஒரு கோப்பையையும் பிஸ்கோத்தையும் எடுத்துக்கொண்டு, “டீ எடுத்துக்குங்க மேம்” என்றாள்.

தலைவி கோப்பையை எடுத்துக் கன்னத்தில் அழுத்திக் கொண்டார் ஒத்தடம் தருவதுபோல். பிறகு கொஞ்சம் பருகினார்.

கைப்பேசியில் ஏதோ எண்ணை அழுத்தினார். மறுமுனையில் யாரோ பதில் அளித்ததும் “நமஸ்காரா சாந்தம்மாவரே. சன்னாகிதீரா?” என்று குசலம் விசாரித்துவிட்டு, அவரை வந்து பார்க்க அனுமதி கேட்டார். அவர் சம்மதித்திருக்க வேண்டும். மடமடவென்று தேநீரைக் குடித்துவிட்டு அறையி லிருந்த கை கழுவும் பீங்கான் தொட்டியில் கோப்பையைக் கழுவி வைத்தார்.

“சுனிதா, கிளம்பு” என்றார்.

சுனிதாவும் அவசரமாகத் தேநீரைக் குடித்துவிட்டு, கோப்பையைக் கழுவி வைத்துவிட்டு அவருடன் கிளம்பத் தயாரானாள். அன்று சனிக்கிழமையாதலால் அலுவலகத்தில் வேறு யாருமில்லை. தலைவி தன் வண்டியைக் கிளப்பும் முன் அலுவலகத்தைப் பூட்டினாள். வண்டியின் முன்கதவைத் திறந்து அவர் அருகில் அமர்ந்துகொண்டாள். வண்டி மல்லேஸ்வரத்தை நோக்கி விரைந்தது.

வழியில் எதுவும் பேசிக்கொள்ளவில்லை இருவரும. சுனிதாவுக்குச் சாந்தம்மாவைப் பற்றித் தெரியும் சுதந்திரப் போராட்டத்தில் பங்கெடுத்தவர். அவளுடைய பள்ளி நாட்களில் ஒருமுறை வருடாந்தரப் பரிசளிப்பு நிகழ்வில் தலைமை தாங்க வந்திருந்தார். தீட்சண்யமான கண்கள். கதர்ச் சேலை. நெற்றியில் சிறு பொட்டு. வெள்ளை முடி. எல்லோரையும் ‘வைஷ்ணவ

ஜனதோ’ பாடச் சொன்னார். ஹுயில்கோல் நாராயண ராவின் ‘உதயவாகலி நம்ம செலுவ கன்னட நாடு’ பாட்டைப் பாடிக்காட்டி அவர்களை இணைந்து பாடச் சொன்னார். அந்தப் பாடல் 1924இல் பெல்காமில் ஐக்கிய கர்நாடக சம்மேளனக் கூட்டம் நடந்தபோது ஹுலிகோல் நாராயண ராவும் கங்குபாய் ஹங்கலும் பாடிய பாட்டு என்றும் அதே இடத்தில்தான் 1924 இந்திய தேசிய காங்கிரஸின் அமர்வும் நடந்தது என்ற தகவலையும் சொன்னார். தாகூரின் ‘வேர் த ஹெட் இஸ் ஹெல்ட் ஹை’ (எங்கு தலை நிமிர்ந்திருக்கிறதோ) கவிதையைப் பாடபுத்தகத்தைப் பார்த்து அவருடன் இணைந்து படிக்கச் சொன்னார். இன்னும் நினைவிலிருந்தது.

மல்லேஸ்வரம் பதினேழாவது குறுக்குத் தெருவில் இருந்த ஒரு பழைய வீட்டின் முன் வண்டி நின்றது. பழைய வீடுகளை இடித்து அடுக்குமாடிக் கட்டடங்களை எழுப்பும் பெரு நிறுவன முதலாளிகள் கையில் இன்னும் விழாத வீடு. முன் பாதியில் ஓடு வேய்ந்த அந்தக் கால வீடு. வண்டிச் சத்தம் கேட்டதும் சாந்தம்மா வெளியே வந்து வரவேற்றார். 90 வயதுக்கு மேல் இருக்கும். அதே கதர்ப் புடவை, அதே புன்னகை.

“பா, மரி” என்று தலைவியைக் குழந்தை என்று விளித்து வரவேற்றார். தலைவியும் சுனிதாவும் அவர் பாதம் தொட்டுப் பணிந்ததும் அணைத்துக்கொண்டார். தலைவி சுனிதாவை அறிமுகப்படுத்தினார்.

உள்ளே போனதும், அவர்களை உட்காரச்சொல்லிவிட்டு, “கமலி” என்று கூப்பிட்டு ஒரு பெண் வந்ததும், காலையில் செய்த பயத்தங்கஞ்சியை எடுத்துவரச் சொன்னார்.

வர்ணம் மங்கிய துணிகளுடன் ஸோஃபாக்கள். ஒரு சாய்வு நாற்காலி. சுவரில் பதித்த அலமாரிகளில் புத்தகங்கள். அலமாரிகளின் மேல் சட்டமிடப்பட்டுத் தொங்கிய காந்தியின் புன்னகைக்கும் முகம். அதன் வலப்பக்கம் வினோபா பாவேயின் படம். இடப்பக்கம் இருந்தவரை அவளுக்குத் தெரியும். ‘சட்’டென்று நினைவுக்கு வரவில்லை. தலைவி செவியருகே குனிந்து கிசுகிசுத்தபடி கேட்டதும் “ஜெயபிரகாஷ் நாராயண்” என்றார் மென்குரலில்.

சாந்தம்மா சாய்வு நாற்காலில்யில் அமர்ந்தார். கமலி பயத்தம்பருப்புக் கஞ்சியும் வாழைப்பழங்களும் கொண்டுவந்து நடுவில் இருந்த மேசைமேல் வைத்துவிட்டுப் போனாள்.

“சாப்பிட்டுக்கொண்டே பேசலாம்” என்றார் சாந்தம்மா.

ஏலக்காய் பொடித்துப்போட்டு, முந்திரிப்பருப்பும் உலர்திராட்சையும் நெய்யில் வறுத்துப்போட்ட கஞ்சி. அமிர்தமாக இருந்தது. குடிக்க குடிக்க உலகம் அவ்வளவு ஒன்றும் மோசமான இடமில்லை என்று தோன்றியது.

கஞ்சியைக் குடித்தபடி நிறுவனத் தலைவர் சாந்தம்மாவிடம் தையல் இயந்திரக் கதையைக் கூறி 'பாரத ஹெங்கிஸர ஸங்கா'வில் அவை உபயோகப்படுமா என்று கேட்டார். 'பாரத ஹெங்கிஸர ஸங்கா'வில் சாந்தம்மா தையல் வகுப்புகள் நடத்தினார்.

இடையில் எதுவும் பேசாமல் கேட்டுக்கொண்டார் சாந்தம்மா. பிறகு ஒரு பெருமூச்சுடன் எழுந்து, "வாங்க" என்றார். வெளியிலிருந்தும் நுழையக் கதவு இருந்த பக்கத்து நீண்ட அறைக்கு அழைத்துப்போனார். கமலி கதவைத் திறந்துவிட்டாள். அறை சுத்தமாக இருந்தது. வெள்ளையடிக்காத சுவர்கள். அங்கங்கே காரை பெயர்ந்திருந்தது. உயர்ந்த கூரையிலிருந்து நீண்ட கம்பிகளில் தொங்கிய பழைய காற்றாடிகள். இருபுறச் சுவர்களிலும் பதித்திருந்த, சுவர்கள் முழுவதும் ஓடிய பலகைத் தட்டில் ராட்டைகள். கீழே சுவரோரா மேசைகளில் ரெமிங்டன் தட்டச்சு இயந்திரங்கள். நடுவில் இருந்த மேசைகளில் காலால் மிதித்து இயக்கும் ஸிங்கர் தையல் இயந்திரங்கள்.

தலைவியிடம், "நீ இப்பல்லாம் அதிகமா தொடர்பில் இல்லை. அதனால்தான் உனக்குத் தெரியலை. முந்தி ராட்டை சுத்த, டைப்ரைட்டிங், தையல் கத்துக்கன்னுட்டு நிறையப் பெண்கள் வருவாங்க. வாழ்வாதாரத்துக்காக ஏதாவது வேலை கத்துக்க. இப்பப் பத்து வருஷமா யாரும் வரதில்லை. நானும் கமலியும்தான் ராட்டை சுத்தறோம் தினமும். என் முகத்துக்காக காதி கிராமத்யோகிலிருந்து ஒருத்தர் வந்து சிட்டங்களை எடுத்திட்டுப் போவார் அப்பப்ப. வந்த நன்கொடையில, இங்க பக்கத்தில் இருக்கிற அடித்தட்டு வீடுகள்ல இருக்கிற பெண்கள் கேட்டாங்கன்னு லேப்டாப் வாங்கிக் கொடுத்துட்டேன் அவங்களுக்கு. . ." என்றார்.

சுனிதாவின் முதுகில் தட்டி, "பழைய சினிமாவில் எல்லாம் ஒரு பெண் விதவையானதுமே தையல் மெஷின் ஓட்ட ஆரம்பிச்சுடுவா. தையல் மெஷின் சக்கரம் சுழல்றதுபோல காலம் சுழலும்னு காட்டுவாங்க. நீயெல்லாம் பார்த்திருக்க மாட்டாய்" என்றார் சிரித்தபடி.

தலைவியிடம், "மரி, காலம் மாறிட்டுது. நாம்பளும் மாறணும், இல்லையா?" என்றார்.

“ஆமாம், சாந்தம்மாவரே” என்றார் தலைவி.

“இதையெல்லாம் ஏதாவது காயலாங்கடையில போடணும். பார்க்கலாம். யாராவது ஆட்களைக் கூப்பிட்டுச் செய்யணும். ராட்டை மட்டும் நான் போறவரை இருக்கும். அதுக்குப் பிறகு நீ வேணுமானால் ஒன்னு வெச்சுக்க என் நினைவாக. அப்புறமா ஏதாவது ம்யூஸியத்தில் வைக்கலாம்” என்றார் தலைவியிடம்.

“உங்க உறவுக்காரங்க எல்லாம் அமெரிக்காவுல இருக்காங்களே? போயிடுவீங்களா சாந்தம்மாவரே?” என்று விசாரித்தார் தலைவி.

“இல்லை, இல்லை, ருத்ரா” என்று முதல் முறையாகத் தலைவியைப் பெயரிட்டுப் பேசினார்.

“அங்கெல்லாம் போய் இருந்தால் உடம்பு முடியாமல் போனால் அவங்களுக்கு ரொம்பக் கஷ்டம். ஏகச் செலவு. நான் போனால் என்னை எரிக்க என் நாட்டுல ஒரு சுடுகாடு இருக்காதா என்ன? இதோ, நீயோ இந்தக் கமலியோ என்னை வழியனுப்பி வெச்சுட்டு, என் அஸ்தியைக் காவேரியில் கரைக்க மாட்டீங்களா என்ன?” என்றுவிட்டு, நின்றுகொண்டிருந்த கமலியின் பக்கம் திரும்பி, “ஏனு கமலி, நானு ஹேளோது சரிதானே?” என்று கேட்டார்.

கமலி அப்படிப் பேச வேண்டாம் என்று, “ஆதரா மாத்தாட பேடீ” என்றாள் குரல் கம்ம.

விடைபெற்று வெளியே வந்து வண்டியில் அமர்ந்த தலைவியின் கண்களில் கண்ணீர். அது கன்னங்களில் வழிந்த படி இருக்க வண்டியைக் கிளப்பினார். வாயிலில் நின்று கையாட்டினார் சாந்தம்மா.

“என்ன ஆச்சு மேம்?” என்று கேட்டாள் சுனிதா.

தெருவைப் பார்த்து ஓட்டியபடி, “எனக்கு நாலு வயசாகும் போது அப்பா இறந்துட்டார். அம்மா கடன் வாங்கி ஒரு தையல் மெஷின் வாங்கினாள். எப்போது நான் பார்த்தாலும் மெஷினில் தைத்தபடிதான் இருப்பாள். பெடல் மெஷின். நான் பல தடவை கீழே உட்கார்ந்து பெடலைக் கையால அழுத்துவேன் அவள் கால் வலிக்காமல் இருக்க. தீபாவளி, கிறிஸ்மஸ் காலங்கள்ல வாக்களிச்சபடி உடைகளைத் தர அம்மா தைக்கும்போது, ராத்திரி ரொம்ப நேரம் கண் விழிச்சு உட்கார்ந்து, பெடலை அழுத்தியிருக்கேன். சில சமயம் அரைத் தூக்கத்துல பெடலை

அழுத்தியிருக்கேன். ரொம்ப நாளுக்குப் பிறகு மோட்டார் பொருத்திக்கொண்டாள். அதெல்லாம் நினைவுக்கு வந்தது" என்றார்.

அவளைத் திரும்பிப் பார்த்துக் கண்ணீருடன் சிரித்தார்.

"சாந்தம்மா சொன்னதுபோல காலம் மாறும்போது நாம்பளும் மாறணும்" என்றார் தனக்கே சொல்லிக்கொள்வது போல்.

அலுவலகத்தில் இருபது தையல் இயந்திரங்கள் இருந்தன யாருக்காவது கொடுத்துக் கழித்துவிட.

OOO

6

வெண் புறாக்களைப் பறக்கவிடுபவர்கள்

நாட்டின் முதல் பிரதம மந்திரி 1955இல் தன் பிறந்ததினத்தன்று வெண்புறாக்களை வானில் பறக்கவிட்டபோது அவளுக்கு எட்டு வயது. மறுநாள் செய்தித்தாளில் படம் வந்திருந்தது. அம்மா காட்டினாள்.

ஏன் வெண்புறாக்கள் என்று கேட்டபோது அவை பல மதங்களில் ஒரு சின்னம் என்றாள். இந்து தர்மத்தில் அவை செல்வத்தின் குறியீடுகளாம். புறாக்களுக்குத் தானியங்களைப் போட்டால் வீட்டில் செல்வம் பெருகுமாம்.

பிரதம மந்திரி வெண் புறாவை ஏன் பறக்க விட்டார் என்று மேலும் நச்சரித்தபோது அது அமைதியின் சின்னம், அதனால்தான் என்றாள் அம்மா. 1896இல் ஏதன்ஸில் ஒலிம்பிக் விளையாட்டு நடந்தபோது வெள்ளைப் புறாக்களைப் பறக்க விட்டார்களாம். அதன்பின் 1920இலிருந்து ஒலிம்பிக் விளையாட்டில் வெண் புறாக்களைப் பறக்க விடுவது அந்த விளையாட்டுக்கான சின்னமாகி விட்டதாம். பங்கேற்கும் எல்லா நாடுகளும் அமைதியுடன் ஒற்றுமையாக விளையாட.

அப்போது அவளுக்குப் புறாக்கள் மூலம் சேதி அனுப்புவதும் புறாவுக்காகத் தன் உடலின் சதையை அறுத்துத் தர முன்வந்த சிபிச்சக்கரவர்த்தியின் கதையும்தாம் தெரியும்.

அதன்பின் போர், கலவரங்கள் என்று எவ்வளவோ நடந்தாலும் வெண்புறாக்களைப் பறக்க விடுவது மட்டும் நிற்கவில்லை.

◯

அந்த வரலாற்று நிறுவனத்தில் வேலைக்குச் சேர்ந்து ஓராண்டாகி விட்டது. இடதுசாரிச் சார்புள்ள நிறுவனம் என்பது வந்த சில நாட்களிலேயே தெரிந்துவிட்டது. அவள் நேரில் சந்திக்காத பல வரலாற்றாசிரியர்கள் அங்கு வந்துபோய்க்கொண்டிருந்தனர். சிலரின் பெயர்களைத் தவறியும் குறிப்பிடக் கூடாது என்பது சில நிறுவன அமர்வுகளில் குறிப்புகள் எடுக்க அவள் நியமிக்கப் பட்டபோது தெரிந்தது. பி.பி. லால், தரம்பால் இவர்களின் பெயர்கள் முற்றிலும் ஒதுக்கப்பட்டன. அவர்கள் சிந்தனை களையும் கோட்பாடுகளையும் ஒட்டி எழுதப்பட்ட ஆராய்ச்சி முன்வரைவுகள் ஆராய்ச்சி செய்ய நிதி கோரி வந்தபோது அவை தரமானவை அல்ல என்று ஒதுக்கப்பட்டன.

இதில் இடதுசாரிகளுக்குள்ளும் ஏகப்பட்ட பிளவுகள் என்று பட்டது. சீனாவை ஆதரித்தவர்கள் வெளியே இருந்து வரலாற்று நிறுவனம் வழங்கும் ஆராய்ச்சி நிதி நல்கைகளை விமர்சித்துக்கொண்டிருந்தார்கள்.

அது ஒருபுறம் விவாதம் ஓடிக்கொண்டிருந்தது.

அப்போதுதான் சென்னையிலிருந்த அவள் பேராசிரியரிட மிருந்து ஒரு கடிதம் வந்தது. அவர் ஏற்கனவே அவள் வேலை செய்துகொண்டிருந்த அந்த வரலாற்று நிறுவனத்துக்காக ஓர் ஆராய்ச்சியை மேற்கொண்டிருந்தார். எப்போதாவது அவளுக்கு ஏதாவது விவரங்கள் கேட்டு எழுதுவார். ஆனால் இந்த முறை அவர் ஒரு முக்கியமான விஷயம் குறித்து எழுதி யிருந்தார். கல்வித் துறையின் தீர்மானம் ஒன்றைப் பற்றிக் குறிப்பிட்டிருந்தார். அமெரிக்கா, ஜப்பான் நாடுகள் செய்ததுபோல, சுதந்திரத்திலிருந்து 1972வரையிலான இந்திய வரலாற்றைச் சுருக்கமாக முப்பது பக்கங்களுக்கு மிகாமல், 10,000 சொற்களில் ஒரு மாதத்துக்குள் அவர் எழுத வேண்டுமாம். அது ஒரு காலக் குளிகையில் போடப்பட்டுப் புதைக்கப்படுமாம். 4000 பொ.யு. ஆண்டில் அது திறக்கப்படுமாம் அந்த யுகத்து மக்கள் நாட்டின் வரலாற்றை அறிந்துகொள்ள. மன்னர்கள் காலத்தில் கல்வெட்டுகளிலும் தூண்களிலும் வரலாறு பொறிக்கப்பட்டதுபோல இது ஒரு நவீன முயற்சி. அந்த வரலாற்று நிறுவனம்தான் இதைச் செயல்படுத்தப்போகிறதாம். ஒரு மாதம் அங்கே அவர்கள் நிறுவன விருந்தினர் இல்லத்தில்

இரு பைகளில் ஒரு வாழ்க்கை

தங்குவாராம். அந்த நிறுவனத்தில் ஓர் அறை தரப் போகிறார்களாம் வேலை செய்ய.

தன்னுடைய பேராசிரியரைத் தேர்ந்தெடுத்தது மிகச் சரியான தேர்வு என்று தோன்றியது அவளுக்கு. அவர் எந்தச் சார்பும் இல்லாதவர். தகுந்த ஆதாரங்களுடன் பேசுபவர். காலக்குளிகை என்பது அபூர்வமான யோசனை என்று தோன்றியது அவளுக்கு. கல்வித் துறை அமைச்சர் கல்விமான். அவருக்கு இப்படித் தோன்றியது அதிசயமில்லை என்று நினைத்தாள்.

சில கேள்விகள் எழாமலில்லை. நாட்டின் வரலாற்றை 4000 பொ.யு.வில் படிப்பவர்கள் யாராக இருப்பார்கள்? நாடு என்று ஒன்று அப்போது இருக்குமா? அவர்கள் ஆங்கிலம் மாறியிருக்குமா? இப்போதுபோல் அப்போது வாழ்க்கை இருக்குமா?

○

இதே கேள்விகள் பேராசிரியருக்கும் இருந்தன. இதற்காக அமைக்கப்பட்டிருந்த ஆலோசனைக் குழு அவரிடம் அரைப்பக்கத்தில் காலக்குளிகையில் இடப்போகும் வரலாற்றில் என்னென்ன இருக்கவேண்டும் என்ற வழிகாட்டும் குறிப்பைத் தந்திருந்தது. 1947இலிருந்து நடந்த வரலாற்று நிகழ்வுகளான பாகிஸ்தானிலிருந்து வந்த அகதிகள் குடியேற்றம், மன்னராட்சியில் இருந்த பகுதிகளை இணைத்தல், அரசியலமைப்புச் சட்டம் எழுதப்படுதல், மொழிவாரி மாநில அமைப்பு, ஐந்தாண்டுத் திட்டங்கள் போன்ற விவரங்கள் அதிலிருந்தன. அவரால் அதை எழுத முடியும் என்ற நம்பிக்கை குழுவினருக்கு இருந்தது. முப்பது நாட்கள். பத்தாயிரம் சொற்கள். இவ்வளவுதாம் நிபந்தனைகள்.

பேராசிரியர் அவளிடம் தன் மனத்திலிருந்த எண்ணங்களைப் பகிர்ந்துகொண்டார். அவருடைய செல்ல மாணவி அவள். அவள் தடுமாறியபோதெல்லாம் கைதூக்கிவிட்டவர் அவர். அவளை மதிப்பவர்.

முன்பின் தெரியாத, முகமறியாத, காலத்தால் வெகுதூரத்திலுள்ள ஒரு தலைமுறைக்கு எழுதப்படும் இந்த வரலாற்று அறிக்கை விவரங்களை எப்படிக் கடத்தவேண்டும்? நாட்டின் வரலாறு குறித்து அவர்கள் தெரிந்துகொள்ள விரும்புவது என்னவாக இருக்கும்? தற்போதைய அரசியல் போராட்டங்கள், பிளவுகள், குழுக்கள் குறித்து அறிய விரும்புவார்களா அல்லது நாட்டின் 25 ஆண்டுச் சாதனைகளை அறிய விரும்புவார்களா? நாட்டின் தலைவர்கள் என்னவெல்லாம் தனிப்பட்ட

சாதனைகள் புரிந்தார்கள் என்று அறிய விருப்பம் இருக்குமா அவர்களுக்கு அல்லது பொதுவாக எல்லோரும் கூடிச் செய்த நாட்டின் சாதனைகளை அறிவதில் விருப்பம் இருக்குமா? நாட்டின் தலைவர்கள் பட்டியலா, நாட்டின் சாதனைகளின் விவரங்களா, எது அவர்கள் தேவை? ஆக்ஸ்ஃபோர்டு பல்கலைக் கழக ஆங்கிலத்திலா அல்லது சாதாரண மொழியிலா, எப்படி இது எழுதப்படவேண்டும்? எல்லாம் நாம் அவர்களை எப்படிக் கற்பனை செய்கிறோம் என்பதைப் பொறுத்திருக்கிறது. நம் காலம் குறித்து அவர்கள் இதையெல்லாம் அறிய விரும்புவார்கள் என்பது ஒரு கற்பனைதான்.

இன்னும் பிறக்காத அந்தத் தலைமுறைக்கு நாம் தகவல்களைத்தாம் தர முடியும். சுதந்திரம் அடைந்த நாட்டின் பிரச்சினைகள், அவற்றை எதிர்கொண்ட விதம் இவற்றைத்தான் எழுதவேண்டும். எந்த ஒரு சித்தாந்தத்தையும் அது வலியுறுத்த வேண்டியதில்லை. அது அவர்களுக்கு அர்த்தமின்றிப் போய் விடும். தேதி வாரியாக நாட்டின் சாதனைகள் கூறப்பட வேண்டும். தோல்விகள் பற்றிக் கூறுவதிலும் எந்த அர்த்தமும் இல்லை. இந்தத் தலைமுறைக்கு அது அவசியம் தன் வாழ்க்கை நிலையை மாற்றிக்கொள்ள. நாம் செய்ய முடியாததைத் தெரிந்து கொண்டு அந்தத் தலைமுறைக்கு என்ன ஆகப்போகிறது? புறநிலை அகநிலை ரீதியாக இது எழுதப்பட முடியாது. பார்க்கப் போனால் இது வரலாறே இல்லை. ஓர் அறிக்கை. அவ்வளவு தான்.

பேராசிரியருக்கு ஓர் அறை தரப்பட்டது. இரு ஆராய்ச்சி உதவியாளர்களும் தரப்பட்டனர். ஆங்கிலத்தில் பிழை யில்லாமல் நன்றாகத் தட்டச்சு செய்பவர் ஒருவர் தேவைப் பட்டார். இரண்டு மாதங்கள் முன்புதான் அவள் கீழ் பணியாளராக இருந்த முத்துவேல், தமிழ் நட்டிலிருந்து ஒரு நண்பன் வந்திருப்பதாகவும் அவனுக்கு ஒரு வேலை தேவை என்று சொன்னதும் ஞாபகம் வந்தது. முத்துவேல் அவள் நிறுவனத்துக்கு வந்ததும் ஒரு வினோதமான விஷயம்தான். அவளுடன் படித்த நெருங்கிய தோழியின் தம்பி அவன். படிப்பைப் பாதியில் விட்டுவிட்டு எங்கெங்கோ அலைந்து இங்கு வந்தவன். அறிவுள்ளவன். ஆனால் எதற்கும் அடங்காதவன். இப்போது முதிர்ச்சி அடைந்துவிட்டேன் என்று வாக்குறுதி அளித்தபின்தான் இந்த வேலை. இளங்கலைப் பட்டமாவது இருந்திருந்தால் வேறு வேலைக்கு முயற்சித்திருக்கலாம். ஆனால் பணியாளர் வேலையில் அவனுக்கு எந்தவிதச் சுணக்கமும் இருக்கவில்லை. அவன் நண்பன் எப்படி இருப்பானோ என்று கவலைப்பட்டாள். முத்துவேலைப்போல் படிப்பை

முழுவதும் முடிக்காதவன் என்றாலும் பொறுப்புள்ளவனாகப் பட்டான். தட்டச்சுப் பயிற்சி பெற்றிருந்தான். அதில் நல்ல திறமை இருந்தது. அவனைப் பற்றிச் சொன்னதும் பேராசிரியர் அவனை அழைத்துச் சில பக்கங்களைத் தட்டச்சுச் செய்யச் சொன்னார். அவருக்குத் திருப்தியாக இருந்தது. நிறுவனத்தில் இந்தக் காலக்குளிகை வேலைக்காக அவனை நியமிக்கச் சிபாரிசு செய்தார். காலக் குளிகை' என்று பெயரிட்ட கோப்பில் அவன் பெயரும் இணைந்தது. சிவானந்தன் உற்சாகமாக வேலையை ஆரம்பித்தான். பேராசிரியர் கையால் எழுதுவதையும், சமயத்தில் அவர் கூற அவன் சுருக்கெழுத்தில் எழுதிக்கொள்வதையும் சிறப்பாகத் தட்டச்சு செய்தான்.

ஒரு மாதத்தில் பேராசிரியர் எழுதி முடித்து நிறுவன இயக்குனரிடம் ஒப்படைத்துவிட்டார். கிளம்புவதற்கு முதல் நாள் இரவு அவளையும் மற்றவர்களையும் அவர் அறைக்கு அழைத்து விருந்துவைத்தார்.

மறுநாள் காலை அவரை வழியனுப்ப விமான நிலையம் வரை போனார்கள் எல்லோரும். அவள் முதுகில் தட்டி, "தொடர்பில் இரு" என்றார்.

இரண்டு மாதங்கள் சென்ற பிறகு தகுந்த இடம் ஒன்றில் ஆழ்கிணறுபோல் வெட்டிய துளை ஒன்றில் எஃகும் தாமிரமும் கலந்து செய்யப்பட்டு, கூர்முனையுள்ள குளிகை அமைப்பில் இருந்த கூடு ஒன்று புதைக்கப்பட்டது. அதில் பேராசிரியர் எழுதிய 10,000 சொற்கள் அடங்கிய வரலாற்றறிக்கை இருந்தது.

○

அதன்பின் நடந்தவை பூகம்பமா, வெள்ளமா, புயலா, எரிமலையா, விண்கோள் தாக்குதலா என்று சொல்ல முடியாமல் போயிற்று அவளுக்கு. ஆனால் அந்தப் பூகம்ப வெடிப்பில், வெள்ளத்தின் வேகத்தில், புயலின் சீற்றத்தில், எரிமலைக் குழம்பில், விண்கோள் மோதலில் பேராசிரியர் சிக்கிக்கொண்டார். ஒரு பெரிய திட்டமிடப்பட்ட சதியில் அவளும் அவளையறியாமல் ஓர் இணைப்புக் கொக்கியாக இருந்ததை அவள் உணர்ந்தபோது காலம் கடந்துவிட்டது.

○

ஒருநாள் வேலைக்கு நடுவே ஏதோ கேட்க முத்துவேலைப் பார்க்கப் போனபோது அவனில்லை. அப்புறம் வரலாம் என்று திரும்பியபோது எதேச்சையாக அவன் மேசையில் பிரிக்கப்பட்ட உள்நாட்டுத் தபால் உறை ஒன்று இருந்தது

கண்ணில் பட்டது. எந்த நோக்கமும் இல்லாமல் அவள் கண் அதன்மீது ஓடியது. ஆங்கிலத்தில் எழுதப்பட்ட கடிதம்.

அன்புள்ள முத்துவேல்,

உங்கள் அலுவலகத் தொலைபேசியில் அழைக்க விரும்ப வில்லை. அதனால் இந்தக் கடிதம்.

உன் மாணவ நாட்களின் கொள்கைச் சார்பை நீ இன்னும் விடவில்லை என்பது குறித்து மிக்க மகிழ்ச்சி. காலக்குளிகையில் இருப்பது இரண்டொரு நாட்களில் வெளியாகி சேதி தீயாகப் பரவப் போகிறது. இது உன்னாலும் சிவானந்தனாலும்தான் சாத்தியமாயிற்று. மிக்க நன்றி. ஆனால் இதில் நீங்கள் இருவரும் இழுபடாமல் இருக்கவும் உங்கள் பாதுகாப்புக்காகவும் நீங்கள் அனுப்பிய காலக்குளிகை அறிக்கையும் முன்பு அனுப்பிய தரவுகளையும் என் வீட்டில் கொண்டுவந்து வைத்திருக்கிறேன். இங்கே யாரையாவது அனுப்பி எடுத்துக்கொள்ளுங்கள். அவற்றைத் தகுந்த கோப்புகளில் மீண்டும் வைத்துவிடுங்கள். இல்லாவிட்டால் வீண் குழப்பங்கள் ஏற்படும். நாங்கள் பேராசிரியரே காலக்குளிகை அறிக்கையைத் தந்ததாக அவர் மேலேயே பழியைப் போடும் முயற்சியில் இருக்கிறோம். அதனால் நீங்கள் இருவரும் கவலைப்பட வேண்டாம்..."

அவள் ஒரு கணம் உறைந்து நின்றாள்.

பிறகு உதவியாளரிடம் சொல்லிவிட்டு மடமடவென்று வெளியே போய் ஓர் ஆட்டோவை நிறுத்தி அமர்ந்து பிரதான அஞ்சலகத்துக்குப் போகச் சொன்னாள். அங்கிருந்து நெடுந்தூரத் தொலைபேசித் தொடர்புகொள்ள முடியும். ஆட்டோவில் போகும்போது திடீரென்று சில நினைவுகள் வந்து முட்டின.

நிதி நல்கைகளைப் பற்றிய விவரங்கள் வெளியே கசிந்த போது, இந்த விவரங்கள் அவர்களுக்கு எப்படிக் கிடைத்தன என்ற கேள்வி எழுந்தது. அவளை நிறுவன இயக்குனர் அழைத்து விசாரித்தார்.

"நிதி நல்கை அமர்வுகளின் நடவடிக்கைக் குறிப்புகளை நீதானே எடுக்கிறாய்?"

"ஆமாம், ஸர்."

"எடுத்தபின் என்ன செய்கிறாய்?"

"அதைத் தட்டச்சு செய்யத் தருகிறேன்."

"பிறகு?"

இரு பைகளில் ஒரு வாழ்க்கை

"அதை அந்தந்த அமர்வுக்கான கோப்பில் வைக்கிறேன்."

"எவ்வளவு பிரதிகள் எடுக்கிறாய்?"

"பத்து, ஸர்."

"கோப்புகளை எங்கே வைக்கிறாய்?"

"அலமாரியில், ஸர்."

"அதன் சாவி உன்னிடம்தான் இருக்கும், இல்லையா?"

"திறந்த இரும்பு அலமாரி ஸர்."

"யார் வேண்டுமானாலும் அந்தக் கோப்புகளை எடுக்கலாம் இல்லையா?"

"இல்லை ஸர். நீங்களோ வேறு அதிகாரிகளோ கேட்டால் நான்தான் கோப்புகளிலிருந்து எடுத்துத் தருவேன். அதுதான் வழக்கம், ஸர்."

"உன் கீழே எத்தனை பேர்?"

"மேல் நிலை உதவியாளர் ஒருவர். ஒரு கீழ்நிலை உதவியாளர். ஒரு பணியாளர், ஸர்."

"அந்தப் பணியாளரை நீதான் சிபாரிசு செய்தாயாமே?"

"அவன் என் நெருங்கிய தோழியின் தம்பி, ஸர்."

"பெயர் என்ன?"

"முத்துவேல், ஸர்."

"தமிழரா?"

"ஆமாம், ஸர்."

"சரி. உன் அறையில் இரும்பு அலமாரி ஒன்று வைக்கச் சொல்லிவிடுகிறேன். இனிமேல் கோப்புகள் அதில் இருக்கட்டும். அதன் சாவி உன்னிடம் இருக்கட்டும்."

அவள் அறைக்கும் காத்ரெஜ் அலமாரி ஒன்று வந்தது. மற்ற இரு ஆராய்ச்சி அதிகாரிகள் அறைகளிலும் காத்ரெஜ் அலமாரிகள் வந்தன. திறந்த அலமாரியிலிருந்து கோப்புகளைப் பூட்டக்கூடிய அலமாரியில் வைக்க முத்துவேல்தான் உதவினான்.

"என்ன அக்கா, முகம் வாடியிருக்கு?" என்றான்.

"ஒன்னுமில்ல முத்து. ஃபைல்ல இருந்து மினிட்ஸ் எல்லாம் வெளில எப்படியோ போயிருக்கு. ஒரே குழப்பமா இருக்கு" என்றதும், "ஓ, சரி சரி, வேலையைப் பார்ப்போம்" என்றான்.

அலமாரியை அவள் பூட்டியதும் போய்விட்டான். அவள் மீண்டும் அலமாரியைத் திறந்து கோப்புகளிலிருந்த சைக்கிளோஸ்டைல் பிரதிகளை எண்ணினாள். எல்லாவற்றிலும் ஒன்று குறைந்திருந்தது.

சற்றுக் குழப்பமாக இருந்தது. தட்டச்சு செய்யும்போது மைப்படித் தாளை வைத்து நான்கு பிரதிகள்வரை எடுக்கலாம். ஆனால் அலுவலகத்தில் சைக்கிளோஸ்டைல் இயந்திரம் இருந்ததால் தட்டச்சு செய்யும்போது ஒரே ஒரு மைப்படி பிரதி எடுத்து, மற்ற பிரதிகளைத் துளைத் தாளில் தட்டச்சு செய்து பிரதிகள் எடுப்பது வழக்கம். மூலப்பிரதியும் பத்துப் பிரதிகளும். தன் கையால் எழுதியதை அவள் கிழித்துவிடுவாள் குழப்பம் வராமல் இருக்க. எல்லாக் கோப்புகளிலும் ஒரு பிரதி குறைந்திருந்தது. எத்தனை பிரதிகள் எடுத்தோம் என்று குழப்பம் ஏற்பட்டது. பிறகு அது மறந்தும் போயிற்று.

இப்போது அது மனத்தில் முளைத்து வந்தது.

பிரதான அஞ்சலகம் வந்ததும் இறங்கி ஓடி நெடுந்தூர உரையாடலுக்கான எண்ணைத் தந்தாள். பேராசிரியரின் எண்.

“ஹலோ” என்றார் பேராசிரியர்.

“சார், நான் மைதிலி பேசறேன். அந்தக் காலக் குளிகை டாகுமென்டை யார் கிட்டயும் கொடுக்காதீங்க சார்.”

“ஏம்மா, என்ன ஆச்சு?”

அவசரமாக விளக்கினாள். பேராசிரியர் சிரித்தார். “நீயும் என் மனைவி மாதிரி காரணமே இல்லாமல் கவலைப்படறே. அது ரகசியமான டாகுமென்ட்னுட்டு யாரும் சொல்லவே இல்லையே? அதெல்லாம் ஒன்னுமில்லை.”

“எதுக்கும் கொடுக்காதீங்க, சார்.”

“இப்பத்தாம்மா கொடுத்தேன்.”

“யாருக்கு சார்?”

“அந்த ஐ.ஏ.எஸ். அதிகாரி பற்றிச் சொன்னேனே உன் கிட்ட? ப்யூரோக்ராட்டா இருந்தாலும் வரலாற்று விஷயங்கள்ல அவ்வளவு ஆர்வம். அவர் எங்கேயோ ஏதோ காலேஜ்ல காலக் குளிகை பற்றிப் பேசப்போகிறாராம். அதுக்கு இந்த டாகுமென்டைப் பார்க்கணும்னு அவ்வளவு தூரம் ஜீப் அனுப்பி டிரைவர் கிட்ட கொடுக்கச் சொன்னார்.”

“சார், காலக் குளிகைல என்ன இருக்குன்னு விஷயமே இன்னும் வெளியில் வரலியே சார்? எப்படிப் பேச ஒத்துக்கிட்டாராம்?”

“பாயின்ட்” என்றார் பேராசிரியர்.

பிறகு, “சிவானந்தன் ரெண்டு மூணு கார்பன் பேப்பர் வெச்சு அடிக்கிறபோது, எதுக்கு இவ்வளவு காப்பி, ஒரு வேளை அந்த ரெண்டு ஆராய்ச்சி உதவியாளர்கள் இருந்தாங்களே அவங்க ஃபைல்ல வைக்கவோன்னு நினைச்சேன்” என்றார்.

அவர் மனைவி, “தராதீங்கன்னு சொன்னேன், கேட்டீங்களா?” என்று கூறியது கேட்டது பின்னணியில்.

“விடும்மா. ஒன்னுமே இல்லை. டோன்ட் வரி” என்று பேச்சை முடித்தார்.

புதைக்கப்பட்ட காலக்குளிகையில் இருந்த வரலாற்றைத் தாக்கு தாக்கென்று தாக்கினார் ஐ.ஏ.எஸ். அதிகாரி. பேராசிரியரே தன்னிடம் தந்தது என்று அறிவித்தார். அவர் கல்லூரியில் இட்ட தீ மூள்க மூள்கவே என்று சொல்லி இட்டதுபோல் கொழுந்துவிட்டு எரிந்தது. அது ஓர் அரசியல் குடும்பத்தைப் போற்றுவதாம். நாட்டின் முக்கியமான தலைவர்கள் பெயர்களே இல்லையாம். 4000 பொ.யுவில் திறக்கப்பட்டால் அது நாட்டின் பெருமையை, கலாசார உயர்வை, அதன் தர்மத்தை ஒட்டிய சிந்தனைகளை முற்றிலும் குலைத்துவிடுமாம்.

வரலாற்று நிறுவனத்தின் இயக்குனர் பேராசிரியரைத் தொலைபேசியில் அழைத்து, அந்தக் காலக்குளிகைத் தரவை ஏன் தந்தீர்கள் என்று கேட்டதும், “அது ரகசியக் கோப்பு என்று நீங்கள் சொல்லவே இல்லையே? எங்கும் அப்படிக் குறிக்கவில்லையே?” என்றார் பேராசிரியர். மேலும் இதில் என்ன ரகசியம் என்று தனக்குப் புரியவில்லை என்றார். அமெரிக்காவில் புதைக்கப்பட்ட காலக்குளிகையின் உள்ளே வைத்திருக்கும் வரலாற்றுக் குறிப்பு அமெரிக்காவின் அரசு நூலகத்தில் யார் எப்போது வேண்டுமானாலும் எடுத்துப் படிக்கும்படி வைக்கப்பட்டுள்ளது என்றார்.

பிறகு எந்த அழைப்பும் வரவில்லை.

பேராசிரியருக்கு இப்படி எழுத ஏகப்பட்ட லஞ்சம் தரப்பட்டது என்றும், ஒவ்வொரு வரியும் யாரோ சொல்ல அவர் எழுதியது என்றும் வதந்திகள் பரவின. அரசாங்கத்திலிருந்த ஏவலாள் கூட அவரைப் பார்க்க வரவில்லை என்று அவளுக்குத் தெரியும். அந்த அறையில் உட்கார்ந்துகொண்டு, 10,000 சொற்களில் 25 ஆண்டுகளின் சரித்திரத்தைக் குறுக்கி, 30 நாட்களுக்குள் எழுத அவர் பட்ட பாடு அவளுக்குத்

தெரியும். போகவர விமானச் செலவும் விருந்தினர் இல்லத்தில் கட்டணமின்றித் தங்குவதற்கான சலுகையும்தான் அவருக்குக் கிடைத்ததெல்லாம். கிளம்புவதற்கு முந்தைய தினம் அவருக்கு ஆயிரம் ரூபாய்க்குக் காசோலை ஒன்று தரப்பட்டது. அதில் 800 ரூபாய் ஒரு மாதச் சாப்பாட்டுக்குப் போக அவரிடம் எஞ்சியது 200 ரூபாய்தான். அதுவும் அவளுக்குத் தெரியும். ஆனால் அந்த ஆயிரம் ரூபாயைக்கூட அவர் எதிர்பார்க்கவில்லை. வரலாற்றுக் குறிப்பை எழுத ஏதாவது தொகை தரப்படும் என்று அவருக்குக் கூறப்படவுமில்லை. மிகுந்த மகிழ்ச்சியுடனேயே அந்தக் காசோலையைப் பெற்றுக்கொண்டார். ஆனால் ஆயிரக் கணக்கில் பணம் தரப்பட்டது என்ற வதந்தி விடாமல் பரவியது.

உறவினர் ஒருவர் ஒரு நாள் அழைத்தார்.

"மாலதிக்குக் கல்யாணம் வெச்சிருக்கோம்."

"ரொம்ப மகிழ்ச்சி."

"ஒரு இருபதாயிரம் குறையுது. நீங்க உதவினால்..."

இன்னொரு உறவினர் வேறு ஒரு விஷயத்துக்குக் கூப்பிட்டார்.

"அயனான மனை விலைக்கு வந்திருக்கிறது. உங்க ஞாபகம் வந்தது."

புடவைக்காரர் கொண்டுவந்த விலை உயர்ந்த புடவையை வாங்கிக்கொள்ளவா என்று மனைவி கேட்டாள்.

மாணவர்கள் சிலர் நிதி உதவி கேட்டனர்.

ஐ.ஏ.எஸ். அதிகாரி கை நிறையச் சம்பளம், பதவி, அதனுடன் வரும் ஜபர்தஸ்துகள், சலுகைகள் இவற்றுடன் அரசு ஊழியராக வேண்டும் அல்லது சாதாரணப் பேராசிரியராக இருந்து வரலாற்றைக் கற்பிக்க வேண்டும் என்று எச்சரிக்கப்பட்டு ஏதோ ஒரு பயனில்லாத் துறைக்கு மாற்றப்பட்டார். அவரைக் கதாநாயகனாக உருவாக்கி முடுக்கிவிட்டவர்களும், வெற்றியை ஈட்டிவிட்டோம், தேனிக்கூட்டைக் கலைத்தாகிவிட்டது, இதோ அடுத்த முனையிலேயே புரட்சி என்று விலகிவிட்டனர்.

பிரதம மந்திரி, "காலக்குளிகை அவ்வளவு ஒன்றும் பிரமாதமான யோசனை இல்லை, கல்வித்துறை சொல்லி நான் ஏற்றுக்கொண்டேன்" என்றார். கல்வித் துறை அமைச்சர், "அது என் யோசனையே இல்லை. துறையிலிருந்த யாரோ பரிந்துரைத்தது" என்றார். அதற்கு ஆன மொத்தச் செலவே 30,000 ரூபாய்தான் என்று கூறப்பட்டது.

காலக்குளிகையில் ஏதேதோ ரகசியத் தரவுகள் இருந்தன என்று தொடர்ந்து கூறப்பட்டது. நான்காண்டுகளுக்குப் பிறகு அரசாங்கம் மாறியது. ஆறு மாதங்களுக்குப் பிறகு பத்தாயிரம் ரூபாய் செலவில் காலக்குளிகை வெளியே எடுக்கப்பட்டது. வரலாற்றறிக்கை தவிர அதில் வேறு எந்த ரகசியத் தரவுகளும் இருந்ததாகத் தெரியவில்லை. நாடாளுமன்ற வாசகசாலையில் நாடாளுமன்ற உறுப்பினர்களின் பார்வைக்கு வரலாற்றறிக்கை இரண்டு நாட்களுக்குச் சில மணி நேரங்களுக்கு மட்டுமே வைக்கப்பட்டது. காந்தியைப் பற்றியும் அஹிம்ஸாவாதம் பற்றியும் விரிவாகக் கூறப்படவில்லை, இது மிகக் குறைந்த செய்திகளைக் கூறும் வராலாறு என்றெல்லாம் நாடாளு மன்றத்தில் விவாதிக்கப்பட்டது. அது 4000 பொ.யு.வில் திறக்கப் பட்டு அந்த யுக மனிதர்களால் படிக்கப்பட வேண்டிய வரலாறு என்பதை யாருமே உணர்ந்ததாகத் தெரியவில்லை. நாடாளுமன்றத்தில் வைக்கப்பட்ட நாடாளுமன்றக் குழுவின் அறிக்கை பொது மக்களின் பார்வைக்கு வரவில்லை. பிறகு அது குறித்து எழுந்த கேள்விகள் புறக்கணிக்கப்பட்டன.

காலக்குளிகையில் வைக்கப்பட்ட வரலாற்றறிக்கை பேராசிரியர் எழுதியதுதானா? அதில் மாற்றங்கள் செய்யப் பட்டனவா? ஏன் செய்யப்பட்டன? யார் செய்தது? ஹிந்தியிலும் மொழிபெயர்க்கப்பட்டு அது ஆங்கில வரலாற்று அறிக்கையுடன் புதைக்கப்பட்டது எனப்பட்டது. அப்படியானால் ஹிந்தியில் மொழிபெயர்த்தது யார்? அதை ஆங்கில அறிக்கையுடன் ஒப்புநோக்கியது யார்? வரலாற்று நிறுவனத்திலிருந்த கோப்பு என்ன ஆயிற்று?

வெளியில் எடுக்கப்பட்ட காலக்குளிகை மீண்டும் புதைக்கப்பட்டதா? அதில் வேறு வரலாற்றறிக்கை எழுதப் பட்டுப் போடப்பட்டதா? அதை எழுதிய வரலாற்றாசிரியர் யார்? அது பொதுமக்கள் பார்வைக்காக எங்காவது வைக்கப் பட்டுள்ளதா?

பேராசிரியர் அறிய ஆவலாக இருந்தார். அவர் ஒரு சிற்றூரில் கல்லூரி ஒன்றின் தலைவராக இருந்தார்.

❍

பல மதக் கலவரங்கள், பேரிடர்கள், சாவுகள், போர்களுக்குப் பின் இப்போது இன்னும் பெரிய அளவில் தேசக் கொண்டாட்டம்.

பிரதம மந்திரி வெண் புறாக்களை வானில் பறக்கவிடுவார் என்று சொன்னார்கள். அவளும் கூட்டத்தில் ஒருத்தியாக நின்றுகொண்டிருந்தாள். பேராசிரியர் மறைந்து காலமாயிற்று.

உலகெங்கும் சாந்தி நிலவ, உலகமே அமைதிப் பூங்காவாக இந்த நாடு உழைக்கும், எல்லோருக்கும் அமைதியின் எடுத்துக் காட்டாகத் திகழும் என்று தொண்டையடைக்கப் பேசினார் பிரதமர். பின் ஒன்றுக்குப் பின் ஒன்றாக வெண்புறாக்களைப் பறக்கவிட்டார். எல்லோரும் வானத்தைப் பார்த்தனர்.

ஸ்ரீ லக்ஷ்மணாசார்யாவின் "ரகுபதி ராகவ ராஜாராம்" பாடலை பள்ளிச் சிறுவர்கள் பாட ஆரம்பித்தனர். பிறகு ஜி.என்.பி. பிரபலமாக்கிய மாயூரம் விஸ்வநாத சாஸ்திரிகளின் "ஜயதி ஜயதி பாரதமாதா" பாடல். தமிழ் மாணவர்கள் குழு ஒன்று பாரதியின் "சிறந்து நின்ற சிந்தையோடு தேயம் நூறு யென்றிவள்" பாடலைப் பாட ஆரம்பித்தபோது அதன் தாள கதியில் ஈர்க்கப்பட்ட கூட்டம் ஆரவாரித்தது.

திடீரென்று தோளில் ஏதோ குறுகுறுத்தது. ஒரு வெண் புறா அவள் தோளில் அமர்ந்துகொண்டிருந்தது. திரும்பிப் பார்த்ததும் தன் மணிக் கண்களால் அவளைப் பார்த்து 'கக்ஹூம் கக்ஹூம்' என்று ஏதோ கூறியது.

"இறந்து மாண்பு தீர மிக்க
ஏழ்மை கொண்ட போதினும்
அறம் தவிர்க்கி லாது நிற்கும்
அன்னை வெற்றி கொள்ளவே"

என்ற வரிகளைப் பாடிக்கொண்டிருந்தபோது கூட்டத்தினூடே நடந்து மெல்ல வெளியே வந்தாள். தோளிலிருந்த வெண்புறாவை வானில் பறக்கவிட்டாள். அது பறப்பதைப் பார்த்தபடி நின்றாள்.

೦೦೦

இரு பைகளில் ஒரு வாழ்க்கை

7

சாம்பல் வண்ணக் கால்சராய்

கதவைப் படபடவென்று யாரோ தட்டிய போது அது கட்டாயம் காலை ஓட்டம் செய்து விட்டு வரும் தன் கணவனாகத்தான் இருக்கும் என்று நினைத்தாள். ஓடிவிட்டு வந்து கழிவறைக்குப் போகும் அவசரமாக இருக்கும். வாயில் மணியை அடிக்கக்கூடத் தோன்றாது.

கதவைத் திறந்தால் எதிரே அதிதி பார்கவா. பதற்றத்துடன் இருந்தாள். அன்று புதன்கிழமை. அவள் மாஹிம் தேவாலயத்துக்குப் போகும் நாள். வழக்கமாக மாலையில் அங்கு போய்விட்டு வரும் வழியில்தான் இங்கு வருவாள். இவளுக்கு மற்றவர்களைப் போல் அல்லாமல் புதன் விடுமுறை என்பதால். புதனன்று வகுப்புகள் கிடையாது. கையெழுத்துப் போட்டுவிட்டு வந்தால் போதும். இல்லாவிட்டால் தினம் இரவு ஏழு அல்லது எட்டு மணி ஆகிவிடும் வீடு திரும்ப. அன்று கையெழுத்துப் போட்டுவிட்டு வந்தாகிவிட்டது.

அதிதியின் கையைப் பிடித்து உள்ளே அழைத்துவந்தாள்.

"என்ன ஆச்சு, அதிதி?"

ஏதோ குழறினாள்.

அவளை உட்காரவைத்துவிட்டு, தேநீர்க் கெட்டிலில் இருந்த தேநீரை இரு கோப்பைகளில் ஊற்றி, பால் சர்க்கரை போட்டு அவளுக்கு ஒரு கோப்பை கொண்டுவந்து வந்தாள்.

"முதல்ல டீ குடி."

தன் கோப்பையை எடுத்துக்கொண்டு வந்து அமர்ந்து அதிதியை உற்றுப் பார்த்தாள். தலைமுடி கலைந்திருந்தது. ஏதோ பயம் முகத்தில்.

மெல்லத் தேநீர் அருந்தியபடி, "திவாகர் வந்திருந்தான்" என்றாள்.

"அது எப்படி முடியும்? உளறாதே."

"வந்து அந்தச் சாம்பல் கலர் பான்ட்டை பீரோவிலிருந்து எடுத்தான். ஆமி ஷொத்ய கதா போல்சி" என்றாள் பெங்காலியில் அவள் உண்மையைத்தான் சொல்கிறாள் என்பதை வலியுறுத்தி.

திவாகர் அவள் கணவன். அவன் பீரோவிலிருந்து தன் சாம்பல் நிறக் கால்சராயை எடுத்துக்கொள்வது ஒன்றும் பெரிய விஷயமில்லை. திவாகர் இறந்து இரண்டு மாதங்களாகின்றன. அவ்வளவுதான்.

இவளுக்கே படபடவென்று வந்தது.

❍

அதிதி பானர்ஜியும் திவாகர் பார்கவாவும் அவளும் ஒரே கல்லூரியில் படித்தவர்கள். கல்லூரிக் காதல். அதிதியின் பெற்றோர்கள், அண்ணன்மார்கள், மற்ற பெங்காலி உறவினர்கள் எல்லோரையும் எதிர்த்து நடந்த பதிவுத் திருமணம். அவன் பெற்றோர்களுக்கு மறுப்பு ஏதும் இருக்கவில்லை. அதிதி மீன் சாப்பிடுவது மட்டும் பொறுக்கவில்லை. மீன் சாப்பிட இவள் வீட்டுக்கு வருவாள். ரூயி, கட்லா வகை கெண்டை மீன்கள் எப்போதாவது கிடைத்தால் வாங்கிக்கொண்டு இவளைக் கூப்பிடுவாள் வீட்டுக்கு வரலாமா என்று கேட்க. 'மாச்சேர் ஜோல்' செய்து சாப்பிட்டபின்தான் அவள் மனம் அடங்கும்.

"பத்மா, 'மாச்சேர் ஜோல்' முன் காதல் எல்லாம் எம்மாத்திரம்?" என்பாள் சாப்பிட்டுவிட்டுக் கிறங்கிப்போன குரலில்.

"ஒரு பெங்காலியையே நீ கல்யாணம் செய்து கொண்டிருக்கலாம்!"

"ஏய்! திவாகரை அவமதிக்காதே!"

திவாகருக்காக எதையும் செய்யத் தயாராக இருந்தாள். அவன் சினிமாத் துறையில் கால் பதிக்க முயன்றுகொண்டிருந் தான். அவனுடைய அப்பாவும் சினிமாத் துறையிலிருந்து

ஓய்வுபெற்ற பழம் நடிகர்தான். திவாகருக்கு எப்போதாவது பணம் வரும். அதிதி குழந்தைகளுக்கான ஒரு பள்ளி ஒன்றைத் தோட்டத்தில் இருந்த ஒரு பெரிய அறையில் நடத்தினாள். அதில் வந்த பணத்தில்தான் குடும்பத்தில் அவர்கள் பங்குக்கான செலவும் அவர்கள் சொந்தச் செலவும். தினமும் அவன் கிளம்பும் முன் அவன் குர்தாவின் முன்பக்க ஜேபியில் நூறு ரூபாய் நோட்டு ஒன்றை வைப்பாள்.

அவன் அப்பாவின் உதவியும் சிபாரிசும் பக்கபலமாக இருக்க திவாகர் சிறிது கால் ஊன்றினான். இரண்டு பையன்கள். இரண்டு ஆண்டுகள் இடைவெளி இருவரிடையே. திவாகர்தான் அவர்களின் ஹீரோ.

அப்போதுதான் ஒரு நாள் குர்தாவின் ஜேபியில் நல்ல வாசனையுடன் அந்தக் கைக்குட்டை கிடைத்தது. திவாகரோ அவளோ வாசனைத் திரவியங்களை உபயோகிப்பதில்லை. கைக்குட்டையும் அவள் அவன் பெயரைப் பூவேலை செய்திருந்த வழக்கமான கைக்குட்டை இல்லை.

அவனைக் கேட்டபோது அவன் வழக்கத்துக்கு மாறாகக் கோபமுற்றான்.

பிறகு அங்கொன்றும் இங்கொன்றுமாய் வேறு தடயங்கள் வேறு கதைகளைக் கூறின.

வயது அதிகம் ஆகாத அம்மா பாத்திரங்களில் நடிக்கும் நடிகை. விதவை. பதினைந்து வயதில் மகள். அவளுக்கு உதவப்போய் இந்த உறவு. சினிமாத் துறையில் தயாரிப்பு இலாகாவில் அவள் மூலம்தான் மிகப் பெரிய தயாரிப்பு நிறுவனங்களில் அவனுக்குச் சில நல்ல வாய்ப்புகள் வந்தன.

அவன் வீட்டுக்கு வருவது குறைந்தது. அவன் குடும்பத்தினர் அவனை அவளுடன் இருத்திக்கொள்ளத் தெரியவில்லை அவளுக்கு என்றனர்.

“அவன் வரும்போதெல்லாம் முடி கலைந்து, எண்ணெய் வழியும் முகத்துடன், வீட்டுப் புடவையில் நின்றால் அவன் வேறு இடம்தான் பார்ப்பான்.”

அவனுடன் இதமாகப் பேசிப் பார்த்தாள். “இதோ பார். வீண் டிராமா வேண்டாம்” என்றான்.

பிள்ளைகள் இருவரும் அப்பாவைப் பார்க்க ஏங்கினார்கள். சின்னவனின் பிடிவாதம் அதிகரித்தது.

பெரியவன் பள்ளியில் ஜெய்பூருக்குச் சுற்றுலா அழைத்துக் கொண்டுபோனபோது, “மம்மி, பப்பா ஸ்டேஷனுக்கு

வருவாரா?" என்றான். திவாகருக்குச் சேதி அனுப்பினாள். ரயில் கிளம்ப ஐந்து நிமிடங்கள் இருந்தபோது தூரத்தில் திவாகரைப் பார்த்தவன் "பப்பா..." என்று கூவி, ஓடிப்போய் அணைத்துக்கொண்டான். அவள் திவாகரின் முகத்தைப் பார்த்தாள். பளபளப்பு கூடியிருந்தது. ஆனால் அதைத்ததுபோல் இருந்தது முகம்.

பிறகு சின்னவனின் விபத்து. கண்ணை விழித்ததும் "மம்மி, பப்பாவைக் கூப்பிடு" என்று அழுகை. திவாகர் ஏதோ படப்பிடிப்புக்காக வெளியூர் போயிருந்தான். "பப்பா, பப்பா" என்ற அவன் அரற்றல் நிற்கவில்லை.

எல்லா விவரங்களும் நிகழ்வுகளும் சேதிகளாக, நீண்ட மின்னஞ்சல்களாக, நேரிடைச் சந்திப்புகளில் தொண்டை யடைக்கப் பேசிய குமுறல்களாக அவளை எட்டியபடி இருந்தன. திவாகரை அணுக அவள் முயன்றபோது அவன் அதை அனுமதிக்கவில்லை.

அவன் குடும்பத்து முன்னோர்கள் பூசாரிகளாக இருந்தவர்களாம். ஒரு நாள் பூசாரி ஒருவர் அழைத்துவரப் பட்டார். வீட்டுக்குள் நுழைந்து முகர்ந்து பார்ப்பதுபோல் மூக்கு விடைக்க மூச்சுவிட்டவர் வெளியே தோட்டத்தில் நாலு மூலைகளில் ஏதோ புதைக்கப்பட்டிருக்கிறது என்றார். வெளியே ஓடி நாலு மூலைகளில் இருந்த மரங்களின் கீழே தோண்டிப் பார்த்தால், கீறி குங்குமம் அடைத்த மூன்று எலுமிச்சம் பழங்கள். நெஞ்சில் ஊசி குத்தப்பட்ட ஒரு பொம்மை.

ஹோமம் வளர்த்துப் பூஜை செய்தனர் ஏவலைக் குலைக்க. பூசாரி உக்கிரத்தோடு மந்திரங்களைச் சொன்னார்.

மாமனார் இறந்துபோனார்.

○

சொத்துக்களைப் பாகப் பிரிவினை செய்யவேண்டும் என்று திவாகரின் தம்பி குரலெடுத்தான். திவாகருக்குச் சொத்தில் பங்கு தர அவர்களுக்கு ஆட்சேபணை இருக்கவில்லை. அதிதியை என்ன செய்வது என்று யோசித்தனர். இவள் அதிதியின் தரப்பில் பேச ஒரு வக்கீலுடன் போனபோது ஒரு வீடு வாங்கித் தருவதாக உறுதியளித்தனர். வீடு குடும்ப அறக்கட்டளை பெயரில் வாங்கப்பட்டது. இரண்டு பெட்டிகளுடன் அங்கே போனாள் அதிதி தன் பையன்களுடன்.

வீடு வாங்கித் தந்தது ஒரு கண்துடைப்பு என்று பிறகு தெரிந்தது அதிதியிடமிருந்து மின்னஞ்சல் வந்தபோது.

இரு பைகளில் ஒரு வாழ்க்கை

அன்புள்ள பத்மா,

உன்னை வந்து பார்க்கவில்லை. தகவலும் அனுப்பவில்லை. மன்னித்துக்கொள்.

இந்த வீட்டுக்கு வந்து பத்து நாட்களாகிறது. இது வெறும் நான்கு சுவர்கள் உள்ள வீடுதான். ஃபேன் இல்லை. சமைக்க காஸ் அடுப்பு இல்லை. என்னிடம் இருந்த ஒரு ஸ்டவ்வில் சமைக்கிறேன். பாய்கள் வாங்கி வந்தேன் கையில் இருந்த பணத்தில். படுக்கை எதுவும் இல்லை.

இரண்டாம் நாள் இரவு ஒரு மணிக்கு வாயில் மணி விடாமல் அடித்தது. கதவுத் துவாரம் வழியாகப் பார்த்தபோது நாலைந்து குண்டர்கள் நின்றுகொண்டிருந்தார்கள் கையில் தடிகளுடன்.

எனக்கு வியர்த்துக் கொட்டியது. நான் கதவைத் திறக்க வில்லை. போய்விட்டார்கள்.

மறுநாள் திவாகரின் குடும்பத்தைப் போய்ப் பார்த்தேன். சிறிது நேரம் வாதாடியபின் குண்டர்களை அனுப்பியது என் மச்சினன்தான் என்று தெரிந்தது. என் மாமியார் கலங்கிப்போய் விட்டார். அவருக்கு என் மேல் அன்பு ஒன்றும் பொங்கவில்லை என்றாலும் கொஞ்சம் நியாயம் அநியாயம் பார்ப்பவர். உடனே வீட்டை என் பெயருக்கு மாற்றச் சொன்னார். அவர் ஒன்று சொன்னால் மேல் முறையீடு கிடையாது.

இப்போது இது என் வீடு. நீ வா. இங்கு ஒன்றுமில்லை. உன் தோழியான நான் மட்டும் இருக்கிறேன் என் பையன்களுடன். வேலைக்கு முயற்சி செய்கிறேன். குழந்தைகள் பள்ளியை இங்கு நடத்த முடியாது. வேலைக்கு நேர்முகத் தேர்வுக்குக் கூப்பிட்டால் உடுத்திக்கொள்ள ஒரு நல்ல புடவைகூட இல்லை.

முதல் இரண்டு மூன்று நாட்கள் அலண்டுபோய் உட்கார்ந்திருந்தேன். நான்காம் நாள் காலையில் அந்த வீட்டில் பால் பாக்கெட் போடுபவர் வந்து வாயில் மணியை அடித்தார். கதவைத் திறந்ததும், "இங்கே இருப்பதாகச் சொன்னாங்க. ரெண்டு பாக்கெட் பால் தரவா தினமும்?" என்று கேட்டார். நான் பால் வேண்டாம் என்றதும், "ஏன், குழந்தைகள் இருக்காங்களே பஹன்ஜி?" என்றார். தற்போது கையில் பணமில்லை என்றதும், கையில் பால் பாக்கெட்டுகளைத் திணித்துவிட்டு, "நீங்க என் தங்கை மாதிரி. பணம் வரும் போது தாங்க" என்றுவிட்டுப் போய்விட்டார். அவர் போன வுடனேயே மளிகைக் கடைக்காரர் ஓடி வந்தார். "என்ன பஹன்ஜி, இங்கேயா இருக்கிங்க? தூத்வாலா சொன்னார்"

அம்பை

என்றுவிட்டு உள்ளே எட்டிப் பார்த்தார். "எனக்கு ரக்ஷா பந்தன் கட்டியதை மறந்துட்டீங்களா? இந்த அண்ணா இருக்கும்வரை கவலைப்படாமல் இருங்கள்" என்றுவிட்டுப் போனார். அடுத்த பத்தாவது நிமிடம் அவர்கள் கடைப் பையன் ஒரு மாதத்துக்குக் காணும் மளிகை சாமான்களோடு வந்தான். அன்றிரவு சுடச்சுட ரொட்டி சாப்பிட்டார்கள் என் பையன்கள்.

இது கட்டாயம் நரகமில்லை. ஆனால் சொர்க்கமுமில்லை. திரிசங்கு.

நீ முடியும்போது வா.

உன் அதிதி

மறுநாளே சில பாத்திரம் பண்டங்கள், வீட்டில் உபயோகப்படாமல் கிடந்த மின் தூண்டல் அடுப்பு, நாலு நல்ல புடவைகள், உள் பாவாடைகள், ஆயத்த ஆடைகள் கடையில் வாங்கிய ரவிக்கைகள் இவற்றுடன் அதிதியைப் பார்க்கப் போனாள். பையன்கள் பள்ளி சென்றிருந்தனர்.

உடனே கடைத்தெரு போய் மூன்று பஞ்சு மெத்தைகள், விரிப்புகள், தலையணைகள், உறைகள், மடக்கு நாற்காலிகள் நான்கு, சமையலறைக்கு பாட்டில்கள், டப்பாக்கள், அஞ்சறைப் பெட்டி போன்ற சில அத்தியாவசியமான சாமான்களை வாங்கி வந்தனர்.

வாங்கிவந்திருந்த கோலப்பொடியில் அதிதி வீட்டின் வெளியே அல்பனா ரங்கோலி ஒன்று சின்னதாகப் போட்டு விட்டு, பத்மாவை அணைத்துக்கொண்டாள். "என் வீட்டை வீடாக்கினாய்" என்றாள்.

மீண்டும் கிளம்பிப் போய் உடைகள் வைக்க இரு சிறு பீரோக்கள், காற்றாடிகள் இவற்றைத் தேர்ந்தெடுத்து உடனே கொண்டுவரச் சொல்லிவிட்டு, ஒரு சிறு ஹோட்டலில் நுழைந்து பாவ்-பாஜி சாப்பிட்டுவிட்டு, பக்கத்தில் இருந்த பெங்காலி இனிப்புக் கடையில் ஷொந்தேஷ் வாங்கிக்கொண்டனர்.

அதிதி ஓடிப்போய் முதல் ஷொந்தேஷ் துண்டை எதிரிலிருந்த மளிகைக் கடைக்காரரிடம் தந்தாள். அவர் கைகூப்பி வாங்கிக்கொண்டார்.

மீண்டும் வீட்டுக்கு வந்ததும் அதிதி ஷொந்தேஷ் டப்பாவை அவள் அந்த வீட்டிலிருந்து எடுத்து வந்திருந்த காளி படத்தின் முன் வைத்து வணங்கினாள்.

சாமான்கள் வந்ததும் எலக்ட்ரீஷியனைக் கூப்பிட்டு காற்றாடிகளைப் பொருத்தச் சொல்லிவிட்டு, பீரோக்களில்

உடைகளை அடுக்க ஆரம்பித்தனர். பெரியவர்கள் அணியும் சாம்பல் நிறக் கால்சராய் கையில் தட்டுப்பட்டதும், "இது யாருடையது, அதிதி?" என்று கேட்டாள் அவளிடம்.

"திவாகருடயதுதான். நான் பிறந்தநாள் அன்பளிப்பாகக் கொடுத்தது. அவர் தன் சாமான்களைக் கொண்டுபோகும் போது இதை வெச்சுட்டுப் போயிட்டார். சும்மா எடுத்துட்டு வந்தேன்."

ஆடைகளை அடுக்கி வைப்பது அதன் பின் மௌனமாகக் கழிந்தது.

அதிதி எழுந்துபோய் ஏலக்காய் போட்ட தேநீர் தயாரித்துக் கொண்டு வந்தாள். ஒன்றும் பேசாமல் தேநீர் குடித்தனர் இருவரும்.

"பத்மா, எவ்வளவு செலவாயிற்று?" என்றாள் மெள்ள.

"எதுவுமே இல்லை. எல்லாம் உன் பணம்" என்றாள்.

"உளறாதே."

"நிஜமாத்தான். ரூபா பிறந்ததும் நீயும் திவாகரும் அவர் குடும்பமும் ஒரு தங்கச் சங்கிலி தந்தீங்க இல்லையா? அதை விற்றதில் வந்த பணம்."

அதிதி ஒரு நிமிடம் அதிர்ந்துபோய் பின் பத்மாவை இரண்டாம் முறையாக அணைத்துக்கொண்டாள்.

ரூபா ஆறே மாதத்தில் தொண்டை அழற்சி நோயில் போய்விட்ட இவள் குழந்தை.

○

புது வீட்டுக்கு வந்தபின்தான் மாஹிம் தேவாலயம் போக ஆரம்பித்தாள். வேலையும் கிடைத்தது பக்கத்திலேயே ஒரு தனியார் பள்ளியில். முன்பு அவள் வீட்டின் பக்கத்திலிருந்த பெண்மணியுடன் ஆர்லெம்மில் இருந்த தேவாலயத்துக்குப் போவாள் எப்போதாவது. அவர் கூறியிருக்கலாம் மாஹிம் தேவாலயம் குறித்து.

மாஹிம் தேவாலயத்தில் புதன்கிழமைகளில் கூட்டம் அலைமோதும். இந்துக்கள், பார்சிகள், இஸ்லாமியர் என்று பலரும் தொழ வரும் இடம் அது. காலை 7 மணிக்கு வர ஆரம்பிக்கும் கூட்டம் இரவு 12 மணிவரை இருக்கும். பூ விற்பவர்கள், மெழுகுவர்த்தி விற்பவர்கள் இவர்களைக் கடந்து போக வண்டிகளிலிருந்து வரும் ஒலிப்பான்களின் சத்தம் வேறு காதைத் துளைக்கும். புதன்கிழமை நொவெனா சிறப்புத்

தொழுகை நடக்கும். தொடர்ந்து ஒன்பது புதன்கிழமை வேண்டுதல் நிறைவேற வரவேண்டும். அங்குள்ள புனித மேரி அன்னை பல அற்புதங்களைச் செய்பவள் என்ற வதந்தி பரவ ஆரம்பித்தபின் அங்கு பல மதத்தவர்களின் கூட்டம் மொய்க்க ஆரம்பித்தது. முதலில் இரண்டு ஆராதனைகளாக இருந்தது, கூட்டத்தைச் சமாளிக்க, ஒவ்வொரு புதனும் பனிரெண்டு ஆராதனைகளாக மாற்றப்பட்டது.

மூழ்கிவிடலாம் என்று பயப்படும் நபர் துரும்பைக்கூட ஆதாரமாய்ப் பற்றிக்கொள்வதைப்போல் அவள் எதையும் விட்டுவைக்கவில்லை. அவள் வேண்டுதல் எல்லாம் ஒன்றுதான். திவாகர் அவளிடம் திரும்பிவரவேண்டும்.

ஒருமுறை இரவு சற்றுத் தாமதமாகப் போய் பிரார்த்தனைக் கூடத்தில் அமர்ந்தபோது அவள் தனியாக இருந்தாள். மனமெல்லாம் ஒரே வேண்டுகோள்தான். திவாகர் மீண்டும் அவள் வாழ்க்கையில் இணைந்துவிட வேண்டும். திடீரென்று யாரோ தலையைத் தடவுவதுபோல் இருந்தது. கண்ணைத் திறந்தால் எதிரே ஒரு கன்யாஸ்திரீ. “ரொம்ப மனக்கஷ்டத்தில் இருக்கிறாய். உன் கஷ்டமெல்லாம் தீர்ந்துபோகும்” என்றாராம் ஏதோ பாட்டைப் பாடுவது போன்ற தொனியில். கூட்டம் வர ஆரம்பித்ததும் போய்விட்டாராம். அங்கிருந்த பாதிரியாரிடம் அந்தக் கன்யாஸ்திரீயைச் சந்திக்க வேண்டும் என்றதும் கன்யாஸ்திரீகள் யாருமே அங்கில்லையே என்றாராம். அவள் மீண்டும் மீண்டும் கேட்டதும், அன்னை மேரியின் ஓவியத்தின் பக்கம் கைநீட்டிக் காட்டி, “அன்னை மேரியே இறங்கி வந்திருக்கிறாள். அவள் அப்படி அற்புதம் செய்பவள்தான்” என்றாராம். அதிதிக்கு உடல் ஜில்லிட்டுப்போய்விட்டது.

பத்மாவிடம் கூறும்போது மீண்டும் மயிர்க்கூச்சல் ஏற்பட்டது அதிதிக்கு.

காற்றில் கையை ஆட்டி விபூதி வரவழைக்கும் சாமியார்கள், நெடுங்கால பக்தர்களுக்கு லிங்கம், தங்கம் வரவழைத்துத் தரும் மகான்கள் இவர்களை விட்டு அவள் விலகியே இருந்தாள். பகவான் ரமணர் பற்றி ஒரு கதை உண்டு. ஒரு பக்தை இறந்த தன் குழந்தைக்கு அவர் உயிர் தரவேண்டும் என்று மீண்டும் மீண்டும் கெஞ்சினாளாம். அவர் அவளிடம் மென்மையாகப் பேசி அறிவுரை கூறி, சமாதானப்படுத்தி, தேற்றி, அப்படிச் செய்ய முடியாது என்றாராம். இறந்தவர்களைப் பிழைக்கவைக்க முடியுமா என்று வேறு யாரோ கேட்டபோது, சித்தர்கள், ஞானிகள் அதைச் செய்ய முடியும், ஆனால் அது அன்று அவர்கள் வாழ்க்கையின் நோக்கம் என்றாராம். “சாவே நடக்காத

வீட்டிலிருந்து ஒரு கை கடுகு வாங்கி வா” என்று புத்தர் ஒரு பெண்ணிடம் கூறியதும் அதைப் போன்றதுதானே? மந்திர தந்திரங்கள் அற்புதங்கள் என்றதுமே அவள் நினைவுக்கு வரும் இன்னொரு நபர் ஸூஃபி ரபியத். ஒருநாள் இன்னொரு ஸூஃபியும் மகானுமான ஹச்ரத் ஹஸன் பஸ்ரி, ரபியத்தை ஓர் ஏரியின் அருகே பார்த்ததும் தன் தொழுகை விரிப்பை நீரின் மேல் எறிந்து, “ரபியத், வா, இரண்டு ரகாத் இங்கே கூறுவோம்” என்றாராம். அதற்கு ரபியத், “ஹஸன், உங்களுடைய ஆன்மிகப் பொருட்களைச் சந்தையில் நீங்கள் காட்ட விரும்பினால், மற்றவர்கள் செய்ய முடியாததை நீங்கள் செய்ய வேண்டும்” என்றுவிட்டு, தன் தொழுகை விரிப்பை வானில் எறிந்து அதன் மேல் பறந்து ஏறி, “இங்கே மேலே வாருங்கள் ஹஸன். எல்லோரும் நம்மைப் பார்க்கட்டும்” என்று கூறி, “ஹஸன், நீங்கள் செய்ததை மீன்கள் செய்ய முடியும். நான் செய்ததை ஈக்கள் செய்ய முடியும். ஆனால் உண்மையில் செய்ய வேண்டியது இந்த வித்தைகளுக்கு அப்பாற்பட்டது. எதைச் செய்ய வேண்டுமோ அதைச் செய்வோம்” என்றாராம்.

உடலை மீறி எதுவும் இல்லை என்பதில் அவள் உறுதியாக இருந்தாள். அனைத்துலகும் உடலோடு கலந்து பிணைந்தது. ஆனால் அவ்வப்போது சில நிகழ்வுகள் அவளை உலுக்கிவிட்டுப் போயின.

அவர்கள் குலதெய்வம் பழையன்னூர் பகவதி. சுயம்புவாக உருவானவளாம். கொங்கு நாட்டு ராஜா அங்குள்ள மக்களைத் தாக்க வந்ததும் அவனுடன் போரிட்டு வென்று மக்களைக் காத்தவளாம். அவளும் போயிருக்கிறாள் அந்தக் கோயிலுக்கு. சினம் கூடிய விழிகள். ஆடையால் மறைக்கப்படாத உடலின் மேற்பகுதி. பல கைகள். இது அங்கு விற்கப்பட்ட படத்தில். சன்னிதியில் ஒரு பெரிய கல்லில் நிழல்போல் வரைந்த உருவம்தான்.

அவளைத் தரிசித்துவிட்டு ஏதோ குடும்ப நிலத் தகராறைத் தீர்க்கப் போனார்கள் அவள் அண்ணாவும் ஒன்றுவிட்ட அண்ணாவும். குடும்பத்தில் நிலத் தகராறு செய்தவர்கள் பெரிய கைகள். அவர்களை எதிர்ப்பவர்கள் ரத்தம் கக்கிச் சாவார்கள் என்று பயமுறுத்தியிருந்தார்கள். பழையன்னூர் பகவதி இருக்கும்போது என்ன பயம் என்று கிளம்பிவிட்டார்கள் அண்ணன்மார்கள் இருவரும்.

முதல் நாள் மாலை வயல் வழியாகப் போனபோது வானை முட்டுவதைப் போல் ஒரு ராட்சதத் தவளை வழியில் உட்கார்ந்து உறுத்துப் பார்த்துக்கொண்டிருந்தது. அங்கிருந்து

ஓட்டம் பிடித்து, வயலின் இன்னொரு பக்கம் வந்தபோது அழகான ஒரு பழங்காலப் பங்களா தெரிந்தது. வெளியே இரு தூண்கள். இரு தூண்கள் மேலும் சாய்ந்துகொண்டு, பாவாடை தாவணியில் இரு பெண்கள் ஏதோ இனிமையான குரலில் சுலோகம் சொல்லிக்கொண்டிருந்தார்கள். நடுவில் தீபம் ஏற்றப்பட்ட பஞ்சமுக விளக்கு.

திடீரென்று அண்ணாவுக்கு ஒரு நடுக்கம் ஏற்பட்டது. இருவரும் திரும்ப முற்பட்டபோது, "இதாணு வழி, வரு, வரு" என்று எழுந்து நின்று கூப்பிட்டார்கள் பெண்கள் இருவரும். இவர்கள் பிடித்த ஓட்டம் நண்பர் வீட்டுக்கு வந்தபின்தான் நின்றது. மறுநாள் காலை போனபோது அந்தப் பங்களா இருந்த இடத்தில் கிடுகிடு பள்ளம். ஓர் அடி எடுத்து வைத்திருந்தால் அவ்வளவுதான்.

நிலமும் வேண்டாம் ஒன்றும் வேண்டாம் என்று வரும் வழியில் ஏதோ சத்திரம் ஒன்றில் இரவு தங்கியபோது, இரவு பனிரெண்டு மணிக்கு மேல் செவியருகில் மென்மையான குரல் கேட்டதாம்: "இவ்விடே உறங்காம்பாடில்லா. ஏணிக்க ஏணிக்க."

வீட்டில் ஏவல், குட்டிச்சாத்தான் என்றார்கள். "மை டியர் குட்டிச்சாத்தான்" படத்தை 3–பரிமாண கண்ணாடி அணிந்துகொண்டு பார்த்ததுதான் அவளுக்குத் தெரிந்த குட்டிச்சாத்தான். ஆனால் கிட்டத்தட்ட அதே மாதிரி ஓர் அனுபவம் அவளுக்கும் ஏற்பட்டது.

திவாகரின் அப்பா ஒருமுறை இரவு நேரப் படப்பிடிப்புக்கு ஒரு முறை அழைத்துச் சென்றிருந்தார். ஏதோ ஒரு பழைய கோட்டை. அங்கே வெளியே அமைத்திருந்த மேடையில் படப்பிடிப்பு. ஏதோ ராஜா ராணி நாடகம். படப்பிடிப்புக் குழுவினர் அரண்மனையின் ஒரு பகுதியிலேயே தங்கவைக்கப் பட்டிருந்தனர். இவர்கள் போனதும் ஒரு நாள் முன்னால் வந்தவர்கள் முதல் மாடியில் இருந்த பெரிய வராந்தாவில் படுக்க மாட்டோம் என்று புகார் சொல்லிக்கொண்டிருந்தார்கள். இரவு 12 மணிக்கு மேல் ஏதோ வலிமையான ஒன்று அவர்களைத் தூக்கிப் போட்டதாம்.

கீழ்த்தளத்திலும் முதல் மாடியிலும் இடது மூலையில் இருந்த மிகப் பெரிய கழிப்பறைகளை உட்புறத்திலிருந்து ஒரு சுழல் படிக்கட்டு இணைத்தது. அங்கு வெகுகாலம் முன்பு இருந்த அரச குடும்பத்தின் இளவரசியின் ரகசியக் காதலன் இந்தப் படிக்கட்டு வழியாகத்தான் ஏறி வருவானாம். ஓரிரவு பிடிபட்ட இருவரும் சிரச்சேதம் செய்யபட்டனர். ஆனால் காதலன் வருவது நிற்கவில்லை.

“நல்ல கதை” என்றார் திவாகரின் அப்பா.

“அன்றிரவு அதிதி, “பாத்ரூம் போகணும்” என்று காதில் கிசுகிசுத்தபோது இவள் உடனே அவளுக்குத் துணையாகப் போனாள். முதல்மாடிக் கழிவறைதான் உபயோகத்தில் இருந்தது. அதிதி உள்ளே போனபின் அவள் வெளியே நின்ற போது மிகவும் தண்மையான ஒன்று தன் மேல் உராய்ந்து கொண்டு நிற்பதுபோல் உணர்ந்தாள். எப்போதாவது பயந்தால் அவள் கணவன் வீட்டில் “ஹனுமான் சாலீஸா சொல்லு” என்பார்கள். அவள் வீட்டில் கந்த சஷ்டி கவசம். ஒன்றும் நினைவுக்கு வரவில்லை. மனம் ஒரு கருமை படர்ந்த வெறுமையாகிப் பின்ஏதேதோ நினைவுக்கு வந்தது. ஒரு சுலோகமும் நினைவுக்கு வரவில்லை. திடீரென்று “ஒரு குடம் தண்ணி விட்டு ஒரு பூ பூத்துதாம்”, “ஆனை ஆனை அழகர் ஆனை” என்று சிறுபிள்ளையாக இருந்தபோது பாடியதெல்லாம் உதித்தன காரணமில்லாமல். நாக்கு புரள மறுத்தது. அவள் இறந்துவிட்டாளா என்ன?

அதிதி கழிவறைக் கதவைத் திறந்துகொண்டு வெளியே வந்தாள். இவளைச் சூழ்ந்திருந்த தண்மை திடீரென்று விலகியது.

இருவரும் கையைப் பிடித்துக்கொண்டு படிகளில் பாய்ந்து பாய்ந்து இறங்கி ஓடினார்கள்.

❍

கஷ்டமெல்லாம் தீரும் என்று கன்யாஸ்திரீயாக வந்த அன்னை மேரி கூறியதாக அதிதி நம்பத்தொடங்கியதுமுதல் புதன் மாஹிம் பயணத்தை விடாமல் செய்தாள். எந்தக் கஷ்டம் தீரும் என்று அருள் வாக்கு குறிப்பிட்டதோ தெரியவில்லை. அதிதியை ஒரு நாள் அவன் தோழி அழைத்து வீட்டுக்கு வரச் சொன்னாள். அங்கு திவாகர் ஒரு வெறியாட்டம் ஆடி அடங்கியிருந்தான். சன்னல் கண்ணாடி, பீரோ கண்ணாடி எல்லாவற்றையும் வெறிகொண்டு உடைத்திருந்தான். அந்த நடிகை, “என்ன பண்ணினீங்க?” என்று அதிதியைக் கேட்டாள். “நானா?” என்று ஆச்சரியப்பட்டாள் அதிதி. திவாகர் அருகில் போக முற்பட்டபோது, “நீ என் கிட்டே வராதே. நான் செத்துடுவேன்” என்று ஒரு கண்ணாடிச் சில்லைக் காட்டினான்.

“இல்லை, நான் வரவில்லை” என்று கையெடுத்துக் கும்பிட்டாள்.

விடுவிடுவென்று வெளியே வந்தாள். வெளியே இருந்த சில பெண்கள், “அந்தப் பீர் வந்துவிட்டுப் போனபின்தான் இப்படி ஆயிற்று” என்று முணுமுணுப்பது கேட்டது.

நேரே பத்மா வீட்டுக்குப் போய், நுழைந்ததும் குளியலறைக்குப் போய்த் தலை முழுகிவிட்டு வெளியே வந்தாள் ஈர உடையுடன் கூந்தல் பிரிந்து தொங்க.

"ஏதோ முஸ்லிம் பீர்..." என்று அவள் எதையோ சொல்லத் தொடங்கியதும் அவள் வாயைப் பொத்தினாள். "போதும்" என்றாள்.

இரண்டு மாதங்களில் திவாகரின் காலம் முடிந்தது.

அதிதியின் மாஹிம் பயணம் முடியவில்லை. அது தனக்கு மன அமைதியைத் தந்தது என்றாள். இப்போது இன்று வந்து இந்தக் கதை.

○

"ஆமி யாச்சி" என்று எழுந்தாள் அதிதி.

"இரு, சாப்பிட்டுவிட்டுப் போயேன்" என்றாள்.

"இல்லை, வேலைக்கு அரை நாள் லீவு போட்டுவிட்டு ஓடி வந்தேன். சாயங்காலம் மாஹிம் சர்ச் வேறு போகணும்."

"அதிதி, நான் ஒன்னு சொன்னால் கேட்பாயா?"

"சொல்லு."

"நீயும் அருணும் அனிகேத்தும் இங்கே வந்து எங்களுடன் ஒரு ஆறு மாசம் இருக்கலாமே? உனக்கும் ஆறுதலாக இருக்கும். குழந்தைகளுக்கும் மாறுதலாக இருக்கும். எனக்கும் கிருபாகருக்கும் அதில் எந்தத் தொல்லையும் இல்லை. இது மூன்று பெட் ரூம் வீடு" என்றாள்.

அவள் தோளில் சாய்ந்துகொண்டு "சரி" என்றுவிட்டுக் கிளம்பினாள்.

அவள் கிளம்பவும் கிருபாகர் வரவும் சரியாக இருந்தது. வழியில் அதிதியைப் பார்த்துப் பேசியதாகச் சொன்னான்.

அவன் குளியலறைக்குப் போனான்.

அவள் வீடு மூன்றாம் மாடியிலிருந்தது. தெருவைப் பார்த்தபடி இருக்கும் சன்னலருகே போய் நின்றுகொண்டாள். வழக்கமாக வீட்டுக்கு வருபவர்கள் கீழே வாயிலை எட்டியதும் மேலே பார்த்து, கை அசைத்துவிட்டுப் போவது வழக்கம்.

அதிதி கீழே வாயிலருகே வந்திருந்தாள். கூடவே ஒரு நபர். பின்பக்கம்தான் தெரிந்தது. நண்பனுடன் வந்திருந்தாள் என்றால் அவனை ஏன் கீழே விட்டுவிட்டு வரவேண்டும்?

"கிருபா, கீழே யாராவது கேட் கிட்ட இருந்தாங்களா?" என்று உரக்கக் கேட்டாள்.

"நோ" என்று பதில் வந்தது.

அதிதி தலையை நிமிர்த்தி அவளைப் பார்த்துக் கையாட்டி விட்டு நடந்தாள் அந்த நண்பனுடன். ஒரு வினாடி அவனும் திரும்பி மேலே பார்த்துப் புன்னகைத்தபடி கையாட்டினான்.

அது திவாகர். சாம்பல் வண்ணக் கால்சராய் அணிந்திருந்தான். மேகம் ஒன்று மிதப்பதைப்போல் அதிதியுடன் நடந்து சென்றான். முதுகெலும்பு ஜில்லிட்டது.

ooo

8

பரதவாக்கியம்

அவள் பயிற்சி பெற்ற நாடகப் பள்ளியில் அவர்கள் ஜி. சங்கரப் பிள்ளையின் நாடகங்கள் குறித்துப் படித்திருந்தார்கள். அவருடைய 'பரதவாக்கியம்' நாடகம் சமீப காலங்களில் ஒவ்வொரு முறை நிகழ்த்தப்படும்போதும் அது அவளை வேறு எங்கோ கூட்டிச் செல்லும். பார்வை இழந்துகொண்டிருந்த ஒருவன் தன் இறுதி நாட்களில் தனக்குள் பயணித்து வாழ்வையும் உலகத்தையும் அவ்விரண்டுக்குமான தொடர்பையும் அறிய முற்படும் தருணங்கள் பற்றிய நாடகம். ஒரு வாழ்க்கைக்குத்தான் எத்தனை வாயில்கள், எத்தனை காலதர்கள், எத்தனை புதிர்ப் பாதைகள்!

பலரின் பரதவாக்கியங்களுக்கு அவள் சாட்சியாக இருந்திருக்கிறாள். சொற்களும் நீண்ட மௌனங்களும் பெருமூச்சுகளும் கண்ணீரும் விம்மல்களும் கூடிய பரதவாக்கியங்கள். ஒன்றுக்கொன்று தொடர்பு முறிந்திருந்தாலும் தொடர்புடையவை. மாயக்கரம் ஒன்றால் பிணைக்கப்பட்டவை. மகவு தூங்கிவிட்டது என்று நினைத்து எழும்போது அம்மாவின் புடவைத் தலைப்பு மகவின் கையில் இறுக்கிப் பற்றிக்கொள்ளப்பட்டு அது இழுபடுவதைப்போல் விடாமல் உடன்வருபவை.

◉

டெல்லி நாடகப் பள்ளியில் படித்துவிட்டு ஒரு நாடகக் குழுவை அப்போது அவள் சென்னையில் நடத்திக்கொண்டிருந்தாள். சென்னையில்தான் அவள் சிறு வயதிலிருந்து இருந்தாள். பெரியப்பாவின் மகனும் அவர் மனைவியும்தாம் பெற்றோர்களாக இல்லாமலிருந்தாலும் அவளை வளர்த்த பெற்றோர்கள். அப்பா நெல்லூரிலேயே தன் மருத்துவத் தொழிலில் மூழ்கியிருந்தபோது அவளுக்குக் குடும்பமானவர்கள்.

அவள் 'சபரி' நாடகமும் 'மழைக்கண்' நாடகமும் மிகுந்த வரவேற்பைப் பெற்றிருந்தன. வீடு நிறைய மருத்துவர்கள். இவள் மட்டும்தான் கலைத்துறையில். திருமணம் இன்னும் கூடிவந்திருக்கவில்லை. பார்த்த மாப்பிள்ளைகள் எல்லோரும் மருத்துவர்கள். ஆனால் கேட்பதென்னவோ "மீகு வண்ட வச்சா?" என்று அவள் சமையலைப் பற்றித்தான். கலை உலகம் வேறு மாதிரி இருக்கும் என்று நினைத்தாள். இரண்டொரு நாடகக் கலைஞர்கள், எழுத்தாளர்கள் என்று சற்று நெருக்கம் ஏற்பட்டு மனம் இளகிய வேளைகளில், இழுத்து அணைத்துக்கொண்டு, "எங்கம்மா செய்யும் நண்டுக் குழம்பு", "எங்க வீட்டு பிரியாணி", "எங்க வீட்டு கொட்டு ரசம்" என்று கிசுகிசுப்பாக உரையாடல் போனபோது 'ஒளிமயமான எதிர்காலம் என் உள்ளத்தில் தெரிகிறது' என்று பாட முடியவில்லை.

எதிர்பாராத இரண்டாம் பரதவாக்கியத்துக்கான சம்பவங்களுக்கு இட்டுச் சென்ற அன்றும் அப்படிப்பட்ட ஓர் அணைப்பிலிருந்து, அவன் கண்களை மூடிக்கொண்டு ரசத்தில் ஊறவைத்த வடையில் மூழ்கியிருந்தபோது, மெல்ல விடுவித்துக்கொண்டு வந்தது நினைவிலிருந்தது.

தன்னிடம் இருந்த சாவியால் கதவைத் திறந்து உள்ளே அவள் அறையை நோக்கிப் போனபோது அண்ணாவும் அண்ணியும் சிகிச்சையகத்திலிருந்து திரும்பி வந்திருந்தார்கள். அவர்கள் பிள்ளைகள் வர நேரமாகும். ஏதோ பேசிக் கொண்டிருந்தார்கள் இருவரும். ஏதாவது நோயாளியின் கேஸ் பற்றி இருக்கும் என்று நினத்தவள் அவள் பெயர் அடிபட்டதும் 'சட்'டென்று நின்றாள்.

"சரசு, அவங்க ரெண்டு பேரும் சென்னைக்கே வந்துட்டாங்களாம். நமக்குள்ள இருக்கட்டும் கமலாவுக்குத் தெரிய வேண்டிய அவசியமில்லை" என்றார் அண்ணா.

"யார் சொன்னது?"

"காம்ரேட் வரதராஜுதான். அவர் ருமடாலஜிஸ்ட் இல்லையா? அவரைக் கூப்பிடுருந்தாங்களாம் நுங்கம்பாக்கத் துக்கு. அவளுக்குக் கடும் முடக்குவாதமாம்."

"கமலாவுக்குச் சொல்ல வேண்டாங்கறீங்களா?"

" பைத்தியமா உனக்கு? எதுக்குச் சொல்லணும்?"

"அவள் குழந்தையில்லை. அவள் அம்மாவைப் பார்க்கத் தோணாதா? உங்கள் சித்தப்பா இருந்திருந்தால் அவள் கிட்டச் சொல்லியிருப்பார்."

"கண்டிப்பா மாட்டார். அந்தக் காயம் அவருக்கு ஆறவேயில்லை. அவளுக்குத் தோணாவிட்டால்கூட நீ சொல்லிக்குடுப்பே போல. விடு. இது ஒரு தகவல். அவ்வளவு தான். நமக்குள்ள இருக்கட்டும்."

சற்று நேரம் உறைந்துபோனதுபோல் நின்றுவிட்டு தன் அறைக்குப் போனாள். படபடப்பாக இருந்தது ஏனோ.

பெற்றோர்களைப்போலவே அவள் கருதிய கோபால் அண்ணாவும் சரசு அண்ணியும் பேசிக்கொண்டிருந்தது அவளை ஈன்ற பெற்றோர்களைப் பற்றி.

நெல்லூரில் அவள் அப்பா டாக்டர் ராம்கோபாலை ராமர் என்றுதான் சொல்வார்கள். 'ஒக மாட, ஒக பாண, ஒக பத்னி' என்று ராமரைப்போல் வாழ்ந்தவர் என்பார்கள். 'மக்கள் வைத்தியசாலை' என்ற கருத்தை முதலில் உருவாக்கி அவருடைய மூத்த அண்ணாவிடமிருந்து பெற்ற ஐயாயிரம் ரூபாயில் வைத்தியசாலை அமைத்தவர்.

அம்மாவுடன் அந்த வைத்தியசாலையை அர்ப்பணிப் புடன் நடத்தியவர். மிகவும் நோயுற்ற யாரையாவது வழியில் கண்டால் உடனே ஒரு சைக்கிள் ரிக்ஷாவில் அந்த நபரைக் கூட்டிவந்து வைத்தியம் செய்வார். சென்னை ஸ்டான்லி மருத்துவமனையிலும் வேலை செய்து சஸ்திர சிகிச்சை நிபுணரானார். 1943இல் வங்காளத்தில் பஞ்சம் வந்தபோது நிவாரண உதவி செய்வதில் பங்கேற்கப் போனார். நாற்பதுகளில் ஆயுதப் போராட்டப் போராளிகள் தலைமறைவாக இருந்த போது அவர்கள் ஒளிந்திருந்த காடுவரை போய் வைத்தியம் பார்த்தவர். முதலுதவி என்பது அடிப்படை ஆரோக்கிய சேவைக்கு எவ்வளவு முக்கியம் என்றுணர்ந்து கிராம இளையர்கள், ஆசிரியர்கள் எல்லோருக்கும் முதலுதவிப் பயிற்சி அளித்து முதலுதவிக் குழுக்களை உருவாக்கியவர். அவரைக் கம்யூனிஸ்ட் டாக்டர் என்றுதான் அழைப்பார்கள். அவர்

வைத்தியசாலையில் ரஹ்மான் என்றொரு மருந்தாளர் இருந்தார். அதனால் ராம்–ரஹ்மான் வைத்தியசாலை என்றே அதற்குப் பெயர் வந்துவிட்டது.

◯

பரதவாக்கியம் 1 – டாக்டர் ராம்கோபால் – அப்பா

1967இல் அப்பா இடையறாத சேவையில் தளர்ந்துபோய் நிரந்தரத் தூக்கத்தில் ஆழ்ந்துவிட்டார். "இத்தனை நாள் இருந்ததே அதிகம். அவன் மனசு முறிந்துபோய்விட்டது." என்று வீட்டில் கிசிகிசுப்பாகப் பேசிக்கொண்டனர். விடிகாலையில் அப்பாவின் உயிர் முதல் குயில் கூவலுடன் இணைந்து கொண்டது. அவள் சென்னையிலிருந்து வந்திருந்தாள். அப்பாவின் அருகில் அமர்ந்து அவர் கையைப் பற்றிக்கொண்ட போது அவருக்கு நல்ல நினைவு இருந்தது. மெல்லப் பேசினார்:

"கமலா, நான் மருத்துவக் கல்லூரியில் படிச்சபோது உன் அம்மாவைச் சந்திச்சேன். அவளை மாதிரி சுறுசுறுப்பான பெண்ணை நான் பார்த்ததில்லை. வகுப்பிலும் சரி, வெளியேயும் சரி, எப்போதும் கண்ணெல்லாம் பளபளக்க ஏதாவது சொல்லிட்டே இருப்பா. டைஸக்ஷன் வகுப்பாகட்டும் ஸர்ஜரி வகுப்பாகட்டும் ஒரு சின்னத் தயக்கம்கூடக் கிடையாது. அருமையான டாக்டர் அவள். அவளைக் கல்யாணம் செய்திட்ட அந்த 1940 ஜனவரி நாள் இன்னும் மனசுல இருக்கு. நவம்பர்ல நீ பிறந்தே. அவளோட இந்த வைத்தியசாலையை நடத்தின நாட்கள் சொர்க்கம் மாதிரியான நாட்கள்..."

நீண்ட பெருமூச்சு.

"1942ல என்னைவிட்டுப் போயிட்டா."

இன்னொரு நீண்ட பெருமூச்சு.

"அவள் இடத்துல வேற யாரையும் வைக்க முடியலை. அவளை மன்னிக்கவும் முடியலை."

கை முஷ்டியை இறுக்கிக்கொண்டார்.

"மன்னிக்க மாட்டேன் அவளை..."

அவர் நெஞ்சைத் தடவித் தந்தாள்.

"நான் கெட்டவன் இல்லை கமலா. நான் ரொம்பச் சாதாரண ஆசாமி."

தலையைத் திருப்பி சன்னல் வழியாக வந்துகொண்டிருந்த சூரியனின் முதல் கிரணங்களைப் பார்த்தார்.

“நெடுந்தூரப் பயணம்” என்று முணுமுணுத்தார்.

அவள் கையை இறுகப் பற்றிக்கொண்டு கண்களை மூடிக்கொண்டார். அதிகாலையின் முதல் குயிலோசை கேட்டது.

○

அம்மா அவள் மனத்தில் வெறும் புகையாய் இருந்தாள். அந்தப் புகை அவள் மேல் இதமாகக் கவிந்துகொண்டது மனத்தின் எதோ ஒரு மூலையில் இன்னும் இருந்தது. எப்போதோ உடலைத் தொட்ட மழைத்தூறல்போல் இன்னொரு நினைவும் இருந்தது. அவ்வப்போது அது எழும். ஒரு மேசைமேல் அமர்த்தப்பட்டிருக்கிறாள். அவள் வயிறு பானைபோல் வீங்கியிருக்கிறது. யாரோ ஒருவர் ஊசி போடுகிறார். அவள் வயிற்றிலிருந்த கனம் வெளியேறுகிறது. அவள் வீறிட்டு அழுகிறாள். புகை நெருங்கி அணைத்துக்கொள்கிறது. மூக்குக் கண்ணடி கன்னத்தில் குத்துகிறது.

மற்றபடி அவள் வாழ்க்கையின் முதல் இரண்டு வருடங்கள் என்றும் பலத்த ஓசைகளாகவும் கூக்குரல்களாகவும் விசும்பல் ஒலிகளாகவுமே நிறைந்திருந்தன அவள் மனத்தில்.

சரசு அண்ணி நல்லவள். பீரோவின் மூலையில் எங்கோ புதைந்திருந்த அம்மாவின் புகைப்படத்தை அவளுக்குக் காட்டியிருக்கிறாள். டாக்டர் துளசிபாய். கண்ணாடி போட்ட முகம். புன்னகையுடன். மகப்பேறு மருத்துவர். அப்பாவுடன் இடதுசாரிக் கட்சியில் இருந்தவர். பதின்ம வயதில் சரசு அண்ணியிடம் அம்மாவைப் பற்றி அப்பா இல்லாதபோது கேட்டபோது, “அவங்க இங்க இல்லை. கோபிச்செட்டிப் பாளையத்துல ஆஸ்பத்திரி வெச்சிருக்காங்க. அவங்க வீட்டுக்காரரோட இருக்காங்க என்றார் சரசு அண்ணி.

“அவர் நல்லவரா, அண்ணி?”

“ரொம்ப நல்லவர். படிப்பாளி. உங்க அம்மா கிட்ட ரொம்ப அன்பா இருக்கார்.”

“அப்பா அப்படி இல்லையா, அண்ணி?”

அண்ணி சிறிது மௌனமாக இருந்துவிட்டு, “உங்கப்பா ரொம்ப முன்கோபக்காரர்” என்று மட்டும் சொன்னார். அந்த முன்கோபத்தை அவர் குடும்பம் எப்படிக் கையாண்டது என்பதையும் அம்மா வீட்டை விட்டுப் போனதற்கு வேறு காரணங்களும் உண்டா என்பதையும் சொல்லவில்லை.

அந்தக் கண்ணாடி போட்ட முகத்தைப் பார்க்கவேண்டும் போல் தோன்றியது.

○

அண்ணி கூறிய முகவரியின் உதவியோடு நுங்கம்பாக்கத்தில் அந்தப் பழைய வீட்டின்முன் நின்றாள். சிதிலமடைந்த பழைய பங்களா. தோட்டத்தில் அங்கொன்றும் இங்கொன்றுமாய்ப் பராமரிக்கப்படாத காட்டுச் செடிகள். ஓரத்தில் பூத்துக் குலுங்கிய செம்பருத்திச் செடி. கதவு திறந்துதான் இருந்தது. நுழைவாயிலை அவள் திறந்த சத்தம் கேட்டதாலோ என்னவோ ஒன்பது கஜம் புடவையணிந்த வயதான ஒரு பெண்மணி வெளியே வந்து, “யாரு?” என்று விசாரித்தார்.

“டாக்டர் துளசிபாய். . .”

உடனே முதல் மாடியை நோக்கி, “வெங்கடாத்ரி, யாரோ வந்திருக்கா பாரு” என்று குரல் கொடுத்தார் அந்தப் பெண்மணி.

மாடியிலிருந்து இறங்கி வந்தவருக்கு அறுபது வயதிருக்கும். கதர் வேட்டியும் அரைக்கை கதர்ச் சட்டையும் அணிந்திருந்தார்.

“யாரும்மா?”

“நான். . . டாக்டர் துளசிபாயோட. . . பெண். . . டாக்டர் துளசிபாய்...” என்று குழறியதும் சற்று வியப்படைந்தார். பிறகு, “வாம்மா. வா. மேலே இருக்காங்க” என்று கூட்டிச் சென்றார்.

மாடியும் கீழே இருந்ததுபோல் காரை பெயர்ந்த சுவர்களும், முறியப்போகும் நிலையிலிருந்த பிரம்பு நாற்காலிகளுமாய் இருந்தது.

மாடி வராந்தாவில் ஒரு வசதியான சாய்வு நாற்காலியில் மூக்குக் கண்ணாடி போட்டுக்கொண்டு கதர் சேலை ரவிக்கை யுடன் அமர்ந்திருந்தது அம்மாவாகத்தான் இருக்க வேண்டும். நெற்றியில் சாந்துப் பொட்டு. மடியில் தினசரி. படியேறி வந்து நின்ற அவளை நிமிர்ந்து பார்த்தவளிடம்,

“துலி, யார் வந்திருக்காங்க பாரு” என்றார் அவர்.

“தெரியலையே” என்றாள் பலவீனமான குரலில்.

அவள் அருகே போய் அவள் முன்னால் மண்டியிட்டு அமர்ந்து, “அம்மா, நான் கமலா” என்றாள்.

ஒரு கணத் திகைப்புக்குப்பின் கைகளைச் சிரமப்பட்டு விரித்தாள்.

அவள் ஒரு கேவலுடன் அந்த விரிந்த கைகளுள் தன்னைப் பொருத்திக்கொண்டாள்.

விறைத்துப்போன நடுங்கும் விரல்களால் அவள் தலையைத் தடவித்தந்தாள் அம்மா.

ஓசையில்லாமல் இருவரும் அழுதனர். "அப்பா போயிட்டாரு" என்றாள் விசும்பலுடன். அம்மாவின் அணைப்பு இறுகியது.

சில நிமிடங்கள் நின்றுவிட்டு அவர் கீழே போனார். சிறிது நேரத்துக்குப்பின் தேநீரும் முறுக்கும் ஒரு தட்டத்தில் கொண்டுவந்து பிரம்பு முக்காலியில் வைத்தார்.

அவள் எழுந்து கை குவித்ததும் அன்புடன் அணைத்துக் கொண்டு, "துலி, கமலாதேவி சட்டோபாத்யாயாவை மனசுல வெச்சு கமலானு பேரா?" என்றார்.

"இல்லை, இல்லை கே.வி. கமலா சாட்டர்ஜி. கல்பனா தத் 1933ல ஏழு வருஷம் ஜெயிலுக்குப் போறதுக்கு முன்னாலேயே கமலா சாட்டர்ஜி 1932ல ஆறு வருஷம் ஜெயிலுக்குப் போனாளே, அவள் பேரு."

"குட் நேம்" என்றார்.

துளசிபாயைக் கடும் முடக்குவாதம் தாக்கியதும் கே.வி. குடும்பத்தினர் அவர் வீட்டுக்கே வரும்படி கூறிவிட்டனர். அங்கேயிருந்த சிறு ஆஸ்பத்திரியை மூடிவிட்டு வந்துவிட்டனர். நோய் அவள் உடலை முடக்கிவிட்டது. அவரும் அம்மாவும் விவரங்களைக் கூறினார்கள்.

அம்மா அவளிடம், "நீ கே.வி.யை அப்பான்னு கூப்பிடலாம்" என்றார்.

அவள் அவரைப் பார்த்ததும், "எப்படி வேணுமானாலும் கூப்பிடலாம்மா. கே.வி.ன்னு கூப்பிடலாம். அப்பான்னும் கூப்பிடலாம்" என்றார் கனிவான குரலில்.

அம்மா எழ முயன்றதும் அவள் உதவப் போனபோது அவளைத் தடுத்து அம்மாவைத் தூக்கிக்கொண்டு போவது போல் அழைத்துச் சென்று கழிவறையில் விட்டுவிட்டுப் பிறகு கூட்டிவந்து உள்ளே அறையிலிருந்த படுக்கையில் சாய்ந்தபடி அமர தலையணைகளைப் பின்னால் வைத்து வசதி செய்துதந்தார்.

அம்மாவுக்கு வலிக்காமல் அவளைத் தாங்கி, நடக்க உதவி செய்து அவர் அம்மாவைப் பேணுவதைப் பார்த்தபடி நின்றாள்.

அம்மாவை அணைத்துக்கொண்டு, அடிக்கடி வருவதாகச் சொல்லிவிட்டுவிடை பெற்றுக்கொண்டு கீழே வந்ததும் அந்தப் பெண்மணி,

"துளசிபாய்க்கு நீ என்ன வேணும்?" என்றார்.

"துளசிபாய்க்கு மகள், மாமி"

"அப்படியா? அவளுக்கு உடம்புக்கு முடியலை, பாவம். வந்து போயிண்டிரு" என்றார்.

தலையை ஆட்டிவிட்டு நுழைவாயிலை நோக்கி நடந்தாள்.

◯

அதன்பின் வாரமொருமுறை நுங்கம்பாக்கம் போவது வழக்கமாகியது. மதியம் அம்மாவுக்கு உணவளித்தபின் கே.வி. வெளியே போய்விடுவார். அவர் கம்யூனிஸ்ட் கட்சியின் மிக முக்கியமான தலைவர் ஒருவரின் வாழ்க்கையைக் குறித்து ஆராய்ச்சி செய்துகொண்டிருந்தார். தென்னிந்தியாவில் கம்யூனிஸ்ட் கோட்பாட்டின் தந்தை என்று அறியப்பட்டவராம் அவர். மறைமலை அடிகள் நூலகம், சென்னைப் பல்கலைக்கழக நூலகம், கன்னிமாரா பொது நூலகம், அடையாறு நூலகம், அரசு ஆவணக் காப்பகம் என்று அலைந்துகொண்டிருப்பார். பழைய 'சுதேசமித்திரன்', 'குடி அரசு' இதழ்களிலிருந்து குறிப்புகள் எடுத்து வருவார்.

"கே.வி. கையெழுத்து தலையெழுத்து மாதிரி இருக்கும்" என்று கூறிச் சிரிப்பாள் அம்மா.

கே.வி. இல்லாதபோது கீழேயிருந்து மாமி கூப்பிடுவார்.

கீழே போனால் இரண்டு டம்ளர்களில் தேநீர் வைத்திருப்பார்.

ஒரு கிண்ணத்தில் ஓமப்பொடி, பூந்தி, உப்புமா, போட்டால் வாயில் கரையும் முறுக்கு, தேன்குழல் என்று ஏதாவது இருக்கும். உப்புமாவில் முந்திரிப் பருப்பைப் பொடித்துப் போட்டிருப்பார் அம்மாவுக்குச் சாப்பிட எளிதாக இருக்க. ஒவ்வொரு முறையும், "சாப்பிட்டுட்டு அலம்பி வெச்சுடும்மா, கமலா" என்பார்.

கொஞ்சம் பழகிய பிறகு, "தெரியும் மாமி. நீங்கதான் ஆசாரம் பார்ப்பீங்களே?" என்பாள்.

"அப்படியே பழகிட்டேன். என்ன பண்றது?" என்பார்.

அம்மாவுக்கு அவர்மேல் மரியாதையும் பிரியமும் இருந்தது. கே.வி. கையிலிருந்து தண்ணீர்கூட வாங்க மாட்டார். ஆனால் அவர் தண்ணீர் சேந்தி குடங்களில் தந்தால் குடங்களின் மேல் நீர் தெளித்து எடுத்துக்கொள்வார். தனியாகச் சமைத்துக்கொள்வார். ஆனால் அதில் கே.வி.க்கும் அம்மாவுக்கும் ஒரு பங்கு உண்டு. இவள் வரும்போது இவளுக்கும். ஆடிப்பெருக்கன்று சித்ரான்னம், பொங்கலன்று சர்க்கரைப் பொங்கல் என்று எந்த விசேஷ நாளையும் விட மாட்டார்.

கே.வி.யின் நண்பர்கள் வந்தால், "வெங்கடாத்ரி, எத்தனை காம்ரேட்களுக்கு டீ போடணும்?" என்று கேட்பார் வேடிக்கையாக.

"எல்லாம் நானே போடறேன்" என்பார் கே.வி.

"நீ பேசிண்டிரு. நான் போடறேன்" என்பார்.

அதிக நேரம் யாராவது இருந்துவிட்டால் கீழேயிருந்து, "கீழே வந்து பேசுங்கோ. துளசிக்குக் களைப்பா இருக்கும்" என்று குரல் கொடுப்பார்.

அம்மா தலையில் எண்ணெய் தடவி வாரிவிட்டு, படுத்துக்கொள்ள சௌகரியமாய் ரெட்டைப் பின்னல் இவள் போடும்போது அம்மாவிடம் கேட்பாள். "அம்மா, நான் இல்லாதபோது யாரும்மா உங்களுக்கு முடி வாரி பின்னல் போடறது?"

"வேற யாரு? கே.வி.தான். வலிக்காமல் வாரிவிடுவாரு. நாற்காலில உட்கார்த்தி குளிப்பாட்டுவாரு. உடம்பத் துடைச்சு புடவை கட்டிவிடுவாரு."

"யாரையாவது உதவிக்கு வெச்சுக்கலாமேம்மா?"

"கே.வி. கேட்டால்தானே? அவரேதான் செய்வாராம்."

இவ்வளவு நல்ல ஆண்கள் உலகத்தில் இருக்கிறார்கள் என்பது ஆச்சரியமாக இருக்கிறது என்று இவள் சொன்னால்,

"இருப்பாங்க, கமலா. என் கண்ணுக்கு இவர் மட்டும்தான் தெரியுறார்" என்பாள்.

இவள் தான் சந்தித்த ஆண்களைப் பற்றிக் கூறி சிரிக்கவைப்பாள்.

அந்தச் சந்திப்புகளின்போதுதான் தனக்குத் தெரியாத பல வரலாறுகளை அவள் தெரிந்துகொண்டாள். ஆந்திராவைச்

சேர்ந்த ஹில்டா லாஸரஸ் லண்டனில் மருத்துவக் கல்வி பெற்று டெல்லியில் லேடி ஹார்டிஞ்ச் மருத்துவக் கல்லூரியில் மருத்துவராக இருந்து பிறகு அதன் முதல்வர் ஆனது, பிறகு கல்கத்தாவில் டஃபரின் ஆஸ்பத்திரியில் வேலை செய்து ஓய்வு பெற்றது, முத்துலட்சுமி ரெட்டி டாக்டராகி சேவை செய்தது, சௌந்தரம் ராமச்சந்திரன் இளம் வயதில் விதவையாகிப் பின்னர் லேடி ஹார்டிஞ்ச் கல்லூரியில் மருத்துவம் படித்து, சின்னாளப்பட்டியில் 1947இல் ஆஸ்பத்திரி அமைத்தது, அவருடன் படித்த சுசீலா நய்யார் அவரைக் காந்தியின்பால் ஈர்த்தது, சுசீலா நய்யார் காந்தியின் தனிப்பட்ட மருத்துவரானது எல்லாவற்றையும் கதைபோல் கூறுவார்.

○

கே.வி. பற்றிய தகவல்களை அவளுக்குத் தந்தது சரசு அண்ணி தான். அம்மாவின் உரையாடல்களில் அவரைப் பற்றிய பல விவரங்கள் சிதறல்களாகவே வந்தன. அவள் சரசு அண்ணியிடம் பேசியபோது அவள் தந்த விவரங்கள் கே.வி.க்கு ஓரளவுக்கு ஒரு கோர்வையான உருவத்தைத் தந்தன. அவை முழு விவரங்கள் இல்லை என்றாள் அண்ணி. அந்த விவரங்கள் ஒரு சிறு குறிப்பாக ஒரு கோப்பில் இருந்தன. அப்பா எப்போதாவது வந்தபோது வைத்துவிட்டுப் போயிருக்கலாம். அதைத்தான் சரசு அண்ணி தந்தாள்.

"மாவட்டக் கல்வி அதிகாரி கே. நடராஜ ஐயரின் இரண்டாம் மகன். மெல்லிய உடல்வாகு. படிய வாரிய தலை. நல்ல உயரம். மா நிறம். மாநிலக் கல்லூரியில் படிப்பு. மேற்படிப்பு ஆக்ஸ்ஃபோர்டு பல்கலைக்கழகத்தில். அங்கு வரலாற்றில் முதுகலைப் பட்டம். ஐ.சி.எஸ் பரீட்சையில் தேறி பிரித்தானிய அரசின் குடிமுறை அரசுப் பணியில் சேர்வார் என்ற நம்பிக்கையுடன் தந்தை ஆக்ஸ்ஃபோர்டுக்கு அனுப்பி வைத்தார். ஆனால் கே.வி. மார்க்சியக் கோட்பாட்டால் ஈர்க்கப்பட்டார். அரசியலில் நாட்டம் ஏற்பட்டது. ஐ.சி.எஸ் பரீட்சைக்கான எல்லாத் தேர்வுகளையும் எழுதித் தேறியபின் குதிரையேற்றப் பரீட்சைக்குப் போகாமல் இருந்தார் இவருக்கு முன் ஸ்ரீ அரவிந்தர் செய்ததுபோல. குடிமுறை அரசுப் பணிக்கு இதனால் தன்னைத் தகுதியற்றவராக்கிக்கொண்டார் ஸ்ரீ அரவிந்தரைப்போல.

முப்பதுகளில் ஆகஸ்ஃபோர்ட் பல்கலக்கழகத்தில் இருந்தபோது பிரித்தானிய இடதுசாரிகளுடன் நல்ல நட்பு ஏற்பட்டது. பிரித்தானிய கம்யூனிஸ்ட் கட்சியின் பத்திரிகையில்

எழுதினார். அப்போது இடதுசாரிகளிடையே மிகவும் பிரபலமாக இருந்த அக்டோபர் க்ளப்பில் சேர்ந்தார். கம்யூனிஸ்டுகளை ஆங்கிலேய அரசு குறிவைத்துத் தேடிக் கொண்டிருந்தது என்று அறிந்தும் சிறிதும் அச்சமில்லாமல் இரண்டாவது வட்ட மேசை மாநாட்டுக்கு வந்திருந்த காந்திஜியைப் பல்கலைக்கழக வளாகத்துக்கு இந்திய மாணவர்களுக்காக உரையாட அழைத்துவந்தார்.

காந்திஜியிடம் பெருமதிப்பு உள்ளவர். 1933இல் இந்தியா திரும்பினார். இங்கு வந்து இங்குள்ள கம்யூனிஸ்ட் மைய அமைப்பின் பெருந்தலைவர்களுடன் இணைந்து வேலை செய்தார். கம்யூனிஸ்ட் கட்சியின் முதல் அலகை மதராஸ் ராஜதானியில் அமைப்பதில் பெரும் தலைவர்களுடன் தொடர்ந்து வேலை செய்தார். மற்ற இடதுசாரிப் போராளி களுடன் காங்கிரஸ் சோஷியலிஸக் கட்சியுடன் நெருங்கி இருந்து இடதுசாரிக் குழுவுக்கு வலு சேர்த்தார். இரண்டாம் உலகப் போரின் ஆரம்பத்தில் தொடுக்கப்பட்ட பல சதி வழக்குகளில் பல தலைவர்களுடன் இணைக்கப்பட்டார். தலைமறைவானார். பிறகு கைது செய்யப்பட்டார். 1942இல் விடுவிக்கப்பட்டார்.

கம்யூனிஸ்ட் கட்சி 1942இல் வெள்ளையனே வெளியேறு இயக்கத்துக்கு எதிராக எடுத்த நிலைப்பாட்டை வேறு சில தலைவர்களுடன் இணைந்து விமர்சித்தார். 1946இல் வேந்திய இந்தியக் கடற்படைக் கலகத்தை ஆதரிப்பதற்கான பிரசாரத்தில் மற்ற பல முக்கியத் தலவர்களுடன் இணைந்து வேலைசெய்தார்."

"சரசு அண்ணி, இது என்ன 1946லே மொட்டையா நிக்குதே?" என்று கேட்டாள்.

"தெரியலை. உங்கப்பா எடுத்து வெச்ச குறிப்பு இது. அவரு ஜீவா ஆரம்பிச்ச 'ஜனசக்தி' பத்திரிகையிலகூடவேலை செய்தார்னு நினைக்கிறேன். சரியா தெரியலை. நீ அவரையே கேளேன்" என்றாள் சரசு அண்ணி.

○

கே.வியிடம் நேரடியாகக் கேட்பதில் தயக்கம் இருந்தது. அம்மாவிடமும் அவள் ஏன் வீட்டை விட்டு வெளியேறினாள் என்று கேட்பது அவளுடைய தற்போதைய உடல்நிலையில் அவளைப் பாதிக்கும் என்று தோன்றியது. அவள் வாழ்க்கையின் அந்தப் பக்கங்கள் வெற்றுப் பக்கங்களாகவே இருந்துவிடுமோ என்று நினைத்தபோது ஒருநாள் அந்தப் பேச்சு தன்னாலேயே எழுந்தது இரண்டாம் உலகப் போரைப் பற்றிய பேச்சு வந்த போது.

“போரின்போது மருத்துவ சேவை செய்ய டாக்டர்களை ஆட்சேர்ப்பு செய்தபோது நானும் இன்னொருவரும் உங்க அப்பாவும் வந்தோம். எங்க ரெண்டு பேரையும் எடுத்தாங்க. உங்க அப்பாவை எடுக்கலை. அவர் குடும்பமே கம்யூனிஸ்ட் குடும்பம். அதனால அவரை எடுக்காம விட்டிருக்கலாம். அவர் ஸ்டான்லில வேலை பார்க்க ஆரம்பிச்சாரு.

“அந்த மருத்துவ சேவை அனுபவம் என்னால மறக்கவே முடியாது, கமலா. எத்தனை வகை மனிதர்கள்! ஒரு சிப்பாய் எனக்குத் தெரிஞ்சவன். கே.வி.யோட குழுவில இருந்த ஒரு மாணவன். சும்மா அறிக்கைகளையெல்லாம் காப்பி எடுப்பான். கோயமுத்தூர் பையன். அப்பத்தான் பி.ஏ. முடிச்சிருந்தான். அவங்கப்பா இஞ்சினீயர். தெரிஞ்ச போலீஸ்காரங்க போய் இந்த மாதிரி உங்க மகன் சகவாசம் சரியில்லை, கண்டிச்சு வையுங்க. போலீஸ் பட்டியல்ல அவன் பேர் இருக்குன்னு சொல்லிட்டாங்க. அவர் பையன்கிட்ட எச்சரிக்கையா இருக்கச் சொல்ல, இவன் பயந்து ஆர்மில சிப்பாய் சேர்க்கிற வரிசையில் நின்னு சிப்பாய் ஆயிட்டான். இராக்குல இருந்தானாம்; சிக்னல்மேனாக இருந்தானாம்.

“அப்ப அவர் போர்முனைக்குப் போக வேண்டாமா அம்மா?”

“இல்லை, இவர் வேலை ஒரு ரெஜிமென்ட்டோட போய், அவங்களுக்கான போர் பத்தின தகவல்களை எல்லாம் சைகைச் செய்தியா அனுப்பற வேலை. ஆனால் அவங்களுக்கும் மிலிடரி ட்ரெய்னிங் எல்லாம் குடுப்பாங்க. அவன் சொன்னான் அவனோட போன ஒரு ரெஜிமென்ட் ஒருநாள் களத்துக்குப் போயிட்டுத் திரும்பவே இல்லையாம். அத்தனை பேரும் இறந்துட்டாங்க. சிப்பாய்கள் திரும்பிவரும்போது ரயில் சரக்கு வண்டியில மூட்டை மாதிரி அடைச்சு அனுப்பினாங்களாம். அதுலதான் அவனுக்கு ஒரே ஜுரம் வந்து ஆஸ்பத்திரியில இருந்தான். அவன் சொல்வான் என் கிட்ட எப்பவும்: “அக்கா, கம்யூனிசம் எல்லாம் சின்னம்மை மாதிரி. எல்லாருக்கும் ஒரு தடவை போட்டிவிடும்.” அப்புறமா இராக்கிலேயே வேலை பார்த்துட்டு அப்புறம் மும்பாயோ எங்கேயோ போயிட்டான்.”

“மிலிட்டரில மருத்துவ சேவை செய்துட்டு நீங்க திரும்பி நெல்லூர் வரலியா, அம்மா?”

அம்மா அவளைக் கூர்ந்து பார்த்து, “இல்லை” என்றாள் சுருக்கமாக.

“வேற சில இடங்கள்ல வேலை செய்தேன். அரசு வேலையும் சிலது செய்தேன்.”

“கே.வி. அப்போ எங்கே இருந்தார்?” கேட்டுவிட்டு கேட்டது தவறோ என்று அம்மாவைப் பார்த்தாள்.

அம்மா முடங்கிப்போன விரல்களைப் பார்த்தபடி, “அவர் தலைமறைவா இருந்து பிடிபட்டு ஜூலை 1942லதான் வெளியெ வந்தார்” என்றாள்.

சிறிது நேரம் மௌனத்தில் கடந்தது.

பிறகு அம்மா, “அந்த மூலையில இருக்கிற பீரோவில் அடித்தட்டுல ஒரு நீல ஃபைல் இருக்கும். எடுத்துட்டு வா” என்றாள்.

அவள் போய் எடுத்து வந்ததும், அதைப் பிரிக்கச் சொன்னாள். அதன் கீழே இருந்த, தட்டச்சு செய்து குத்தி வைக்கப்பட்டிருந்த சில தாள்களை எடுத்து அவளிடம் தந்தாள்.

“என்னம்மா இது?”

“நீதிபதிகளோட ஒரு தீர்ப்பு. படிச்சுப் பாரு” என்றாள்.

❍

அது சட்ட மொழியில் இருந்தது. ஆனால் மிகத் தெளிவாக அவளுக்குப் புரிந்தது. அதன் சாராம்சம் இன்னும் மறக்கவில்லை. 1949இல் தன் மனைவியோடு அக்டோபர் 1943இலிருந்து வழக்குப் பதியும் தினம்வரை கோபிச்செட்டிப்பாளையத்தில் தகாத உறவில் இருந்தார் என்று கே.வி.மேல் அவள் அப்பா வழக்குப் பதிந்திருந்தார். கூடாப் பாலுறவு அதாவது பிறர் மனை சேரலின் கீழ் அது வரும் என்று குற்றம்சாட்டி தண்டனை அளிக்க வேண்டினார். அதற்குக் கீழ்க்கோர்ட்டு கே.வி.க்கு ஆறுமாதக் கடுங்காவல் தண்டனை விதித்தது. அவர் மேல் முறையீடு செய்தும் தண்டனை உறுதிசெய்யப்பட்டு, பிறகு உயர் நீதிமன்றத்தில் மறு ஆய்வு செய்ய இரு நீதிபதிகள் முன் வந்தது. கே.வி. மனுதாரராய் இருந்தார்.

நீதிபதிகள் தீர்ப்புக் கூறியது 1952இல். முதலாவதாக, குற்றம் என்று கூறப்படும் இது 26–1–1950இல் அரசியலமைப்புச் சட்டம் வரும் முன் நடந்த ஒன்று. அதைக் கணக்கில் எடுத்துக்கொள்ள வேண்டும் என்று தீர்ப்பு ஆரம்பித்தது. மேலும் இந்தப் புகார்தாரர் 1872 சிறப்புத் திருமணச் சட்டத்தின் கீழ் 1940இல் துளசிபாயை மணந்தார். இருவரும் கம்யூனிஸ்ட் கட்சியின் உறுப்பினர்கள்.

மனுதாரர் இவர்கள் குடும்ப நண்பர். இருவரையும் நன்கு அறிந்தவர்.

ஆரம்பத்திலிருந்தே புகார்தாரருக்கு மனைவியுடன் சரியான உறவு இருக்கவில்லை. 1942 முதல் அவர்கள் பிரிந்தே இருந்தனர். மனைவியை அவள் போக்கில் வாழவிடுகிறார். மனைவி பலருடன் உறவில் இருந்தார் என்கிறார். ஒருமுறை விவாகரத்து வழக்கும் தொடுத்து வாபஸ் வாங்கியிருக்கிறார் அவர் வக்கீலின் அறிவுரையின்படி. மனுதாரர் தன் மனைவியுடன் வைத்திருந்த கூடாப் பாலுறவு குறித்து முன்பே அறிந்தும் அவர் மூன்றாண்டுகளுக்குப் பிறகுதான் வழக்குத் தொடர்கிறார்.

இதற்கிடையில் மனைவியுடன் மீண்டும் இணைய மூன்றாம் நபர் மூலம் பேச்சுவார்த்தை நடத்துகிறார். அது முறிந்து போகிறது. மனைவி கொண்டிருப்பதாகப் புகார்தாரர் கூறும் பல தகாத உறவுகளிலிருந்து மனைவியைப் பிரித்துக் கூட்டிவரவோ மனைவி செய்வதைத் தடுக்கவோ புகார்தாரர் எதுவும் செய்ய வில்லை. புகார்தாரரின் ஒப்புதலோ, இணக்கமோ இதில் இல்லை என்று தகுந்த முறையில் நிரூபிக்கப்படவில்லை. ஆகவே மனுதாரர் மேல் சாற்றப்பட்ட குற்றத்தை அவர் செய்யவில்லை என்று நாங்கள் நம்புகிறோம். அவரை விடுவித்து விடுதலை அளிக்கிறோம்.

அவள் அதைப் படிக்கும்போது அம்மா தலை குனிந்து அமர்ந்திருந்தாள்.

படித்துமுடித்துவிட்டு நிமிர்ந்ததும் “அதை நீயே வெச்சுக்க. உன் கிட்ட இருக்கட்டும். இன்னொரு காப்பி ஃபைல்ல இருக்கு” என்றாள் அம்மா. மெல்ல அம்மாவை அணைத்துக் கொண்டபோது, மெல்லிய குரலில், “பல உறவு எல்லாம் இல்லை. எல்லாம் உங்கப்பாவின் கற்பனை. என்னோட முடிச்சுப் போடாத நண்பர்களே கிடையாது. அவ்வளவு சந்தேகம். நான் இருந்தது கே.வி.யோட மட்டும்தான்” என்றாள்.

“கே.வி. விடுதலையானது உங்களுக்கு ரொம்ப நிம்மதியா இருந்திருக்கும், இல்லையா அம்மா?”

அம்மாவின் கண்கள் கலங்கின.

“வழக்கிலிருந்துதான் விடுதலை. ஆனால் வேறு வகையில தண்டனை கிடைச்சுது.”

“புரியலைம்மா.”

“கட்சியிலிருந்து அவரையும் என்னையும் நீக்கிட்டாங்க.”

"ஐயோ! உங்களுக்கும் கே.வி.க்கும் அது பெரிய இடியா இருந்திருக்குமே?"

"ரொம்பப் பெரிய இடி. ஆனால் கே.வி. உறுதியா இருந்தார். "எனக்குக் கட்சியும் வேண்டும். துளசிபாயும் வேண்டும்"னுட்டு அழுத்தமா சொன்னார். என் கிட்ட சொன்னார்: 'துலி, கட்சிதான் என்னை விட்டுவிட்டது. நான் கட்சியை விடலை.' அப்படியேதான் இப்பவும் நினைக்கிறார். அதுதான் கே.வி."

"அம்மா, ஒரு கம்யூனிஸ்டு கட்சி இப்படி ஒழுக்க ரீதியா பார்க்கிற மாதிரி இருக்கலாமா?"

"அதுல எல்லாருமே ஒரே மாதிரிதான், கமலா. பெண்களைப் பார்க்கிற விதத்துல இடது, வலது எல்லாம் கிடையாது. இதெல்லாம் கே.வி. கிட்டக் கேட்காதே. அவர் கட்சினா உயிரை விடறவர். எனக்குத்தான்கசந்துபோயிட்டுது."

சிறிது நேரம் மௌனமாக இருந்தாள்.

"1943ல ரெண்டு பேரும் சேர்ந்தோம். 1954ல விவாகரத்துச் சட்டம் வந்து முறையா விவாகரத்து வாங்கிட்டுத்தான் எங்க திருமணத்தைப் பதிவு செய்தோம். பதினோரு வருஷத்துக்கு அப்புறம்."

"கே.வி.க்கும் உங்களுக்கும் ஏம்மா குழந்தைகள் இல்லை?" என்றாள் தயக்கத்துடன்.

"முறையா சேர்ந்தபோது வயசாயிட்டது ரெண்டு பேருக்கும்." சொல்லிவிட்டு ரகசியம் பேசுவதுபோல் சொன்னாள். "கே.வி.க்குக் குழந்தைகள்னா ரொம்பப் பிடிக்கும்."

"உங்களுக்கு?"

கமலாவைப் பார்த்தாள்.

"என் தங்கக் கட்டியை விட்டுட்டு வந்தவ நான்."

இவள் விரல்களைப் பற்றிக்கொண்டாள். "எனக்கு மன்னிப்பு உண்டா, கமலா?"

அம்மாவின் கன்னத்தில் முத்தமிட்டாள்.

"கிடையவே கிடையாது."

அன்று வீடு திரும்பும்போது அவள் தமிழ்ப் பேராசிரியர் காதல் பற்றிக் கூறும்போது கூறிய ஐந்திணை ஐம்பதில் வரும் கலைமான் நினைவுக்கு வந்தது. பாலை நிலக் கா தல். சுனையில் சிறிதளவே நீர் இருந்தது. கலைமான் குடிக்காவிட்டால்

பிணைமான் குடிக்காது. கலைமான் குடிப்பதுபோல் பாவனை செய்து பிணைமானைக் குடிக்க வைக்கிறது.

கே.வி.யும் துளசிபாயும் அந்தக் கலைமானும் பிணைமானுமாகத் தெரிந்தனர்.

○

1976இல் இவள் அந்தப் பெங்காலி ஓவியனைச் சந்தித்தாள். அவனும் ரொபீந்திர சங்கீத்தையும் ஆற்றுமீன் ருசியையும் பேசுபவனாக இருப்பான் என்றே நினைத்தாள். ஆனால் அவன் கலைஞர் கே.ஜி. சுப்பிரமணியத்தின் மாணவன். அவருடைய பெங்காலி மனைவியின் இளம் நண்பன். அவன் உலகம் மெட்ராஸிகள் என்றால் இட்லி என்ற குறுகிய உலகமாக இருக்கவில்லை.

கே.வி.க்கு அவனைப் பிடித்திருந்தது. கமலேஷ் என்ற அவன் பெயரைக் குறிப்பிட்டு, “ஏம்மா, பேரைப் பார்த்துத் தெர்ந்தெடுத்தியா?” என்று கேலி செய்தார்.

அவனுக்கு மாக்டா நாஹ்மென்னின் ஓவியங்கள் குறித்துத் தெரிந்திருந்தது வேறு அவருக்குப் பெருமகிழ்ச்சி. அவர் மதித்த எம்.பி.டி. ஆச்சார்யாவின் மனைவி ஆயிற்றே அவள்?

அம்மாவுக்கு மகன்போல் ஆகிவிட்டான் அவன். அவள் கல்கத்தா போனதும் தன் நாடகக் குழுவை அங்கு மாற்றிக் கொண்டாள். கல்கத்தாவில் தமிழ் நாடகங்கள் போட்ட ஒரே குழு.

அம்மாவுடனும் கே.வி.யுடனும் கடிதத் தொடர்பு விடாமல் இருந்தது. அடிக்கடி நாடக நிகழ்ச்சிகளுக்குச் சென்னை வரும்போது நுங்கம்பாக்கத்துக்கு ஓடி வருவாள். கோபால் அண்ணாவும் சரசு அண்ணியும் வழக்கம்போல் அவர்களிட மிருந்து விலகியே இருந்தனர் குடும்பத்தினர் மனம் வருந்தக் கூடாது என்று.

அம்மா நலிவுற்றுப் போய்க்கொண்டிருந்தாள். கைகளில் இருந்த நடுக்கம் உடலெங்கும் பரவியது. குழந்தைபோல் ஆனாள். நீண்ட அங்கிபோன்ற உடை அணிவிப்பது செளகரியமாக இருந்தது. கே.வி. அவளுடன் தையல் கடைக்குப் போய் பளிச்சென்ற வண்ணங்களில் இருந்த அம்மாவின் மெல்லிய புடவைகளைக் கிழித்து மெத்தன்ற அங்கிகள் தைக்கக் கொடுத்தார். தைத்து வந்ததும், “துலி, பிடிச்சிருக்கா?”என்று கேட்டார்.

“நல்லா இருக்கு கே.வி. இவ்வளவு போதும். வீணாயிடும்” என்றாள்.

பேச்சு குழறிப்போயிருந்தது. கே.வி.க்கும் இவளுக்கும் மட்டும்தான் புரிந்தது.

○

பரதவாக்கியம் 2 – டாக்டர் துளசிபாய் – அம்மா

1979 ஏப்ரலில்தான் அம்மா முற்றிலும் படுத்த படுக்கையானாள். கே.வி. அவளை வரச் சொன்னார்.

அவள் வந்த அன்று அடிக்கடி கண்களை மூடிக் கொண்டாலும் அம்மாவின் முகம் ஒளி மங்கியிருக்கவில்லை. நினைவு தப்பவில்லை. அப்படி அவள் இருந்ததாலோ என்னவோ காலையில் கே.வி. அவள் பொறுப்பில் சிறிது நேரம் அம்மாவை விட்டுவிட்டு உலாவச் சென்றார். அவர் சென்றதும் அம்மா அவள் கையை இறுகப் பிடித்துக்கொண்டாள். கண்களை மூடிக்கொண்டாள். பேச ஆரம்பித்தாள். அவள் வாயருகே செவி வைத்துக் கேட்கவேண்டியிருந்தது.

“கமலா, எல்லாத்தையும் தாங்க முடிஞ்சிச்சு. வலியைத் தாங்க முடியலை. கன்னத்துல. முதுகுல. இடுப்புல. ‘ஏன் அவனோட பேசின? ஏன் அவனைப் பாத்த?’... ஒரு நாள் ஆஸ்பத்திரியிலிருந்து வந்து உனக்குப் பால் கொடுத்துட்டு இருந்தேன். திடீர்னு முதுகுல ஒரு இடி. நீ அப்படியே விழுந்திட்ட. நல்லவேளை, படுக்கையில உட்கார்ந்திட்டிருந் தேன். ஆஸ்பத்திரியில முழங்காலுக்கு மேல அடிபட்டு ஒருத்தர் வந்திருந்தாரு. சாதாரணமா நான் பிரசவ கேஸ்தான் பார்ப்பேன். அன்னிக்கு வேலை இருக்கலை. கொஞ்சம் ஒய்வா இருந்தேன். உங்கப்பாவுக்கு அன்னிக்கு ஏகப்பட்ட பேஷன்ட்ஸ். நான் அவரைக் கூப்பிட்டு அடி பலமான்னுட்டுப் பார்த்தேன். நல்லவேளையா இல்லை. நர்ஸைக் கூப்பிட்டு கட்டுப் போடச் சொல்லிட்டேன். ‘நீ எப்படி அவன் வேட்டியத் தூக்கி முழங்காலுக்கு மேல பார்க்கலாம்?’னுட்டுக் கத்தினார்.

“அன்னிக்குத்தான் தீர்மானிச்சேன். வெளியில எங்கேயாவது வேலைக்குப் போனால் திரும்பக் கூடாதுன்னுட்டு. அப்படியே அந்த ரெண்டாம் உலகப் போர் மருத்துவ சேவை வாய்ப்பு கிடைச்சுது. ஒரு நண்பர் வீட்டுல இருந்தேன். ஜூலை 1942ல கே.வி. ஜெயில்ல இருந்து வெளில வந்தார். நான் எங்கே இருக்கேன்னு தேடிட்டு வந்தார். அரசல் புரசலா அவருக்கு விஷயம் தெரியும். ஒரு தடவை அவர் முன்னால சொல்லி

அழுதிருக்கேன். அவரைப் பார்த்ததும் அப்படியே உடைஞ்சு போயிட்டேன். அன்னிக்கு என் கையைப் பிடிச்சிட்டு, "நான் இருக்கேன்"ன்னு சொன்னவர் அதற்கப்புறம் விடலை என் கையை...

"அவர் வீட்டுக்கு எப்படிப் போக முடியும்? கே.வி.க்கு நல்லப்பன்னு ஒரு நண்பர் இருந்தார். வக்கீல். கோபிச்செட்டிப் பாளையத்துல. அவர்தான் ஒரு வீடு பார்த்துக் குடி வெச்சார்.

"அங்கயும் சின்ன க்ளினிக் இருந்தது. வெளியிலயும் வேற வேலைகள் கிடைச்சபோது அதையும் செய்வேன். அப்புறம்தான் சின்ன ஆஸ்பத்திரி, எதிர்லயே வீடுன்னு போனது..."

விட்டு விட்டுப் பேசினாள். பேசிக் களைக்க வேண்டாம் என்றால் கேட்கவில்லை.

"ஒரு நாள் அவசர பிரசவ கேஸ்னு ஒருத்தர் காரெடுத்திட்டு வந்தார். அப்படி வருவாங்க அக்கம் பக்கத்து ஊர்லேருந்து. வண்டியில உட்கார்ந்தா வண்டி எங்கெங்கயோ போறது. கிராமம் கிராமமா கூட்டிட்டுப் போய்..."

அம்மா விம்மினாள்.

"அடியும், திட்டும், மிரட்டலும்...

"இங்கே திரும்பி வராததும் கே.வி. ரொம்பப் பயந்துட்டாரு. நல்லவேளை. கார் நம்பரை எழுதிவெச்சிருந்தாரு எதுக்கும் இருக்கட்டுனுட்டு. நல்லப்பனும் அவருமா தெரிஞ்ச போலீஸ் இன்ஸ்பெக்டர் மூலமா கார் போன வழியக் கண்டுபிடிச்சு, ஒரு குக்கிராமத்துல இருந்த என்னை மீட்டாங்க.

"என்னைப் பார்த்ததும் கதறிட்டாரு கே.வி. 'உன்னை உசிரோட பார்ப்பேனான்னு பயந்துட்டேம்மா, துலி'ன்னாரு."

துண்டால் முகத்தைத் துடைத்ததும், "எப்பவாவது வந்து உன்னைக் கூட்டிட்டுப் போயிடலாம்னு நினைச்சேன், கமலா. நீ சென்னையில இருந்தது தெரியும். அனால் அந்தச் சம்பவத்துக்கு அப்புறம் அந்த ஆசையை விட்டுட்டேன். உன் ஃபோட்டோகூட என் கிட்ட இருக்கலை... என்னை மன்னிச்சுடுடா ராஜா..."

அம்மா கண்ணைத் திறந்து அவளைப் பார்த்தாள். புன்னகைத்தாள். அருகில் வரும்படி செய்கை செய்தாள். இவள் அவள் புறம் குனிந்ததும் வறண்ட இதழ்களை அவள் நெற்றியில் பதித்தாள்.

காலை நடையை முடித்துக்கொண்டு கே.வி. மாடி ஏறி வந்தார்.

அவரை நோக்கிக் கையை நீட்டினாள் அம்மா.

அவர் அவள் கையைப் பிடித்துக்கொண்டு, "கொஞ்சம் பால் சாப்பிடறியா?" என்றார்.

தலையசைத்தாள்.

அருகிலிருந்த வெப்பக் குடுவையிலிருந்து ஒரு சின்ன டம்ளரில் பாலை ஊற்றி ஸ்பூனால் மெல்ல மெல்ல வாயில் ஊற்றினார்.

கீழே மாமியின் பூஜை மணி அடித்தது.

அம்மா கே.வி.யின் கையைப் பிடித்துக்கொண்டு, "ஐ லவ் யூ கே.வி." என்றாள். அடுத்த முழுங்கு பால் இறங்கவில்லை.

கே.வி. அம்மாவின் விழிகளை மூடினார். முதுகு குலுங்கியது.

அவள் டாக்டரைக் கூட்டிவர விரைந்தாள்.

படிகளின் கீழே மாமி புடவைத் தலைப்பால் கண்களைத் துடைத்துக்கொண்டிருந்தார்.

எல்லாம் முடிந்து அம்மா இல்லாத அறையைச் சுத்தப் படுத்தியபின் அவள் தோளை அணைத்து கே.வி. கூறினார்:

"கமலா, என்னை அப்பான்னே கூப்பிடு இனிமேல்."

○

அம்மா இறந்தபின் ஆண்டுகள் எப்படி உருண்டன என்று தெரியவில்லை. கே.வி. ஏதோ ஆராய்ச்சி என்று அலைந்து கொண்டிருந்தார்.

அவள் ஒரு முறை சென்னை போனபோது அம்மியில் பீர்க்கங்காய்த் துவையல் அரைத்துக்கொண்டிருந்தார் வேர்த்து விறுவிறுத்தபடி.

"என்னப்பா இது?"

"நீ வரயேன்னு ஸ்பெஷல் சமையல்" என்றார்.

அவருக்குப் பீர்க்கங்காய்த் துவையல் மிகவும் பிடிக்கும்.

"எனக்கா, உங்களுக்கா?" என்று கேலிசெய்துவிட்டு, "நகருங்க, நான் அரைக்கிறேன்" என்றாள்.

துண்டால் முகத்தைத் துடைத்தபடி நகர்ந்தார்.

இரு பைகளில் ஒரு வாழ்க்கை
103

அரைத்துவிட்டு கிண்ணத்தில் வழித்தெடுத்தபின் இவர்கள் இருவரும் சாப்பிட அமரும்போது, உள்ளறையிலிருந்து முனகல் கேட்டது. 'சட்'டென்று எழுந்து கதவருகே போய் "மாமி" என்று குரல் கொடுத்தாள்.

மாமி மெல்ல வந்தார். தளர்ந்து போயிருந்தார்.

"என்னம்மா கமலா? சௌக்கியமா?"

"மாமி, சாப்பிட்டாச்சா?"

"அரிசிக் கஞ்சி வெச்சிருக்கேன். வேற எதுவும் ஜீரணம் ஆகறதில்ல. சாப்பிடலை இன்னும்."

"மாமி பீர்க்கங்காய்த் துவையல் பண்ணியிருக்கு. வேணுமா? கஞ்சிக்குத் தொட்டுக்க நல்லாயிருக்கும்."

தயங்கினார்.

"மாமி நான் ஒன்னு பண்றேன். நான் உங்க ரூம்ல இருக்கற பூஜை பண்ணும் இடத்துல வெச்சிடறேன். தண்ணி தெளிச்சு எடுத்துக்குங்க. அது பிரசாதமாயிடும்."

மாமி சிரித்தார்.

"நன்னா பேசறே நீ."

"மாமி வேடர் கண்ணப்பர் தந்ததை சிவன் வாங்கிக் கிட்டாரே?"

"வாய், வாய்" என்று கையிலிருந்த விசிறியால் மண்டையில் தட்டினார்.

பீர்க்கங்காய்த் துவையலைத் தந்தாள். தன் அறைக் கதவை முழுவதும் திறந்து வைத்து, அவர்கள் இருவரையும் பார்க்கும்படி அமர்ந்துகொண்டு கஞ்சி குடித்தார்.

இடையில் ஒரு முறை கே.வி. கொல்கத்தா வந்தார் அவர்களுடன் தீபாவளியைக் கழிக்க. மத்தாப்பு கொளுத்தினார். பட்டாசு வெடித்தார். ஆனால் அவர்களுடன் நிரந்தரமாகத் தங்க மறுத்தார். ரயிலடியில் அவரைக் கொண்டுவிடப் போன போது மௌனமாகிவிட்டார். வண்டி கிளம்பும்போது கை அசைத்துவிட்டு உடனே தலையைத் திருப்பிக்கொண்டார்.

மீண்டும் அவள் சென்னை போனபோது மாமி இல்லை. கே.வி. வீட்டை ஒழித்துக்கொண்டிருந்தார். மீண்டும் கோபிச்செட்டிப்பாளையத்தில் போய் இருக்கப்போவதாகச் சொன்னார்.

“எப்போப்பா?”

“அடுத்த வாரம்.”

உடனே கமலேஷிடம் தான் திரும்பிவர நாளாகும் என்று கூறி ஒரு தந்தி அனுப்பிவிட்டு வந்தாள்.

அவருடைய நூல்கள் ஆராய்ச்சிக் குறிப்புகள் எல்லாவற்றையும் அட்டைப் பெட்டிகளில் அவர் கூறியபடி வைக்க ஆரம்பித்தாள். பாரதியார் சம்பந்தப்பட்ட பல தரவுகளைப் பிரித்தபோது, “அப்பா, இதையெல்லாம் எங்க வைக்கப் போறீங்க? இங்கேயேவா?” என்றாள்.

“இல்லம்மா. இந்த வீடு இருக்காது. இப்பல்லாம் பழைய வீட்டை இடிச்சு புது வீடு கட்டறாங்க இல்லையா?” என்றார்.

“இதெல்லாத்தையும் பின்ன என்ன பண்ணப்போறீங்க?”

“கட்சி ஆபீஸ்லதாம்மா வைப்பேன்.”

“இந்தப் பாரதியார் சம்பந்தப்பட்ட பத்திரிகை எல்லாம் முக்கியம்னு படுதுப்பா. நான் பத்திரமா வெச்சுக்கவா? அப்புறமா டெல்லியில நேரு லைப்ரரி அப்படி எங்கேயாவது தரலாம்” என்றாள்.

கே.வி.யின் முகம் சிவந்தது. முதல் முறையாக அவருடைய கோபத்தை எதிர்கொண்டாள்.

“நான் என்ன செய்யணும்னு நீ சொல்லத் தேவையில்லை. உனக்குக் கட்சியைப் பத்தி என்ன தெரியும்? என்னைப் பத்திதான் என்ன தெரியும்?” என்றார் சூடாக.

அவள் பேசவில்லை அதன்பின்.

அம்மா அவளுக்குக் காட்டிய நீலக்கோப்பைக் காட்டிய போது, “அதெல்லாம் ஒன்றுமில்லை” என்று கூறி, அதிலிருந்த தாள்களைக் கிழித்துப் போட்டார்.

சற்றுக் கோபம் வந்தது அவளுக்கும். “அப்பா, நீங்க பெரிய கம்யூனிஸ்டாக இருக்கலாம். ஆனால் பெண்களுக்கும் சிந்திக்கத் தெரியும்னு நீங்க தெரிஞ்சிக்கணும்பா.”

“உளறாதே ஏதாவது.”

“இல்லப்பா, உங்களுக்குத் தெரியுமா? லெனின் யாரை யாவது கேவலப்படுத்தி விமர்சிக்கணும்னா, “பெண் மாதிரி யோசிக்கிறாய்”, பெண் மாதிரி நடக்கிறாய்” அப்படீன்னு சொல்வாராம். 1915இல் பர்ன் நகரத்தில் அனைத்துலக

சோஷியலிஸப் பெண்கள் கூட்டம் நடந்தபோது அவர் தன் மனைவி நடேஸ்டா க்ருப்ஸ்கயா, காதலி இனெஸ்ஸா ஆர்மண்ட் ரெண்டு பேர் தலைமையில அவரே பொறுக்கி எடுத்த பெண்களை வைச்சு நடத்தினார். அவங்க பேச வேண்டியதை எல்லாம் அவரே எழுதினார். அவர் மனைவியோட தோழி அரியாட்னா டிர்கோவா ஒரு பெண்ணியவாதி. அவரிடம், "நான் பதவிக்கு வந்தால் உன்னை மாதிரிப் பெண்களை தெரு விளக்குக் கம்பங்கள்ல தூக்குப்போடுவேன்"ன்னு சொன்னார். ஏன் மார்க்ஸ் தன் வீட்டில் வேலை செய்த ஹெலனா டெமுத்தோட உறவு வெச்சு அவளுக்குப் பிறந்த மகனை அனாதை ஆசிரமத்துல விடலையா? இதெல்லாம் இப்ப ஆராய்சிக் கட்டுரையா வந்திருக்குப்பா..."

"வம்பு, வெறும் வம்பு" என்று சினந்தார்.

"நானே எல்லாம் கட்டி வைக்கிறேன். நீ போய் வேற ஏதாவது செய்." என்றார் சற்று உரத்த குரலில்.

அதன்பின் பேசாமல் அவர் சொற்படி கட்டினாள். சிறிது நேரத்தில் சின்னச் சரக்கு வண்டி ஒன்று வந்தது. ஓட்டுனர் உதவியுடன் எல்லாவற்றையும் ஏற்றி அவளும் அவருடன் அமரப் போனபோது தடுத்தார். "நானே போயிட்டு வரேன். வெளியில சாப்பிடலாம் இன்னிக்கு" என்றார். வண்டி கிளம்பியது.

❍

மறுநாள் சுதந்திரப் போராளிகளுக்கும் துணையாகச் செல்பவர்களுக்கும் முதல் வகுப்புச் சலுகைப் பயணச் சீட்டுகள் எடுக்கப் பேருந்தில் ரயிலடி போய், பயணச் சீட்டுகள் பதிவான பின் வீடு திரும்பி அவர் பெட்டியில் துணிகளை வைக்க ஆரம்பித்தாள்.

"நானே செய்வேன்" என்றார்.

"வயசு 85 ஆகிறது. ஞாபகம் இருக்கட்டும்" என்றாள்.

அவள் எல்லாவற்றையும் வைத்தபின் கைப்பையில் பணப்பை எல்லாம் வைத்துவிட்டு அவள் பெட்டியைப் பூட்டும் முன் கம்யூனிஸ்ட் கொள்கை அறிக்கையைப் பெட்டியில் வைத்தார்.

"உங்கள் பைபிலை வெச்சுட்டீங்களா?" என்றாள் சிரித்தபடி.

அவரும் சிரித்தார்.

ஈரோடுவரை போய், பேருந்தில் கோபிச்செட்டிப் பாளையம் போனதும்,

"வீட்டுக்கு நடந்துடலாமா?" என்றார்.

"பெட்டி எல்லாம் எடுத்திட்டா?"

பக்கத்தில் இருந்த சைக்கிள் ரிக்ஷாக்காரர், "அவர் ரிக்ஷால எல்லாம் போகமாட்டார்மா" என்றார்.

அதை அவள் மறந்துவிட்டிருந்தாள். எங்கு சென்றாலும் பேருந்தும் ரயிலும்தான். கொல்கத்தா வந்தபோதும் பேருந்தும் ட்ராமும்தான் எடுப்பேன் என்று கறாராக இருந்தார்.

முடிவில் சாமான்களை மட்டும் ரிக்ஷாவில் வைத்துவிட்டு அவர்கள் இருவரும் நடந்துவந்தனர் வீட்டுக்கு.

பெரிய காம்பவுண்ட். இடது பக்கம் அறைகள். எதிரே வராந்தாவுடன் ஒரு பெரிய அறை. அதை அடுத்து வராந்தாவின் மறு முனையில் இன்னொரு பெரிய அறை. உள்ளே சிறிய ரேழிக்குப் பிறகு குளியலறையும் கழிவறையும். இடது பக்கம் சமையலறை. பின்னால் தோட்டம் மரங்களும் கொடிகளுமாய். பாத்திரங்களும் மேசை நாற்காலிகளுமாய் வீடு அடைந்து கிடந்தது. எதிரே இருந்த அந்த அறைகள்தாம் அம்மாவின் ஆஸ்பத்திரி போலும். அவர் நண்பர் நல்லப்பனின் உதவியால் வீட்டில் மின்சாரம் இருந்தது. காற்றாடிகளும் முனகியபடி என்றாலும் இயங்கின.

நல்லப்பன் வீட்டில் சாப்பாடு என்றார். அவர் வீடு அருகில் தான் இருந்தது. மிகவும் கனிவுடன் பேசும் வக்கீல். துளசிபாயின் பெண் என்றதும் மிகவும் அன்புடன் பேசினார். திரும்பி வந்ததும் கே.வி.யைச் சிறிது ஓய்வெடுக்கச் சொல்லிவிட்டு, அவர் கண்ணயர்ந்ததும் மெல்ல வெளியே போய் ரிக்ஷா வைத்துக் கொண்டு கடைத்தெரு போய் துடைப்பம், தரை துடைக்கத் துணி, சோப்பு, கொஞ்சம் மளிகைச் சாமான், காய்கறி எல்லாம் வாங்கி வந்தாள்.

சமையலறையைச் சுத்தப்படுத்தி ஸ்டவ் மூட்டியபோது தான் அவள் ஸ்டவ் மூட்டி எவ்வளவு காலமாயிற்று என்று தோன்றியது. சென்னையில் கே.வி. ஸ்டவ் மூட்டிவிடுவார்.

பால் பாக்கெட்டைப் பிரித்து, பாத்திரங்களில் தேடி எடுத்த வால் பாத்திரத்தில் பால் காய்ச்சினாள். கே.வி.க்குத் தேநீர் பிடிக்கும். ஆனால் காப்பி பிரியர். உடனடியாகச் செய்யும் காப்பித்தூளைப் போட்டு அவருக்குக் காப்பி தயாரித்தாள்.

இரு பைகளில் ஒரு வாழ்க்கை

தனக்கு இஞ்சி நசுக்கிப் போட்ட தேநீர் தயாரித்து அவர் உறங்கிக் கொண்டிருந்த அறையிலிருந்த மேசைமேல் இரண்டு டம்ளர்களையும் வைத்தாள். மேசையில் சிதறிக் கிடந்த காகிதங்கள், அட்டைப் பெட்டிகள் இவைகளுக்கு நடுவே அம்மாவின் புகைப்படம் இருந்தது சட்டமிடப்பட்டு.

கே.வி.யை மெல்ல எழுப்பினாள்.

“அப்பா, எழுந்திருங்க. காப்பி கொண்டுவந்திருக்கேன்.”

எழுந்து உட்கார்ந்து, “எப்படீம்மா போட்டே? காப்பித்தூள் எல்லாம் இருக்கலியே?” என்றார்.

“கடைத்தெரு போயிட்டு வந்தேன்.”

“எதுக்கும்மா சிரமப்பட்டே? சாயங்காலமா நானே போயிருப்பேனே?”

காப்பியைச் சுவைத்துப் பருகினார். பயணத்தில் களைத்திருந்தார்.

தேநீரைப் பருகியவாறே, “அப்பா, காய்கறி வாங்கிட்டு வந்தேன். ஸூப் மாதிரி பண்ணட்டுமா? ப்ரெட் வாங்கிட்டு வந்திருக்கேன்” என்றாள்.

“சரிம்மா” என்றார்.

அவர் காய்கறிகளை நறுக்கித்தர அன்றைய இரவு உணவு முடிந்தது.

மறுநாள் வீட்டை ஒழுங்குபடுத்துவதற்குள் இடுப்பு ஒடிந்து விட்டது. கே.வி.யின் மூப்பின் சோர்வு வெளிப்படையாகத் தெரிய ஆரம்பித்திருந்தது. வீட்டை ஒழுங்குபடுத்துவதில் எந்த ஆர்வமும் இருக்கவில்லை. மேசை மேல் இருந்த அம்மாவின் புகைப்படத்தைப் பார்த்தபடியே மணிக்கணக்காக அமர்ந்திருந்தார்.

தினம் எளிமையான சமையல் செய்துதர பெண்மணி ஒருவரை நல்லப்பன் மூலம் ஏற்பாடு செய்துவிட்டு அவள் கிளம்பும்போது கே.வி.யின் கண்களில் ஈரம் படர்ந்தது.

“அப்பா, கொல்கத்தா வந்து என்னோட இருக்கக் கூடாதா?”

உடனே மறுத்தார். “இல்லை, இல்லை. அது முடியாது. இது நானும் அவளும் இருந்த இடம்” என்றார்.

அங்கே இருப்பது அவருக்கு பெருத்த மகிழ்வைத் தருகிறது என்பது ஒவ்வொரு முறை வரும்போதும் தெரிந்தது. அவரே சமைக்க ஆரம்பித்திருந்தார். அறிவொளி இயக்கத்தினருடன் இணைந்து பல வேலைகளைச் செய்தார். சுதந்திர தினத்தன்று கொடியேற்றவும் உரையாற்றவும் அக்கம்பக்கத்துப் பள்ளிகளி லிருந்து அழைப்புகள் வந்தவண்ணம் இருந்தன. அரசியல் குறித்த அவருடைய விரிவுரைகள் பல மாணவர்களை அவர்பால் ஈர்த்தன போலும். யாராவது ஓர் இளம் மாணவன் அவருடன் உரையாடிக்கொண்டிருப்பதைப் பார்க்க முடியும்.

பத்து ஆண்டுகளுக்கு மேல் அவர் கோபிச்செட்டிப் பாளையத்தில் இருப்பார் என்று அவள் நினைக்கவில்லை. அதற்குமேல் அவர் தனியாக இருப்பதும் சரியென்று தோன்ற வில்லை.

அப்போது ஒரு முறை அவள் வந்தபோதுதான் அந்தப் பெரிய சண்டை நடந்தது.

மாலயில் தேநீர் அருந்தியபடி கே.வி.யிடம் பேசும்போது, “அப்பா, இன்னும் நீங்க தனியா இருக்கறது சரியில்லப்பா. நான் ஒன்னு சொல்றேன். தப்பா நினைக்காதீங்க. இந்த வீட்டையும் நிலத்தையும் வித்தா, சென்னையில ஒரு சின்ன வீடு வாங்க முடியும். உங்களோடு இருந்து பார்த்துக்கற மாதிரி யாரையாவது ஏற்பாடு செய்ய முடியும். எனக்கும் இவ்வளவு தூரம் வரது கஷ்டமா இருக்குப்பா. யோசிச்சுப் பாருங்க” என்றாள்.

வெகுண்டெழுந்தார் கே.வி. கையில் இருந்த தேநீர்க் கோப்பையை ஓசையுடன் மேசைமேல் வைத்தார். தேநீர் வெளியே சிதறியது.

“நான் உன்னை என்னை வந்து பார்க்கச் சொன்னேனா? நீயா வந்து விசாரிச்சுட்டுப் போற. சொத்து மேல ஆசைன்னு இப்ப தெரியுது. இந்தச் சொத்து எல்லாம் கட்சிக்குத்தான் போகும். இதைப் பத்திப் பேச உனக்கு எந்த உரிமையும் இல்லை. துளசிபாய் பொண்ணு நீ. அதனால மன்னிக்கிறேன். கிளம்பு நீ.”

விடுவிடுவென்று போய் காசோலைப் புத்தகத்தை எடுத்து வந்து ஆயிரம் ரூபாய்க்கு ஒரு காசோலை எழுதினார். அவள் மேல் விட்டெறிந்தார். அநத முறை கோயமுத்தூரிலிருந்து வாடகை வண்டி எடுத்து வந்திருந்தாள். ஆயிரம் ரூபாய் அந்தச் செலவுக்கு.

கிட்டத்தட்ட அவளை இழுத்து வந்து காம்பவுண்ட் வாயிற் கதவின் வெளியே விட்டு வாயிற்கதவை மூடினார். “போ நீ”

என்றார். கோபத்தில் குரல் நடுங்கியது. வண்டி ஓட்டுநரிடம், "பத்திரமா ஓட்டிட்டிப் போப்பா" என்றார்.

வண்டியில் அமர்ந்ததும் அழுகை வெடித்துக்கொண்டு வந்தது. விடைபெற வண்டியின் சன்னல்புறம் திரும்பியபோது கே.வி. திரும்பிப் போய்க்கொண்டிருந்தார். முதுகுதான் தெரிந்தது. நின்று அவளுக்கு விடையளிக்காதது அதுதான் முதல் முறை.

வண்டியோட்டி தெரிந்தவர். "வயசானவர். விடுங்க" என்றார்.

கோயமுத்தூரை எட்டியதும் தபால் நிலையம் வந்து தபால் உறை வாங்கி அவர் தந்த காசோலையை வைத்து அவளிடமிருந்த தாள் ஒன்றில் அவருக்கு எழுதினாள்.

அன்புள்ள அப்பா,

இத்துடன் நீங்கள் தந்த காசோலை. நம் உறவை நீங்கள் இவ்வளவு சுலபமாக ஒரு காசோலை தந்து முறிக்க முடியாது. உங்கள் சொத்தில் எனக்கு ஒரு ரூபாய்கூடத் தேவையில்லை. நான் அதற்காக உங்களை 'அப்பா' என்று கூப்பிடவில்லை. என் அம்மாவை ஆதரித்தவர் நீங்கள். அவள் மேல் அளவிலாக் காதல் கொண்டவர். உங்கள் மேல் நான் காட்டும் அன்பும் அக்கறையும் அதனால்தான். இது உங்களுக்கும் தெரியும். கட்சி மேலும் கோட்பாட்டின் மேலும் உள்ள அதீதப் பிடிப்பு உங்கள் கண்களை மறைக்கிறது. அது ஒரு நாள் விலகும் என்று நம்புகிறேன். அப்படி விலகும்போது நான் சொல்வது புரியும்.

உடம்பைப் பார்த்துக்கொள்ளுங்கள்.

உங்கள்
கமலா

◯

கே.வி.யிடமிருந்து பல நாட்கள் பதில் வரவில்லை. பிறகு பட்டும் படாமலும் ஓரிரு கடிதங்கள்.

அப்படியும் அவருடைய நூறாவது பிறந்தநாளுக்குப் போகாமலிருக்க மனம் வரவில்லை. அன்றும் கோயமுத்தூர் போய் வண்டியெடுத்து கோபிச்செட்டிப்பாளையம் போன போது வீடு பூட்டியிருந்தது. எதிர் வீட்டில் இருந்தவர் அவரை யாரோ வந்து வண்டியில் கூட்டிப் போனதாகச் சொன்னார். அவர் உறவினராம். நல்லவேளை. அவர் எண்ணை வாங்கி வைத்திருந்தார். அவருடன் தொடர்பு கொண்டபோது

அவருடைய கம்பனியின் விருந்தினர் இல்லத்தில் கே.வி. இருப்பதாகக் கூறி முகவரி தந்தார்.

நீரிழிவு வியாதியால் கண்பார்வையை முற்றிலும் இழந்திருந்த நல்லப்பனைப் பார்த்துப் பேசிவிட்டு, கோயமுத்தூருக்கு விரைந்தாள். நல்லப்பன் அவளிடம், "உன்னோட சண்டை வந்ததைச் சொன்னாரும்மா. வருத்தப் படாதே. திரு.வி.க. சொன்ன மாதிரி அவர் ஒரு 'லௌகீக சந்நியாசி'" என்று சொன்னார்.

முகவரி தேடி விருந்தினர் இல்லத்தை அடைந்தபோது முன்னறையில் சில நண்பர்களோடு அமர்ந்திருந்தார். கட்சித் தோழர்கள்போலும். அவளைக் கண்டதும் விரைந்து வந்து அணைத்துக்கொண்டார். "அப்பாவை மன்னிச்சுட்டியா?" என்று கேட்டார்.

"மன்னிக்கலை" என்றுவிட்டுச் சிரித்தாள்.

அவருக்காக வாங்கியிருந்த கதர் வேட்டியையும் சட்டையையும் கையில் தந்துவிட்டு வாழ்த்தட்டையையும் தந்தாள். "எதுக்கும்மா வேட்டி எல்லாம்?" என்றார்.

டிபனும் காப்பியும் ஏற்பாடு செய்யப்பட்டிருந்தது. வந்திருந்தவர்களும் வயதானவர்கள். கட்சியில் அப்போது செயலாற்றிக்கொண்டிருந்தவர்கள் இல்லை என்று தோன்றியது. கே.வி.யின் ஆரம்பகாலத் தோழர்கள் போலும்.

கே.வி. அந்தப் பக்கம் எங்கோ போனபோது அவர்களில் ஒருவரிடம் பேசும்போது, "இப்பவாவது அவரைக் கட்சியில சேர்த்துக்கக் கூடாதா?" என்று கேட்டாள்.

அவர்கள் சங்கடத்தில் நெளிவது தெரிந்தது. "கட்சியில சேர்த்துக்க ஒரு விண்ணப்பம் எழுதித்தரச் சொன்னால் மறுக்கறாரு. 'கட்சிதானே என்னை விலக்கித் தீர்மானம் போட்டது? அந்தத் தீர்மானத்தைக் கட்சி வாபஸ் வாங்கினால் போதுமே?' அப்படீங்கறாரு. பிடிவாதக்காரரு." என்று விளக்கினார் அந்த முதியவர்.

அவள் திரும்பிச் செல்லும்போது வண்டிவரை வந்து, "ஜாக்கிரதையாகப் போ" என்றுவிட்டு, அவள் உள்ளே உட்கார்ந்ததும் அவள்புறம் குனிந்து, "நான் எப்போதும் உன் அப்பாதான்" என்றார்.

"தேங்க்யூப்பா" என்றாள்.

வண்டி வாயிலை விட்டு மறையும்வரை கை அசைத்தபடி நின்றுகொண்டிருந்தார்.

○

சில மாதங்களிலேயே அம்பத்தூர் தொழிற்பேட்டை அருகிலிருந்த அத்திப்பட்டில் இருந்த ஆஸ்பத்திரியில் அவர் இருப்பது குறித்து கே.வி. தகவல் அனுப்பினார். கொல்கத்தாவிலிருந்து ஓடி வந்து அங்கு போனபோதுதான் அது ஆஸ்பத்திரி இணைக்கப்பட்ட ஒரு குடியிருப்பு என்று தெரிந்தது. கட்டட மூலையில் அவருக்கு இடம் ஒதுக்கியிருந்தார்கள். அது சாமான்கள் வைக்கும் இடம் போலும். ரேழியைத் தாண்டி முன்னறையில் நிறையப் பெட்டிகள், மேசைகள், நாற்காலிகள் என்று ஒழுங்கில்லாமல் இருந்தது. இடதுபுறம் மேசை, பீரோ வசதி இருந்த ஓர் அறையில் சாதாரண இரும்புக் கட்டில் ஒன்று போட்டு அதை அவர் அறையாக்கியிருந்தார்கள். ஆஸ்பத்திரி அறையாகவும் இல்லாமல் வீடாகவும் இல்லாமல் ஓர் அறை.

கட்டிலில் அமர்ந்திருந்தார் கே.வி.

"அப்பா உடம்பு எப்படிப்பா இருக்கு?" என்றதும், "உடம்புக்கு ஒன்னுமில்லைமா. வயசாயிட்டுது இல்லையா? அதனால இங்க இருக்கேன்" என்றார்.

உடம்புக்கு ஒன்றுமில்லை என்றதும் வெளியே போய் அவருக்குப் பிடித்த நொறுக்குத் தீனிகளும் பிஸ்கோத்துகளும் வாங்கி வந்தாள்.

குழந்தையின் குதூகலத்துடன் வாங்கிக்கொண்டார்.

எட்டிப் பார்த்த ஆஸ்பத்திரி ஆயாவைத் தனியா அழைத்துப் போய், "நல்லா பார்த்துக்குங்கம்மா" என்றுவிட்டு நூறு ரூபாயும் ஒரு பிஸ்கோத்துப் பொட்டலமும் தந்தாள் அவருக்கு.

"அதெல்லாம் நல்லா பர்த்துக்கறோம்மா. நான்தான் ரூமெல்லாம் பெருக்கி, டெட்டால் போட்டுத் துடைச்சு, படுக்கை விரிப்பெல்லாம் மாத்தறேன். அப்பப்ப நர்சம்மா வந்து பார்க்கும்" என்றார்.

கிளம்பும்போது, "போகணுமா?" என்றார்.

"இங்க இருக்க விட மாட்டாங்கப்பா. வருவேன். கவலைப் படாதீங்க" என்றார்.

வெளிக்கதவு வரை வந்தவர் மெல்ல விசும்பினார்.

"என்னப்பா இது?" என்றாள்.

அவள் கையைத் தன் கன்னத்தில் வைத்து அழுத்தினார்.

“சீக்கிரமா இன்னொரு தடவை வா” என்றார்.

ஆறு மாதத்துக்குப் பின் அவர் பிறந்தநாளுக்குப் போன போது படுத்திருந்தார். சற்று வாடை வீசியது.

ஆயா அவளை வெளியே அழைத்து, “குளிக்க மாட்டேன்னு தொல்லை செய்யறாரு அம்மா. வேட்டி சட்டை மாத்த விட மாட்டேங்கறாரு. நீ கொஞ்சம் சொல்லு கண்ணு” என்றார்.

வெளியே வைத்திருந்த அவர் பெட்டியிலிருந்து வேட்டியையும் சட்டையையும் எடுத்துக்கொண்டு, அவரருகே அமர்ந்து, “ஏய் கே.வி., ஒரு டாக்டரோட புருஷன் நீங்க. இப்பிடி குளிக்காம, சட்டை மாத்தாம இருக்கலாமா?” என்று கிண்டலாகக் கேட்டாள்.

“ஆமாம், துலிக்குப் பிடிக்காது” என்றபடி எழுந்தார்.

ஆயாவிடம் சைகை காட்டியதும் அவர் வெந்நீர் கொண்டுவர ஓடினார்.

கே.வி. குளிக்கும்போது அவர் படுக்கையைத் தட்டிப் போட்டு, விரிப்பையும் தலையணை உறைகளையும் மாற்றச் சொன்னாள். அவள் வாங்கிவந்திருந்த சிவப்பு ரோஜாப் பூக்களையும் சுகந்த ரோஜாக் கொத்தையும் ஒரு கண்ணாடி கிளாஸில் நீர் விட்டு வைத்து மேசையில் வைத்தாள்.

குளித்து உடை மாற்றி வந்ததும் ஆயா கொண்டுவந்திருந்த ரொட்டியையும் காப்பியையும் சாப்பிட்டுவிட்டுப் படுத்துக் கொண்டார்.

அவரை யாரும் வந்து பார்ப்பதாகத் தெரியவில்லை. அவர் சௌகரியத்தை மேற்பார்வை செய்ய ஒருவர் வந்துபோவதாக ஆயா கூறினார்.

கே.வி. அருகில் அமர்ந்து கையைப் பற்றிக்கொண்டாள்.

பரதவாக்கியம் 3 – கே வெங்கடாத்ரி – டாக்டர் துளசிபாயின் கணவர் – அப்பா

”என்னப்பா யோசிக்கிறீங்க?” என்றாள்.

மெலிந்த குரலில் பேசினார்.

“நான் தலைமறைவா இருந்தபோது எங்கம்மா தினமும் ராத்திரி ஒரு கச்சட்டியில உப்புப் போட்ட மோர்சாதம் பிசைஞ்சு வெச்சிருப்பாங்க. கூடவே ஊறுகாய். பின் கதவு

வழியா நான் வரலாம்னு காத்துட்டே இருப்பாங்க. நான் ஒரு மனியோ ரெண்டு மணியோ ராத்திரி எப்போ போனாலும் சாப்பிடாமல் அனுப்ப மாட்டாங்க. கையோடு கொண்டுபோக பட்சணம் செய்து வெச்சிருப்பாங்க ஒரு பையில. அதுல வீட்டுச் செலவுல இருந்து சேமிச்ச ரூபாயும் கொஞ்சம் வெச்சிருப்பாங்க.”

நீண்ட மௌனம்.

“ஐ.சி.எஸ். முடிக்காமல் வந்தேன். ஏமாற்றம்தான். அப்பாவும் அம்மாவும் ஒரு வார்த்தை சொல்லலை. அவங்க ஆசையைத் தம்பி நிறைவேற்றினான். தெரியுமா கமலா, என்னைக் கைது செய்யறதுக்கான உத்தரவுக்குக் கையெழுத்துப் போட்டது என் தம்பிதான். சுதந்திரத்துக்குப் பிறகும் அவன் வேலையை மெச்சாதவங்க கிடையாது. அப்புறம் அவன் பெண்ணும் ஐ.ஏ.எஸ். ஆனாள்.”

மனம் எங்கெங்கோ தாவியது போலும்.

“1942 ஜூலைல ஜெயில்லயிருந்து வெளியில வந்தேன். ஒரு நண்பர் வீட்டுக்குப் போனபோது துளசிபாய் அங்கே இருந்தாள். அவள் திருமண வாழ்க்கை சரியில்லைனு தெரியும். அவன் கொஞ்சம் முரடன். ஆனால் பார்த்ததும் அதிர்ந்து போயிட்டேன். பாதியா மெலிஞ்சிருந்தா. நாங்க நல்ல தோழர்களா இருந்தோம். ஆனால் அன்னிக்கு, ‘கே.வி., என்னை ஏத்துப்பீங்களா?’ன்னு கேட்டு மார்ல சாய்ந்து அழுதப்போதான் நான் அவகிட்ட வெச்சிருந்த காதல் எனக்குப் புரிஞ்சுது. அவள் என் துலியானது அப்போதான்.”

கண்களைத் திறந்து அறையெங்கும் சுழலவிட்டார்.

“துலி எங்கே? இது கோபி வீடு இல்லையே?” என்றார்.

பிறகு மீண்டும் கண்களை மூடிக்கொண்டார்.

“அவளுக்குக் குழந்தையை விட்டுட்டு வந்தது மனசை அரிச்சுது. ‘கே.வி. குழந்தையைத் தூக்கிட்டு வந்துடலாமா?’ன்னு கேட்டுட்டே இருப்பா. ஒரே ஒரு தடவை கமலாவுக்கு ஆறு வயது. லேடி சிவஸ்வாமி ஐயர் ஸ்கூல்ல போட்டிருக்காங்கன்னு தகவல் கிடைச்சுது. நண்பரோட வண்டியில ஸ்கூலுக்குப் போய் காத்துக்கிட்டிருந்தோம். குழந்தையோட ஆயாவைத் துலிக்குத் தெரியும். அவ கையைப் பிடிச்சு அழைச்சுட்டு வந்தா கமலாவை. பால் குடிக்கிற பாப்பாவா பார்த்த குழந்தை. அடையாளமே தெரியலை. ‘எப்பிடி வளர்ந்துட்டா கே.வி.’ன்னு அழுதா.

“எவ்வளவு சந்தோஷமா இருந்தோம் கோபியில! நல்லப்பன் அப்படி துணையா நின்னாரு. ஒரு நாள் பிரசவ

கேஸ் முடிச்சுட்டு வந்து, 'கே.வி. இனிமேல் ப்ராக்டிஸ் பண்ண முடியாது'ன்னா. 'என்னம்மா? ன்னதும் கையைக் காட்டினா. நடுங்கிட்டு இருந்தது. 'இந்தக் கையை வெச்சிட்டு பிரசவம் பார்க்க முடியாது'ன்னா. அவளுக்கு உடம்பு வலி இருந்தது. ஆனால் இப்படி நடுக்கம் இருந்ததில்லை. எப்பவாவது கைப்பிடி நழுவும். 'பார்கின்ஸன்ஸா?' என்றேன். 'இல்லை கே.வி. ருமடாயிட் ஆர்த்ரைடிஸ். எங்க குடும்பத்துல உண்டு'ன்னா. அப்பத்தான் முதல் தடவையா தன் குடும்பம் பத்தி ஒரு வார்த்தை பேசறா. மற்றபடி எதுவுமே தெரியாது. அதுதான் எல்லாம் முடியறதுக் கான ஆரம்பம். த பிகின்னிங் ஆஃப் த எண்ட்.

"தம்பியும் அக்காவும் நுங்கம்பாக்கத்துக்கே வரச் சொன்னாங்க. அப்படி ஆசாரம் பார்க்கிற அக்கா. என் கையால தண்ணிகூட வாங்கமாட்டாங்க. ஆனால் மனசெல்லாம் அன்பு.

"அப்படியே தேய்ஞ்சு தேய்ஞ்சு போயிட்டா என் துலி. அதுக்கு முன்னால கமலா வந்தாள் எங்க வாழ்க்கையில."

வேறு எங்கோ போனது அவர் நினைவு.

"ஆராய்ச்சி... ஆராய்ச்சி. அந்த எம்.பி.டி. ஆச்சாரி பாம்பேல இறந்துட்டாரு. அவர் மனைவியோட ஓவியங்கள் எல்லாம் என்ன ஆச்சு?"

கோபிச்செட்டிப்பாளையத்துக்கே திரும்பினார்.

"திரும்பவும் கோபி. மேசையில் இன்னும் துலி ஃபோட்டோ இருந்தது. அந்தக் கனிவான கண்ணால பார்த்திட்டிருந்தா.

"கமலா எப்போ வருவான்னு காத்திட்டிருப்பேன்..."

பிறந்த நாளுக்காக வாங்கி வந்திருந்த பாதாம் ஹல்வாவை வாயில் போட்டதும், "துலி, ஹல்வா பிரமாதம்" என்றார்.

மீண்டும் பேச ஆரம்பித்தார்.

"வீட்டையும் தோட்டத்தையும் எப்படி விற்க முடியும்? அது கட்சியுடையது. கட்சியும் கோட்பாடும் பெரிசு. தனி நபர்கள் இல்லை..."

மூச்சு வாங்கியது நெஞ்சைத் தடவித்தந்தாள். வெப்பக் குடுவையிலிருந்து காப்பியை வாயில் விட்டதும் ருசித்து விழுங்கினார் நொட்டைவிட்டு.

"தாங்க்யூ ஸிஸ்டர்" என்றார்.

"அப்பா, நான் கமலா" என்றாள்

"அப்பான்னு ஏன் கூப்படறீங்க ஸிஸ்டர்? கமலாதான் அப்படிக் கூப்பிடுவா. கமலா கிட்டச் சொல்லுங்க. நான் போனால் அவள்தான் எனக்குக் கொள்ளி போடணும். அவள் துலியோட மகள். என் மகள்."

கண்ணைத் திறக்கவில்லை. முணுமுணுப்பாகச் சொன்னார்.

"துலி போனதுக்கு அப்புறம் 32 வருஷம் வாழ்ந்துட்டேன். ரொம்ப நாள் வாழ்ந்துட்டேன்."

சொல்லிவிட்டு உறங்கிப்போனார்.

❍

வெளியே வந்து ஆயாவிடம், "பேத்தறாரு. ஜுரம் எதுவும் இல்லை. நர்சம்மாவைக் கூப்பிடறீங்களா?"என்று கேட்டாள்.

"காலையிலதான் வந்து பார்த்துட்டுப் போனாங்கம்மா" என்றுவிட்டு, அவர் தேவைகளை மேற்பார்வை செய்ய நியமித்திருந்தவர் அன்று வந்திருப்பதாகக் கூறி அவரை அழைத்துவரப் போனாள்.

அவர் வந்ததும், "கண்ணை மூடிட்டு என்னென்னவோ பேசறாரு " என்றாள்.

"அது ஒன்னுமில்லைமா. நினவெல்லாம் தப்பலை. காலையில கூட செக்கப் செய்தாங்க. வயசாயிடுச்சு இல்ல? பாருங்க ஒரு மாசமா குளிக்க மாட்டேன்னு அடம் பிடிச்சாரு. இன்னிக்கு நீங்க வந்து சொல்லி குளிச்சிருக்காருன்னு ஆயாம்மா சொன்னாங்க."

"நான் அவரை ஃப்ளைட்டுல கல்கத்தா அழைச்சிட்டுப் போயிடவா?"

"அதெப்படிம்மா? நீங்க உறவே இல்லையே? அவங்க தம்பி மகள் அப்படி யாராவது வந்து கேட்டால்தான் கட்சி ஒத்துக்கும். நாங்க நல்லாத்தான் அவரை வெச்சிருக்கோம்" என்றார்.

தன் முகவரி அட்டையைத் தந்து, "ஏதாவது ஒன்னுனா ப்ளீஸ் என்னைக் கூப்பிடுங்க சார். நான் உடனே வருவேன்" என்றாள்.

"ஆகட்டும்மா" என்றார்.

அவர் போனதும் கே.வி.யைப் பார்த்தபடி நின்றாள். உறங்கிக்கொண்டிருந்தார்.

கண்களில் நீர் பெருகியது.

அதைப் பார்த்த ஆயா, "ஒவ்வொரு வாட்டியும் வந்து அழுதுட்டு அழுதுட்டுப் போறீங்க. அப்பா, அப்பாங்கறீங்க. கூடவே கூட்டிட்டுப் போகவேண்டியதுதானே? இப்பிடி இங்க அனாதையா விட்டிருக்கீங்களே?" என்றார்.

குத்தியது.

ஆயாவின் கையில் பணத்தை வைத்து, "அவர் முரண்டு பிடிச்சாலும் குளிக்க வெச்சு வேட்டி மாத்திடுங்க" என்றாள்.

வெளியே வந்தபோது கே.வி.யோடு உரையாடவே இல்லை என்று தோன்றியது. அவரேதான் பேசினார்.

பேசியிருந்தால் அவரிடம் கூறியிருக்கலாம் பல விஷயங்களை. அவள் அப்பாவைப் பற்றி. அவர் கே.வி. மேல் போட்ட வழக்கைப் பற்றி அம்மா கூறியது. அவள் அந்த நீலக் கோப்பைப் பார்த்தது. எல்லாம் சொல்லியிருக்கலாம். எம்.பி.டி. ஆச்சார்யா பற்றி லார்சன் எழுதிய நூலை கமலேஷ் அவளுக்குக் காட்டியது நினைவுக்கு வந்தது. நாட்டுக்காகவும் கோட்பாட்டுக்காகவும் உழைத்தவர்கள் எல்லாம் யாருமின்றி இப்படித்தான் சாகிறார்களா என்றும் தோன்றியது.

ஆச்சார்யா நண்பருக்கு 1951இல் எழுதிய கடிதத்தில் கூறியிருந்தார்: "நான் கடந்த மூன்று ஆண்டுகளாக உடல் நலமில்லாமல் இருக்கிறேன். வெளிநாட்டில் உள்ள பல நண்பர்களுக்குக் கடிதம் எழுதுவதைத் தள்ளிப்போட்டுக் கொண்டே வந்தேன். சமீபத்தில் என் மனைவியும் என்னை ஆதரிப்பவளுமாகவும் இருந்தவள் இறந்துவிட்டாள். நான் யாருமே பேணாத குழந்தைபோல் உணர்கிறேன்."

நிதி சேகரிக்க அவர் மனைவியின் ஓவியங்களை லண்டனில் கண்காட்சியில் வைக்க முயன்றதை கமலேஷ் கூறியிருந்தான். கண்காட்சி நடக்கும் முன்பே அவர் மும்பாய் பாட்டியா ஆஸ்பத்திரியில் இறந்துபோனார். அவர் தன் பதினைந்து வயதில் பெற்றோர் ஏற்பாட்டில் மணந்து கைவிட்ட முதல் மனைவி சிங்கம்மா அந்த ஓவியங்களைத் தனக்குரியவை என்று எடுத்துக்கொண்டாள். அவரிடமிருந்து அவள் எடுத்துக்கொள்ளக்கூடியது அவை மட்டுமேயாக இருந்தன. அவர் காலத்துக்குப் பிறகு பொதுவெளியில் வந்த மாக்டா நாஹ்மென்னின் ஓவியங்கள் சிங்கம்மாவிடமிருந்து பெறப்பட்டதாக இருக்கலாம்.

❍

இரண்டு மாதங்களுக்குப் பிறகு சென்னையிலிருந்து சரசு அண்ணி கூப்பிட்டார். "கே.வி. போயிட்டாப் போல. பேப்பர்ல வந்திருக்குது." உடனே அந்த மேற்பார்வை செய்த நபரைக் கூப்பிட்டாள். "சார், நான் சொல்லியிருந்தேனே, என்னைக் கூப்பிடுங்கன்னு? இப்பிடிப் பண்ணிட்டீங்களே?"

"வருத்தப்படாதீங்க. கஷ்டமே படாம போயிட்டாரு. இப்பக்கூட நீங்க வரலாமே?"

"சார், நான் கல்கத்தாவுல இருக்கேன்."

"ஃப்லைட் பிடிச்சு வாங்களேன். நாங்க 11 மணிக்குத்தான் சுடுகாட்டுக்கு எடுத்திட்டு போகப்போறோம்."

அப்போது மணி 9. கைப்பேசியை அணைத்தாள்.

அடுத்த முறை சென்னை வந்தபோது கோவையில் அவள் சந்தித்திருந்த கே.வி.யின் கட்சித் தோழர் ஒருவர் மூலம் அட்டைப் பெட்டிகளில் போட்டு கே.வி. ஒப்படைத்திருந்த தரவுகளைச் சரியாகப் பிரித்து ஒழுங்குபடுத்திவைக்க அனுமதி கேட்டாள். விசாரித்த அவர், "இடம் மாறினப்போ அதெல்லாம் எங்கேயோ காணாமல் போயிடுத்தாம்மா" என்றார்.

அந்த லௌகீக சந்நியாசி சுவடே இல்லாமல் மறைந்தார்.

2020இல் கட்சியின் நூற்றாண்டுக் கொண்டாட்ட வெளியீட்டில் கண்ணில் விளக்கெண்ணெய் போட்டுத் தேடியும் கே.வி.யின் பெயர் இருக்கவில்லை.

கே.வி. விட்டுச் சென்ற கட்சிக்கான சொத்து சட்டப்படி கைமாறப் பதிமூன்று ஆண்டுகள் ஆயின போலும். திடீரென்று கட்சிக்காக உழைத்தவர் என்று காணொளி போட்டார்கள். மார்க்சியக் கொள்கைகளைப் பரப்பும் பள்ளியை கோபிச்செட்டிப்பாளையத்தில் தொடங்கி, அதன் பகுதியாக கே.வி. பெயரில் அரங்கம் ஒன்று தொடங்கி விழா வைத்தார்கள். எதேச்சையாகக் கோவை சென்றிருந்த அவளும் கோபி சென்று கூட்டத்தில் ஒருத்தியாக நின்றாள். தியாகசீலர் கே. வெங்கடாத்ரி என்று பெரிய பதாகை மேடையில் பின்னணியாக. புன்னகையுடன் கே.வி.யின் முகம். ரஷ்யா சென்று மார்க்சியம் படித்தவர்கள் மேடையில் அமர்ந்திருப்பதாக முழங்கினார்கள். அவர்களுக்குப் பொன்னாடையும் கே.வி.யின் மார்பளவு உருவச்சிலை ஒன்றும் வழங்கப்பட்டன. ஆராய்ச்சி பல செய்த கே.வி.யின் நினைவைப் போற்ற பழைய நூல்களையும் தரவுகளையும் அந்தப் பள்ளியின் நூலகத்தில் வைக்க வேண்டும் என்று அடித்துப் பேசினார்கள்.

அவளை அவருடன் பார்த்ததை நினைவில் வைத்துக் கொண்டோ என்னவோ, யாரோ விழாவுக்காக வெளியிட்டிருந்த கையேட்டை அவள் கையில் திணித்தார்கள்.

மேடைப் பதாகையில் தியாகசீலர் புன்னகைத்துக்கொண்டு இருந்தார்.

கே.வி. இருந்திருந்தால் அவருடைய ஆக்ஸ்ஃபோர்டு ஆங்கிலத்தில் "மோரான்ஸ்" (அடி முட்டாள்கள்) என்றிருப்பார். அல்லது கட்சியையும் கட்சிக்காரர்களையும் பழிக்கக் கூடாது என்று அன்று கட்சியை விட்டு விலக்கிய அவமதிப்பை விஷத்தை விழுங்கிய சிவனைப்போல் விழுங்கியதை நினைவுகூர்ந்து இதையும் விழுங்கியிருப்பார். அவருக்குள் விஷம் இறங்காமல் தடுக்க அவருக்கு ஒரு துளசிபாய் என்றும் இருந்தாள்.

ooo

9

பயணம் 24

சுட்டுப் பொசுக்கிய வெய்யில் போகாதா என்று ஏங்கிய பின் வந்த மழை. உடனே உடைப்பெடுத்த ஆற்று வெள்ளம்போல் தெருவில் வெள்ளம். ஆரஞ்சு, சிவப்பு என்று எச்சரிக்கை கொடுத்த நாட்கள், மழை விடுமுறை என்று எல்லாம் ஆன பின்பும் குடிநீர் தரும் ஏரிகள் நிரம்ப வில்லை என்று நகராட்சிக் கழகம் மூக்கால் அழுதது. பேய் மழையில் மூடப்படாத சாக்கடை களிலும் மரங்கள் ஒடிந்து விழுந்ததாலும் இறந்தவர்கள் போக, எந்தவித அனுமதியும் இல்லாமல் அல்லது அனுமதியை விலைக்கு வாங்கி எழுப்பிய 120 அடி 250 டன் எடை உள்ள இரும்பு விளம்பரப் பலகை விழுந்தும் இம்முறை சிலர் இறந்திருந்தனர். புது புது வகைச் சாவுகளைச் சிருஷ்டித்தபடி இருந்தது நகரம். ஐந்தாம் தளத்தி லிருந்த மொட்டைமாடியிலிருந்து குதித்த லாப்ரடார் நாய், மழை சற்று நின்றிருந்ததால் தன் அம்மாவுடன் கடைக்குப் போய்க்கொண்டிருந்த நான்கு வயதுப் பெண்ணின் மேல் விழ, சிறுமி ஸ்தலத்திலேயே மரணம். நாய்க்கு எலும்பு முறிவு. ஐந்தாம் மாடியிலிருந்தவர் பல வகை நாய்களை வளர்க்க லைசன்ஸ் வாங்கியிருக்கிறாரா, நாய் தள்ளப்பட்டதா, விழுந்ததா என்று விசாரணை போய்க்கொண்டிருந்தது. நாய் மேலே விழுந்ததால் குழந்தை இறந்தாளா அல்லது வேறு காரணத்தி னாலா என்றறிய பிரேதப் பரிசோதனையும் நடந்து அதன் முடிவுகளை எதிர்நோக்கியிருந்தனர் போலீஸார். குழந்தையில்லாமல் பல ஆண்டுகள்

கழித்துப் பிறந்த குழந்தை. ‘அந்த நாய் என் மேல் விழுந்திருக்கக் கூடாதா?’ என்று தாயின் அரற்றலும், ‘கடைகண்ணிக்குப் போகக் கூடவே எதற்குச் சின்னக் குழந்தையைக் கூட்டிப்போக வேண்டும் இந்த மழைக்காலத்தில்?’ என்ற குற்றச்சாட்டுகளும், ‘ஒரு ரீல் எடுக்காமல் போனோமே?’ என்று குறைபட்டுகொண்ட இளையர்களுமாய் அந்த மழைக்கால நிகழ்வு கடந்து போயிற்று.

பத்து நாட்களாக தஹிஸர் போகவில்லை. அவள் ட்யூஷன் வகுப்புகள் எடுப்பது அங்குதான். மெட்ரோவில் படிகள் ஏறி இறங்க சோம்பல்பட்டு வண்டியில் போகலாம் என்றால் அரைமணியாக டாக்ஸிகளும் ஆட்டோக்களும் வருவதாக ஒப்புக்கொண்டு பின்பு ரத்துசெய்துகொண்டிருந்தனர்.

கீழே இறங்கி வந்து ஏதாவது ஆட்டோவைப் பிடிக்கலாம் என்று குடியிருப்பின் வாயிலில் வந்து நின்று பத்து நிமிடங்களாகின்றன. ஆட்டோக்காரர்கள் நிற்காமல் போய்க்கொண்டிருந்தார்கள். கடைசியில் ஓர் ஆட்டோக்காரார் தயங்கி தயங்கி நிறுத்தினார் ஆட்டோவை. அவள் எதுவும் கூறும் முன் கட்டடத்தின் செளகிதார் ஓடி வந்து, “கூட்டிட்டுப் போ தஹிஸர்வரை. ஆன்டிஜி ரொம்ப நேரமா நிக்கறாங்க” என்றார்.

ஆட்டோ ஓட்டும் நபர் இளைஞனாகத் தெரிந்தான். உட்காரச் சொன்னான். குடையை மடக்கிப் பையில் வைத்து அவள் உட்கார்ந்ததும், “ஆன்டிஜி, நான் வீட்டுக்குப் போயிட்டிருக்கேன். உங்களை போரிவிலியில் இறக்கிவிட்டு வேற ஆட்டோல ஏற்றிவிடறேன். சரியா?” என்றபடி வண்டியைக் கிளப்பி மீட்டரைப் போட்டான்.

“இந்த மழையில தஹிஸர்ல என்ன வேலை?”

“ட்யூஷன்.”

“மழையில படிக்க வராங்களா என்ன ஸ்டூடன்ட்ஸ்?”

“வருவாங்க.”

“பரவாயில்லையே...”

“படிக்க ஸ்டூடன்ட்ஸ் வருவதில் என்ன பெரிய ஆச்சரியம்?”

“மேடம், நானும் உ.பி.யிலஒரு வாத்தியார்தான்.”

“அங்க பிள்ளைகள் படிக்க வர மாட்டாங்களா என்ன?”

“வருவாங்கதான். வாத்தியார் இல்லைனா அவங்க வேலையைப் பார்க்கப் போயிடுவாங்க.”

“அப்படீன்னா?”

"இதோ பாருங்க மேடம். ரொம்பக் கஷ்டப்பட்டுப் படிச்சு வாத்தியார் வேலை கிடைச்சுது. வேலையை நான் அனுபவிக்கணுமா, வேண்டாமா? தினம் போய் கத்த முடியுமா? போய்க் கையெழுத்து போட்டுட்டு வந்துடுவோம். எப்போதாவது போவோம் ஸ்கூலுக்கு பரீட்சை சமயங்களிலே. சம்பளம் அதுபாட்டுக்கு வரும். அது எங்க உரிமை இல்லையா? நியாயமே இல்லை இப்பல்லாம். தினம் போய் பாடம் கற்றுத் தரணுமாம். என்ன மாதர்சோத் அரசாங்கம் இது?"

"அப்போ இப்போ வேலை இல்லையா?"

"ஏன் இல்லாமல்? கையெழுத்து போட்டுட்டு வர ஆட்கள் உண்டு. பாடம் கற்றுத் தரோமா இல்லையான்னு சோதனை எல்லாம் போட எந்த ஹராமி இன்ஸ்பெக்டருக்குத் தைரியம் உண்டு? அப்படிப் போடுவதற்கு முன்னால எலக்ஷன் வரும். தொலைச்சுப்புடுவோம்."

"சரிதான்."

"நான் சொன்னது உங்களுக்கு உடன்பாடு இல்லை போலிருக்கே?"

பக்கத்தில் தடி, கத்தி ஏதாவது இருக்கிறதா என்று உறுதி செய்துகொண்டு, (மும்பாயில் வீதி வெறி என்று ஒன்று நடைமுறைக்கு வந்திருந்தது. வீதியில் கோப வெறியில் அடி, உதை, கத்திக் குத்து, ரிவால்வரால் சுடப்படுவது எல்லாம் நடக்கும். தினசரிச் செய்தியில் தினம் ஒரு வீதி வெறிச் சம்பவமாவது இருக்கும்) "நான் அந்தக் காலத்து மனுஷிப்பா. டீச்சர்கள் எல்லாம் தினம் ஸ்கூல் வந்து கற்றுத்தந்த ஸ்கூல்ல படிச்சவ நான். "ஜாக்ருதி" படத்துல அபி பட்டாச்சார்யா மாணவர்களை இந்தியா முழுக்க அழைச்சிட்டுப் போய், "இஸ் மிட்டி ஸே திலக் கரோ ஏ தர்தி ஹை பலிதான் கி" பாட்டுக்கு அழுத தலைமுறை என்னுடையது."

"அது என்ன படம் சொன்னீங்க?"

"ஜாக்ருதி."

"அது என்ன பாட்டு?"

""ஆவோ பச்சோ துமே ஸிகாயே" பாட்டுல வர வரி."

"இந்த மண்ணை எடுத்துத் திலகம் இட்டுக்கணுமா?"

"ஆமாம். அப்படித்தான் பாட்டுல இருக்கு."

'சடக்'கென்று ஓரங்கட்டி ஆட்டோவை நிறுத்தினான்.

“போரிவிலி வந்துட்டோம். இறங்குங்க.” என்றான்.

“வேற ஆட்டோல ஏற்றிவிடுவேன்னு சொன்னியே?”

“ஆட்டோவே இல்லையே?”

“சரி. நீ என்னை போரிவிலி ஸ்டேஷன்ல இறக்கிவிட்டுடு. நான் லோகல்ல போயிடறேன். அடுத்த ஸ்டேஷன்தான் தஹிஸர்.”

“சரி” என்று ஆட்டோவைக் கிளப்பினான் ஏதோ முணுமுணுத்தபடி.

போரிவிலி ரயிலடி வந்ததும் அவளை இறங்கச் சொல்லி விட்டு, கனத்த தூறல் இருந்ததால் குடையைத் திறந்து அவள் இறங்கி, மீட்டர்படி தந்ததை வாங்கிக்கொண்டு “ராம் ராம்” என்று கூறி விடைபெற்றுக்கொண்டு ‘விர்’ரென்று சென்று விட்டான்.

ரயிலடியில் நுழைந்ததும் குடையை மடக்கி, வரிசையில் நின்று சீட்டு வாங்கியதும் வீராருக்குச் செல்லும் நடைமேடை யில் வண்டி எப்போது வரும் என்ற அறிவிப்புப் பலகையைப் பார்த்து, இன்னும் இரண்டு நிமிடங்களில் என்று பார்த்ததும் ‘விடுவிடு’வென்று மழை நீரும் சகதியும் வெற்றிலைத் துப்பலுமாய் இருந்த படிகளில் அவள் இறங்கவும் வீரார் லோக்கல் வரவும் சரியாக இருந்தது. பெண்கள் பெட்டியில் முண்டியடித்து ஏறி, அடுத்த நடைமேடையிலேயே இறங்கவேண்டும் என்பதால் மேலே தொங்கிய பிடியைப் பிடித்துக்கொண்டு, படிக்கட்டில் தொங்கியபடி வர, வண்டி தஹிஸரை எட்டியது. கூட்டம் அவளைத் தள்ளி நடைமேடையில் இறக்கிவிட்டு நடத்திக் கொண்டுபோய் முன்னேறியது. ‘மும்பாயைச் சுத்தமாக வைத்திருங்கள். சுத்தமான மும்பாய்’ என்று சுவர்களில் எழுதப்பட்ட சாக்கடை, குப்பைகள் நிரம்பிய சுரங்கப் பாதையிலிருந்து வெளியே வந்து, மீண்டும் குடையை விரித்து நடந்து தெருவை எட்டியதும் ஆட்டோக்காரர் ஒருவர் அவள் பக்கம் வண்டியை நிறுத்தினார். “பைட்டியே பஹன்ஜி” என்றார். குடையை மடக்கி அமர்ந்து ட்யூஷன் பள்ளியின் பெயரைச் சொன்னாள். மீட்டரைப் போட்டு ஆட்டோவைக் கிளப்பினார்.

கொஞ்சம் தூரம் போனதும் ஆட்டோக்காரர் பாட ஆரம்பித்தார் ஆட்டோவை ஓட்டியபடி.

“என்ன ஒரே பாட்டாக வருகிறதே?” என்றாள் சிரித்தபடி.

“இது ராம நாடகப் பாட்டு. ராமர் ஜனகபுரி வந்து விட்டார். அவரைப் பார்த்துப் பெண்கள் அப்படியே சமைந்து

நிற்கிறார்கள். இவர் தனுசை முறிப்பாரா என்று ஒரு சம்சயம் மனத்தில்" என்று நல்ல ஹிந்தியில் விளக்கிவிட்டு உரக்க "ஸியா ராமசந்த்ர..." என்று பாட ஆரம்பித்தார்.

"உ.பி.யில எங்க படே பாய் ஸாஹப் ஒரு கோவில்ல பூசாரி. நாங்க ஒவ்வொரு வருஷமும் ராம நாடகம் போடுவோம். ராத்திரி எல்லாம் நடக்கும்" என்றார்.

ட்யூஷன் பள்ளியை எட்டியதும், "அருமையான பாட்டுகள் இந்த நாடகத்தில்" என்றார்.

"நீங்களும் அருமையாகப் பாடறீங்க. உங்கள் பேர் என்ன?" என்றதும், "ராம்தனி" என்றார்.

'இவ்வளவு சீக்கிரம் இறங்குகிறீர்களே' என்பதுபோல் பார்த்தார். இன்னும் பல பாட்டுகள் மனத்தில் வந்தன போலும்.

அவள் புன்னகைத்ததும், "ஃபிர் மிலேங்கே கபி. ஔர் காவூங்கா" என்று மீண்டும் சந்தித்துப் பாடுவதற்கு உத்திரவாதம் அளித்து, மீட்டருக்கான பணத்தைக் கொடுத்துவிட்டு, குடையை விரித்து அவள் இறங்கியபின் "ராம் ராம், பஹன்ஜி" என்று கூறி விடைபெற்றார்.

ஒரு மழை நாளில் உத்தரப் பிரதேசத்தின் இரு முகங்கள். ஒருவன் முரட்டு இளைஞன். இன்னொருவர் உத்தரப் பிரதேசத்தின் கிராமத்திலிருந்து மும்பாய் வந்து மழையில் ராம நாடகப் பாடலை அவள் பயணம் செய்யும்போது பாடுபவர். இதுவும் மும்பாயின் மழைக்காலத்தின் ஒரு காண்டம் என்று நினைத்தபடி ட்யூஷன் பள்ளியின் படிகளில் ஏறினாள்.

"ஸியா ராமசந்த்ர..." என்று அவர் பாடிய பாட்டு காதில் ஒலித்தபடி இருந்தது.

○○○

10

பயணம் 25

மும்பாய் வந்துசேர மாலையாகிவிட்டது. மழையினால் விமானம் காலதாமதமாகக் கிளம்பி யிருந்தது. பெண்கள் ஓட்டும் டாக்ஸி வேண்டும் என்று கூறி அதற்கான பணத்தைக் கட்டினாள் முன்பதிவு செய்யும் இடத்தில். கையில் கிடைத்த சீட்டை எடுத்துக்கொண்டு அவர்கள் கூறிய இடத்திலிருந்த பெண்ணை அணுகியதும், சீட்டைப் பார்த்து டாக்ஸிவரை அழைத்துச் சென்றாள். “மெஹருன்னிஸா, வாடிக்கை வந்திருக்கிறது உனக்கு” என்றாள் அங்கு டாக்ஸி அருகே நின்று கொண்டிருந்த பெண்ணிடம்.

“ஆயியே” என்று சாமான்களை வண்டியில் வைத்தாள். சீட்டை வாங்கிக்கொண்டு இவள் பகுதியைக் கிழித்துத் தந்தாள்.

முன் இருக்கையில் வாழைப்பழங்களும் கொய்யாப்பழங்களும் இருந்ததால் பின் இருக்கையில் அமர்ந்துகொண்டாள்.

“கிளம்பலாமா?” என்றாள் ஹிந்தியில். இவள் தலையசைத்ததும் வண்டி கிளம்பியது.

“பழங்கள் வாங்கியிருக்காயே? இதற்குப் பிறகு வீடுதானா?” என்று கேட்டாள்.

“இல்லை, இல்லை. மதியம் சாப்பிடவே நேரம் இருக்கவில்லை. இப்பத்தான் பழம் வாங்கிக்கொண்டு வந்தேன். வேணுமா? எடுத்துக்குங்க” என்று ஒரு வாழைப்பழத்தைப் பின்னால் நீட்டினாள் வண்டியை ஓட்டியபடி.

“இல்லை, இல்லை. வேண்டாம்” என்று மறுத்து அதை மீண்டும் முன் இருக்கையிலேயே வைத்தாள்.

அந்தேரி தாவுபாலத்தில் சிவசேனாவின் பிரம்மாண்ட விளம்பரப் பலகை “ஜோ போல்தோ தே கரூன் டாகோ” (எதைச் சொல்கிறோமோ அதைச் செய்து முடிப்போம்) என்றது. பாலத்திலிருந்து இறங்கி, குண்டும் குழியும் உள்ள வெள்ளக்காடான தெருவில் வண்டி குதித்து குதித்துப் போனதும் செய்து முடித்தவை எல்லாம் எவ்வளவு என்று தெரிந்து கொள்ள முடிந்தது.

ஒரு பலமான குதிப்பில் மண்டை வண்டியின் கூரையை இடித்தது.

“அம்மா” என்று மண்டையைத் தடவிக்கொண்டதும், “ஸாரி, மேடம். நான் முடிந்தவரை பார்த்துத்தான் ஓட்டுகிறேன்” என்றாள்.

“இல்லை, இல்லை. உன் தப்பு இல்லை” என்றாள். பிறகு “எவ்வளவு நாளாக வண்டி ஓட்டுகிறாய்?” என்று கேட்டாள்.

“இப்போ ஒரு பத்து வருஷமாத்தான். எனக்கு ரெண்டு பெண்கள். ஒரு பையன். பெண்களுக்கு 21, 18 வயசு. பையனுக்கு 15 வயசு. காலேஜ்ல படிக்கிறாங்க. பையன் ஸ்கூல்ல.”

“அவ்வளவு பெரிய பெண்ணா? உன்னைப் பார்த்தால் ரொம்பச் சின்னவளாக இருக்கிறாயே?”

“13 வயசுல கல்யாணம். 14 வயசுல முதல் குழந்தை.”

“சட்டப்படி 13 வயசுல கல்யாணம் செய்யக்கூடாதே?”

“சட்டம் எல்லாம் யார் பார்க்கிறாங்க, மேடம்? ஆறு பெண்களில மூத்தவள் நான். எட்டாவதுவரைதான் படிச்சேன். வயசுக்கு வந்ததும் இவனுக்குக் கட்டிவெச்சுட்டாங்க.”

“உறவா?”

“ஆமாம். பெரியப்பா பையன். படிப்பே கிடையாது. முரடு. குடி. எடுத்ததுக்கெல்லாம் சந்தேகம் வேற. நான் ப்ரைவேட்டா பரீட்சை எழுதி 12ஆவது பாஸ் பண்ணி எஸ்.என்.டி.டி. யூனிவர்ஸிடியில கரெஸ்பாண்டன்ஸ் கோர்ஸுல

சேர்ந்து பி.ஏ. பண்ணினேன். 21 வயசுல மூணு குழந்தைகளோட பி.ஏ.வும் படிச்சு முடிச்சதும் தாங்கலை இவனுக்கு. அவன் இவன்னு மரியாதை இல்லாம பேசறேன்னு நினைக்காதீங்க. . .” என்றுவிட்டு “என் ப்ளவுஸ்ல பின்னால கொஞ்சம் இறக்கிப் பாருங்க” என்றாள்.

இவள் கொஞ்சம் தயங்கியதும், “நான் உங்கள் பெண் மாதிரி. பரவாயில்லை” என்றாள்.

ரவிக்கையின் கழுத்துப் பகுதியைச் சற்றுக் கீழே இறக்கியதும் கிட்டத்தட்ட ஆறங்குல ஆழமான தழும்பு தெரிந்தது. பல தையல்கள் போட்டதற்கு அடையாளமாகத் தடித்து முடிச்சிட்டுக்கொண்டிருந்தது. ‘திக்’கென்றது.

“கத்திக் குத்து” என்றாள் வண்டியை இடதுபுறம் ஒடித்தபடி. “இப்படி உடம்பெல்லாம் உண்டு தழும்பு.”

“ஹஸ்பண்டுக்கு என்ன வேலை?”

“டிரைவர்தான். ஒரு பணக்காரர் வீட்டுல. நிறையச் சம்பளம். அதனால் ஏகக் கும்மாளமும் கொட்டமும். உடம்பு தாங்குமா? டயாபடீஸ் வேற குடும்ப வியாதியா. அவனுக்குத்தான் கொய்யாப்பழம் வாங்கியிருக்கேன்.”

“என்ன ஆச்சு?”

“டயாபடீஸ்னால ஒரு காலை முட்டிக்கு மேலேயிருந்து வெட்டிட்டாங்க. இப்போ வேற என்னென்னவோ தொல்லை. படுக்கையிலதான் எப்போதும்.”

“ஓ.”

“நான் பார்த்தேன். வண்டி ஓட்ட ட்ரெய்னிங் எடுத்து நகையெல்லாம் வித்து, லோன் போட்டு வண்டி வாங்கினேன். மாசம் முப்பதாயிரம்வரை வருது. லோன் அடைச்சாச்சு.”

“மும்பாய்தானா ஊர்?”

“ஆமாம் முகமதலி ரோட். இப்போ ஜோகேஷ்வரில இருக்கோம். இங்க இஸ்மாயில் யூஸஃப் காலேஜ்லதான் என் பெண்கள் படிக்கிறாங்க. ஹாஸ்டல்ல விட்டிருக்கேன். பையன் தாருக் மதீனா இங்லீஷ் ஸ்கூல்ல படிக்கிறான். அவனையும் ஹாஸ்டல்ல விட்டிருக்கேன். நான் என் பெண்கள் கிட்ட சொல்லிட்டேன். யாரையாவது விரும்பினால் என் கிட்ட சொல்லுங்க. பயப்பட வேண்டாம். நானே கல்யாணம் செய்து வைக்கிறேன்.”

"உன் ஹஸ்பண்டுக்கு ஜெய்பூர் செயற்கைக் கால் பொருத்த முயற்சி செய்யலையா, மெஹருன்னிஸா?"

மௌனமாக இருந்தாள்.

"மேடம் உங்க டெஸ்டினேஷன் வந்துவிட்டது. கேட்டுக்குள்ள போகணுமா?"

"ஆமாம்."

"மேடம், இங்கே வெளியில இருக்கிற ரெஸ்டாரன்டுல டீ குடிக்கலாமா?"

"எங்க வீட்டுக்கே வரலாமே? இப்போ யாரும் இருக்க மாட்டாங்க."

"இல்லை மேடம். பில்டிங்குக்குள்ள வண்டியைப் பார்க் பண்ண விடமாட்டாங்க. இதோ இங்க வெளியிலயேதானே இருக்கு?"

"சரி" என்று இறங்கினாள்.

உள்ளே போய் அமர்ந்ததும், போய் இரண்டு டீ சொல்லி வாங்கிவந்து மேசையில் வைத்தாள் பிஸ்கோத்துகளுடன்.

"உங்களாடு பேசியதில் ரொம்ப மகிழ்ச்சி மேடம்" என்றபடி தேநீர் குடிக்க ஆரம்பித்தாள்.

பருகியபடியே மெல்லச் சொன்னாள்.

"மேடம், செயற்கக் கால் பொருத்தறது பற்றிக் கேட்டீங்க. அது ஒன்னும் கஷ்டமில்லை. இப்போ இலவசமாவே பொருத்த றாங்க. ஆனால் அதனால் பிரயோசனமில்லை. அவனுக்கு வேற பல நோய்கள் இருக்கு. அவன் என் வாழ்க்கையை இப்படிக் குதறிப் போட்டதுக்கு இறைவன் மறுமையில் தண்டிப்பார்னு சொல்றாங்க என் குடும்பத்துல. அது என்ன தண்டனைன்னு எல்லாம் எனக்குத் தெரியாது. நான் அதைப் பார்க்கவும் முடியாது. ஆனால் குழந்தைகளை நன்றாக வளர்த்து, அவங்களைப் பெரிய படிப்பு படிக்க வெச்சு, தினம் அவனுடைய தேவைகளை கவனிச்சு, ராத்திரி வீட்டுக்குப் போனதும் வாங்கிட்டுவந்த இனிப்பில்லாத பிஸ்கெட்டையோ பழத்தையோ அவன் பக்கத்துல வெச்சு, சாப்பாடு போட்டு, சிகரெட் பற்றவெச்சுக் கொடுத்து, அவனோட நாலஞ்சு வார்த்தை தவிர வேற பேசாமல், அவன் தூங்கினதும் ராத்திரி நைட்

டிரஸ் போட்டுட்டு, முக்காலியில காலை நீட்டிட்டு, டி.வி.யில ஓ.டி.டி.யில் ஏதாவது படத்தைப் போட்டுப் பார்ப்பதைவிட பெரிய தண்டனை அவனுக்குத் தர முடியும்னு நான் நினைக்கலை."

அவள் கையைத் தடவித் தந்தாள்.

மென் குரலில் கூறினாள்.

"ஒருத்தனுக்கு எது தண்டனைன்னு தேர்வு செய்யறது அவன் அடிச்சு, மிதிச்சு, நாசமாக்கின பெண்ணாத்தான் இருக்க முடியும்."

சொல்லிவிட்டு, "உங்களை வீட்டில் கொண்டுவிடறேன் மேடம்" என்று எழுந்தாள்.

ooo

11

பயணம் 26

இந்தியாவிலும் ஜெர்மனியிலும் உள்ள மகளிர் பயில்வுகளைச் சேர்ந்தவர்கள் எவ்வாறு பலதரப்பட்ட பெண்கள் வரலாறு எல்லோரையும் எட்டும்படி பொதுவெளிகளில் செயல்படுகிறார்கள் என்பதைப் பற்றிய கருத்தரங்கம் என்றதும் ஜெர்மனியிலிருந்த அந்தச் சிறு பல்கலைக் கழகத்துக்குப் போவதில் பெருத்த ஆர்வம் ஏற்பட்டது.

சிறு பல்கலைக்கழகம் என்றாலும் அதன் மகளிர் பயில்வுகள் துறையில் இந்தியா பற்றிய ஆர்வம் இருந்தது. அங்கிருந்த பேராசிரியை இந்தியாவுக்கு அடிக்கடி வரும் அவள் தோழி. தவிர, சில இந்திய வம்சாவளி மாணவர்களும் பல்கலைக்கழகத்தில் இருந்ததால் அந்தப் பல்கலைக்கழகத்தின் கருத்தரங்கில் பங்கு கொள்வது நல்ல அனுபவமாக இருக்கும் என்று தோன்றியது. பெண்களுடன் செய்த சில உரையாடல்களைக் காணொளிப்படுத்தியிருந்தது அவள் இருந்த பெண்கள் குழு. அவற்றில் ஒன்றைத் திரையிடத்தான் அவளுக்கு அழைப்பு வந்திருந்தது. கருத்தரங்கில் பங்குகொள்ளும் பலர் தனிப்பட்ட முறையிலும் குழுக்களாகவும் ஜெர்மனியின் வரலாற்றில் பெண்கள் பங்கை ஆவணப்படுத்த முயன்றவர்கள். வரலாற்றுப் பெண்கள் உலா என்ற சிறு திட்டத்தை ஒரு சிறு குழு நடத்திவந்தது. மாணவர்களையும் பொதுமக்களையும் பெண்கள் வரலாற்றில் முக்கியத்துவம் வாய்ந்த இடங்களுக்கு

விடுமுறை நாட்களில் அழைத்துச் செல்வது, வாழ்க்கை அனுபவங்களைப் பேசுவது இவை அச்சிறு குழுவின் செயல்பாடுகள். பல்கலைக்கழகத்திலேயே திருநங்கையர் குழு ஒன்று நூலகத்தின் ஒரு பகுதியில் அவர்கள் வரலாற்றுக்கான நூல்களைச் சேமித்திருந்தது. கிழக்கு ஜெர்மனியின் ரகசியப் போலீஸ் துறையின் செயல்பாடுகளை கண்காட்சியகமாக்கிய ஸ்டாஸி ம்யூஸியத்திலிருந்தும் ஒருவர் வருவதாக இருந்தார். வேறு சில சிறிய குழுக்களும் பங்கேற்க வருவதாகக் கூறியிருந்தனர். மைன்ஸ் நகரத்திலிருந்து கிட்டத்தட்ட தன்னந்தனியாக ஆவண மையம் ஒன்றை நடத்த முயன்றுகொண்டிருந்த அமாலியா ம்யூலரும் வரப்போகிறாள் என்று கூறியிருந்தார்கள். அமாலியா வெட்டு ஒன்று துண்டு இரண்டு என்று பேசுபவள் என்று பல்கலைக்கழகப் பேராசிரியை கூறியிருந்தாள். கருத்தரங்குகளில் தற்புகழ்ச்சி அதிகமாகும்போது எழுந்து சரியான விவரங்களைக் கூறி மண்டையில் குட்டுபவள் என்ற பட்டம் அவளுக்கு இருந்தது.

“கருத்தரங்கில் ஏதாவது குழப்பத்தை உண்டாக்குவாளா?” என்று எல்லோரும் கேட்டபோது, “இல்லையில்லை. அவள் எல்லோரையும் சந்திக்க ஆவலாக இருக்கிறாள்” என்றாள் பேராசிரியை.

அப்படித்தான் அமாலியாவைச் சந்திக்க நேர்ந்தது. பல வசதிகளைக் கொண்ட உட்கார்ந்து இயக்கக்கூடிய ரோலடர் என்ற தள்ளுவண்டியில் அவள் வந்தாள். அவள் வண்டி ஓட்டிப் போகும்போது, ரோலடரை மடக்கி வண்டியின் சாமான்கள் வைக்குமிடத்தில் வைத்துவிடலாம். கடும் வாதநோயால் பாதிக்கப்பட்டிருந்ததால் அது அவளுக்குத் தேவைப்பட்டது. காலை அமர்வில் பலரும் பேசும்போது குறுக்கிடாமல் இருந்தாள் அமாலியா. தேநீர் இடைவேளைகளின்போது சிரித்து சிரித்துப் பேசினாள். மதிய உணவுக்கான நேரத்துக்குச் சிறிது முன்னால் ஹானா என்ற திருநங்கை நூலகத்தில் உள்ள அவர்கள் வரலாற்றைக் கூறும் நூல்களை மகளிர் பயில்வுகளின் பகுதியில் இணைக்க எவ்வளவு பாடுபட வேண்டியிருந்தது என்று பேசி முடித்ததும் பலரும் பாராட்டினார்கள். அமாலியா கையைத் தூக்கி, “நான் கொஞ்சம் பேசலாமா?” என்று கேட்டாள்.

பெண்களிலேயே சிறப்பானவர்கள் திருநங்கைகள் என்ற கருத்து ஹானாவுக்கு இருந்தது. அவர்கள் விரும்பிப் பெண்களானதால் பிறப்பால் பெண்களாகியிருப்பவர்களை விட அவர்கள் ஒருபடி மேலான பெண்கள் மட்டுமல்ல பெண்கள் அவர்களிடமிருந்து பெண்மையைக் கற்க வேண்டும் என்றும் அவள் கருதினாள். அவர்கள் சாதாரண மனுஷிகள்

இல்லை மீமனுஷிகள் என்று கருதும்படியும் அவள் நடந்து கொண்டாள். ஆனால் யாரும் அவளை விமர்சித்தோ அவளுடன் வாதம் செய்தோ கருத்தரங்கின் போக்கைக் கெடுக்க விரும்பவில்லை. கருத்தரங்கின் நோக்கம் முற்றிலும் வேறானதால் அவள் தேநீர் இடைவேளைகளில் பேசுவதை யாரும் பொருட்படுத்தவில்லை. அமாலியா கையைத் தூக்கி, பேசலாமா என்றதும் எல்லோருக்கும் கொஞ்சம் கவலையாக இருந்தது.

"கட்டாயம் உன் கருத்துகளைப் பகிர்ந்துகொள்" என்றாள் ஹானா.

"ஹானா, எனக்கு உன்னுடன் ஒரு பகையுமில்லை. ஆனால் யோசித்துப் பார். பொதுவெளியில் பெண்கள் தங்களுக்கென்று ஏற்படுத்திக்கொண்டிருக்கும் இடங்களை நீங்கள் எல்லோரும் ஆக்கிரமிப்பது நியாயமா?"

ஹானாவின் முகம் சிவந்தது. "எந்த இடங்கள்?"

"உதாரணமாக, பெண்களுக்கான கழிவறைகள். அவை பல இடங்களில் நாங்கள் போராடிப் பெற்றது. எந்தப் போராட்டமும் செய்யாமல் நீங்கள் பெண்களாக மாறிவிட்டதால் பெண்கள் கழிவறைகளை உபயோகிப்பது சரிதானா?"

ஹானா 'விருட்'டென்று எழுந்தாள்.

"இங்கே நான் பாதுகாப்பற்றவளாக உணர்கிறேன்" என்று வெளியே நடக்க ஆரம்பித்தாள்.

அவளும் அவள் தோழியான பேராசிரியையும் அவள் பின்னால் ஓடினார்கள்.

மூச்சு வாங்க ஓடி அவளை எட்டிப் பிடித்ததும், "ஹானா, இது அவள் கருத்து. அவ்வளவுதான். இந்தியாவில் இது போல இல்லை. பெண்கள் பெட்டியில் ஏறலாம். கழிவறைகளை உபயோகிக்கலாம். இது அவள் தனிப்பட்ட கருத்து" என்று அவளும் வேறு வகையில் பேராசிரியையும் எவ்வளவு கூறியும் அவள் கேட்கவில்லை.

"இங்கு எனக்குப் பாதுகாப்பில்லை" என்று சொல்லிக் கொண்டே இருந்தாள். சாப்பிட மாட்டேன் என்றுவிட்டுப் போய்விட்டாள்.

அமாலியா முகத்தைக் கையில் தாங்கியபடி அமர்ந்திருந்தாள்.

"ஸாரி" என்றாள்.

மதிய அமர்வுகள் அமாலியாவின் தாக்குதலால் இறுக்கம் கூடி இருந்தன. அதிக விவாதங்கள் நடைபெறவில்லை. இவள் படம் திரையிடப்பட்டபோது சிறிது இறுக்கம் தணிந்தது.

மறுநாள் இன்னொரு நகரத்திலிருந்த பல்கலைக் கழகத்துக்குப் போக வேண்டியிருந்தது, அங்கும் இதே படத்தைத் திரையிட அழைத்திருந்தார்கள். மறுநாள் காலை தானும் கிளம்புவதாகக் கூறிய அமாலியா, "நான் உன்னை அங்கே கூட்டிப்போக முடியும். அங்கிருந்து நான் மைன்ஸ் போய்விடுவேன்" என்றதும் அவளைச் சிரமப்படுத்த வேண்டுமா என்று தோன்றியது. ஆனால் அமாலியா வற்புறுத்தினாள்.

பேராசிரியை அமாலியா தங்கியிருந்த ஹோட்டலுக்கு அவளைக் கூட்டிப்போனபோது அமாலியா வண்டியோட்டி யின் இருக்கையில் தயாராக அமர்ந்து காத்திருந்தாள். அவள் சாமான்களை உள்ளே வைத்துவிட்டு அமாலியா அருகில் அமர்ந்தபின் பேராசிரியை விடைபெற்றுக்கொண்டாள்.

அமாலியா உற்சாகமாக இருந்தாள். வண்டியை அனாயாசமாக ஓட்டினாள்.

"பார்கவி, நேற்று பேச முடியவில்லை. இன்று என்னைப் பற்றிக் கொஞ்சம் சொல்லலாமா?"

"கட்டாயம், அமாலியா."

"முதலாவது நான் ஒரு நோயாளி. 1987இல் என் மூளையில் கட்டி வந்தது. அதை அறுவை சிகிச்சை செய்து எடுத்து விட்டார்கள். இரண்டாவது கட்டி 1989இல் வந்தது. அதையும் எடுத்தார்கள். மூன்றாவதும் வந்தது. அதற்குக் கதிர்வீச்சு சிகிச்சை அளித்தார்கள். அது இன்னும் ஒரு சின்னக் கட்டியாக இருக்கிறது என் மூளையில். தினம் காலை அது கிட்டச் சொல்வேன்: "என் அருமைக் கட்டியே, இவ்வளவு நாட்கள் சேர்ந்து இருந்துவிட்டோம். இன்னும் வாழ்க்கை இருக்கிறது. பெரிதாக வளர்ந்துவிடாதே. இப்படியே இரு."

"இப்போதும் மூளையில் கட்டி இருக்கிறதா?" என்றாள் கொஞ்சம் பதைத்துப் போய்.

"ஆமாம். ஆமாம். அந்த அறுவை சிகிச்சையில் எனக்கு நாக்கு ருசி, மூக்கில் வாசனை எல்லாம் போய்விட்டது. தவிர, ஒரு கண்ணில் பார்வை தெளிவாக இல்லை."

"அமாலியா, என்னை ஏதாவது பஸ்ஸில் ஏற்றிவிட்டு விடுகிறாயா?"

"அப்படிச் செய்யவே மாட்டேன். நீ என் தோழி இல்லையா?" என்றவள் திடீரென்று வண்டியை ஓரங்கட்டினாள்.

"என்ன ஆயிற்று?"

"ஒன்றுமில்லை. நான் தவறான கண்ணாடியைப் போட்டுக்கொண்டிருக்கிறேன். வழி காட்டும் சாலைக் குறியீடுகள் எதுவுமே தெரியவில்லை" என்று நிதானமாகச் சொல்லிவிட்டு, கைப்பையைத் திறந்து, வேறு கண்ணாடியைப் போட்டுக்கொண்டு, "இதோ, நான் தயார்" என்று வண்டியைக் கிளப்பினாள்.

தவறான கண்ணாடியுடன் இரண்டு கிலோமீட்டர்கள் கடந்திருந்தார்கள்.

'மைன்ஸ் போகும் வழியில் விபத்தில் இந்தியப் பெண் மரணம். வண்டியை ஓட்டிய அவர் தோழி அடிபடாமல் தப்பினார்.' என்று மறுநாள் தினசரிச் செய்தி கண்முன் எழுந்தது.

அவள் முதுகில் தட்டி, "பார்கவி உனக்கு எந்த மாதிரி பாட்டு பிடிக்கும்?" என்றாள்.

"ஜாஸ் இசை பிடிக்கும்."

உடனே வேறு உலகத்துக்குப் போய்விட்டதுபோல் அவள் முகம் மாறியது. பிறகு பேசலானாள்.

"என் அம்மாவுக்கு லூயி ஆர்ம்ஸ்ட்ராங்கின் "வாட் அ வண்டர்ஃபுல் வர்ல்ட்" பாட்டு என்றால் உயிர். அவளைப் புதைக்க எடுத்துப் போனபோது நான் அந்தப் பாட்டைப் போட்டேன் வழியெல்லாம். என் அம்மா பெயர் அடெல். 1938இல் பிறந்தாள். பழப் பண்ணையில் வேலை செய்தாள். பிறகு மற்றவர்கள் வீட்டில் வேலைக்காரியாக வேலை. பிறகு திருமணம் ஆனதும் மற்றவர்கள் வீட்டுக்குப் போய்ச் சுத்தம் செய்யும் ஒரு கம்பெனியை ஆரம்பித்தாள் தன் கணவனுடன். என் அப்பாவுக்கு வேறு ஒரு பெண்ணுடன் தொடர்பு ஏற்பட்டது. 1973இல் அவரை விட்டு வந்துவிட்டாள். 1973இல் விவாகரத்தான பெண்களை மதிக்க மாட்டார்கள் ஜெர்மனி யில். எங்கள் வீட்டுக்குப் பக்கத்திலிருந்தவர்கள் அவர்கள் குழந்தைகளை என்னுடன் விளையாட விட மாட்டார்கள்..."

அமாலியாவுக்குத் தொண்டை அடைத்தது.

பிறகு மீண்டும் உற்சாகமாக, "பார்கவி, உன் குடும்பத்தில் யார், யார்?" என்றாள்.

"நான் மட்டும்தான்."

"திருமணம் செய்துகொள்ளவில்லையா?"

"இல்லை."

"ஏன்?"

"அப்படிக் குறிப்பிட்டுச் சொல்லும்படியாக காரணம் எதுவுமில்லை."

"நீ லெஸ்பியனா?"

"இல்லை" என்றுவிட்டுச் சிரித்தாள்.

"ஏன்?"

"அப்படிப்பட்ட உணர்வு எதுவும் வரவில்லை."

"அது தப்பு என்று நினைக்கிறாயா?"

"இல்லை. அப்படி எதுவுமில்லை. எனக்கு நிறைய லெஸ்பியன், 'கே' நண்பர்கள் உண்டு."

"உனக்குத் தெரியுமா? எங்கள் சர்ச்சில் எல்லா ஓரினச் சேர்க்கையாளர்களையும் ஓர் அறையில் போட்டு அவர்கள் "வியாதியை"க் குணப்படுத்த ஒருநாள் முழுவதும் அவர்களுடன் பேசினார்கள். உங்கள் ஊரில் அப்படி நடந்ததுண்டா?"

"அப்படி நடக்கவில்லை. ஆனால் அது ஒரு மனவியாதி என்று நினைப்பவர்கள் உண்டு."

"சரி, போகட்டும். நான் உலகின் எல்லா லெஸ்பியன்களுக்குமான கீதம் ஒன்றைப் போடுகிறேன் உனக்காக" என்று ஓர் இசைவட்டைப் போட்டுவிட்டுக் கூடவே உற்சாகமாகப் பாடினாள்.

ஜனெலின் "க்ளாட் டு பி எ லெஸ்பியன்" பாட்டின்

க்ளாட் டு பி அ லெஸ்பியன்
ஹேப்பி அண்ட் ஃப்ரீ
ஐ லவ் லாட்ஸ் ஆஃப் விமன்
தே ஆல் லவ் மி

(ஆனந்தமான சுதந்திரமான
லெஸ்பியனாக இருப்பதில் மகிழ்ச்சி
பல பெண்களைக் காதலிக்கிறேன்
அவர்களும் என்னைக் காதலிக்கிறார்கள்)

வரிகள் ஒலிக்க ஆரம்பித்தன.

அவள் வர வேண்டிய இடத்தை வண்டி எட்டியது. இறங்குவதற்குள் தவறான இடத்தில் நிறுத்தியதற்காக அபராதம் கட்டவேண்டும் என்று வந்தார் ஒரு போக்குவரத்து காவல் அதிகாரி.

"ஆஃபீஸர், என் மூளையில் ஒரு கட்டி இருக்கிறது. அது என்னைத் தவறான இடங்களில் வண்டியை நிறுத்த வைக்கிறது" என்றாள்.

"அபராதம் 15 யூரோ கட்டுங்கள்" என்றார் அசிரத்தையாக.

இறங்கி அபராதம் கட்டிவிட்டு ரசீது வாங்கிக்கொண்டு, "அபராதம் கட்டியதற்கு ஏதாவது ஆதாரம் வெண்டுமா? வேண்டுமானால் ஒரு ஃபோட்டோ எடுங்கள்" என்று வண்டி மேல் சாய்ந்து நின்று கொண்டு 'போஸ்' கொடுத்தாள்.

அவர் இப்படிப் பலரைப் பார்த்தவர் போலும். "தேவை யில்லை" என்று நகர்ந்துவிட்டார்.

சாமான்களுடன் அவள் இறங்கியதும், "பார்கவி, நீ என்னை எப்படி நினைவு வைத்துக்கொள்வாய்?"

"அடெலின் மகளாக. ஆனந்தமான லெஸ்பியனாக. மூளைக்கட்டியுடன் பேசுபவளாக. கருத்தரங்குகளில் கலகம் செய்பவளாக. ரோலடாரில் எல்லா இடங்களுக்கும் பயணம் செய்பவளாக. கார் ஓட்டும்போது சில சமயம் தவறான கண்ணாடியைப் போட்டுக்கொள்பவளாக."

அணைத்துக்கொண்டாள்.

OOO

12

கணபதிக்கு மோதகம் கௌரிக்கு மீன்

மீன்பாடு நிறைய இருக்கும் சமயங்களில் ஜெயாபாய் நேரம் கழித்துத்தான் வேலைக்கு வருவாள். ஜெயாபாய் பெரிய அளவில் மீன் வியாபாரம் செய்யும் குடும்பத்தைச் சேர்ந்தவள். விதவை. மூன்று மீன் பிடிக்கும் படகுகள் குடும்பத்தில் உண்டு. அவள் கணவர் எல்லா வற்றையும் மகனுக்குத் தந்துவிட்டுப் போய் விட்டார். அப்போதுதான் வளர ஆரம்பித்திருந்த குழந்தைகளை விட்டுவிட்டு மருமகள் வேறு யாருடனோ போய்விட்டதால் மகனின் குடும்பப் பொறுப்பை ஏற்று அவனையும் அவன் குழந்தை களையும் பல வருடங்களாய்ப் பராமரித்து வருபவள்.

மீன் வியாபாரத்தைக் கோலிப் பெண்கள்தாம் செய்வார்கள். மருமகள் இல்லாததால் ஜெயாபாய் தான் செய்துவருகிறாள். அதிகாலையில் மீன் பிடிக்கும் படகுகள் வந்ததும் கூடையில் பிரித்து வைத்து விற்றுவிட்டுத்தான் வேலைக்கு வருவாள். ஆனால் ஜெயாபாய் மராட்டிக் கோலிப் பெண்ணில்லை. ஒன்பது கஜம் புடவையைக் கால்களின் இடையே விட்டு, பின் பக்கம் இறுக்கமாகச் செருகி, அதற்கேற்ற உடலைப் பிடிக்கும் ரவிக்கையுடன் படிய வாரிய கூந்தலும் பூவும் பெரிய பொட்டுமாய் 'விசுக்' விசுக்'கென்று நடக்கும் கோலிப் பெண்கள்போல் இல்லை

ஜெயாபாய். மீன்பிடிதான் தொழிலென்றாலும் குஜராத்தி பேசுபவள். குஜராத்திகள்போல் தலைப்பை முன்னால் விட்டு ஒரு முனையை இடுப்பில் செருகியிருப்பாள்.

விநாயக சதுர்த்தி சமயம் மீன்பிடியில் இறால் மீன் வந்து குவியும் காலமாதலால் அதை விற்றுவிட்டுத்தான் வேலைக்கு வருவாள். ஒரு கிலோ அறுநூறுவரை இறால் விற்கும். மீன் கூடையுடன் மீன் லாரியில் பாந்த்ரா அல்லது கொலாபாவில் ஸஸூன் டாக்வரை போய் வியாபாரம் செய்வார்கள் கோலிப் பெண்கள். அன்றைய மீன்பிடி அன்றே தீர்ந்துவிடும். ஜெயாபாயிக்கு வேலை நெட்டிமுறித்துவிடும். அவ்வளவு தூரம் லாரியில் போய்விட்டு வந்தவுடனேயே தனக்கான 'கடக் சாய்' போட்டுக்கொண்டுவிடுவாள். 'கடக் சாய்' குடிக்கும்போது தான் தன் குடும்பக் கதைகளையெல்லாம் கூறுவது வழக்கம். அவள் மீன்காரி. வீட்டு வேலை செய்யும் 'காம்வாலி' இல்லை என்று அடிக்கடி சொல்வாள். மகன் காப்பாற்றுவான் என்று ஒரு நயா பைசா வைக்காமல் போய்விட்ட கணவன். இவளுக்கு ஒரு பைசாகூடத் தராத மகன். கைச்செலவுக்காக இப்படி வேலை செய்வதாகச் சொல்வாள். மீன் விற்றதிலும் கொஞ்சம் பதுக்குவாள்.

தோசை என்றால் உயிர். வந்ததும் தோசைக்கல்லை அடுப்பின் மேல் பார்த்தால், "ஏ மம்மி..." என்று குரல் கொடுப்பாள்.

"என்ன ஜெயா?"

"தோசை பண்ணிக் குடு. முறுகலா. பெரிசா. சட்னி இருக்கா, தீர்ந்துபோச்சா?"

"உனக்கு எடுத்து வெச்சிருக்கேன். உட்காரு" என்பாள் இவள்.

'லலிதா' என்று இவள் அம்மாவின் பெயர் பொறித்த சின்ன எவர்சில்வர் தட்டுதான் அவளுடையது. அதைக் கையில் வைத்துக்கொண்டு மோடாவில் உட்காருவாள்.

தோசையைத் தட்டில் போட்டு சட்னி வைத்ததும் ருசித்துச் சாப்பிடுவாள். ஒரே ஒரு தோசைதான்.

"சாய் போடவா, ஜெயாபாய்?" என்றால், "ஹே பக்வான், நீ போடுவது சாயா? அது வெந்நீர். நான் 'கடக் சாய்' போட்டுக்கொள்கிறேன்" என்பாள்.

○

ஜெயாபாய் வீட்டில் கணபதி பப்பா வைத்திருந்ததால் இரண்டு நாட்கள் வேலைக்கு வராமல் அன்றுதான் வந்திருந்தாள். வழக்கம்போல் ஒரு டிபன் டப்பாவில் மோதகம் கொண்டு வந்திருந்தாள். கணபதி பப்பாவுக்கு வைத்த பிரசாதம். பையில் இன்னொரு டப்பா இருந்தது.

"இன்னொரு டப்பா யாருக்கு ஜெயாபாய்? வேற எங்காவது புதுசா வேலை பார்க்கிறாயா என்ன?"

"அதுவும் பிரசாதம்தான். பொரிச்ச இறால் மீன்."

"யாருக்குப் பிரசாதம்?"

"கௌரிக்குதான்."

"எந்த கௌரி?"

"என்ன மம்மி, இப்படிக் கேட்கறீங்க? கணபதி பப்பாவோட மாதாஜி கௌரி."

"கௌரிக்கு மீன் வைப்பீங்களா?"

"பின்ன? கௌரி தன்னோட பிறந்த வீட்டுக்கு ஒவ்வொரு வருஷமும் இந்தச் சமயத்தில் ஆசையா வரதா நாங்க நம்பறோம். அவளுக்கு மீன், கோழி, கறி எல்லாம் பிடிக்கும். எல்லாம் படைப்போம் அவளுக்கு. சில வீடுகள்ல கள்ளுகூடப் படைப்பாங்க. கணபதிக்கு இனிப்புதான் பிடிக்கும். கௌரிக்கு நல்ல மிளகாய் எல்லாம் போட்ட 'திகோ' சாப்பாடுதான் பிடிக்கும்."

'திகோ' (காரமான) ஊன் உணவு சாப்பிட ஆண்டுதோறும் வரும் கௌரியை நினைத்துப் பார்த்தாள். கோலிப் பெண்கள் தரும் எந்த உணவுதான் ருசிக்காது?

"அது சரி ஜெயாபாய். இந்த பையில இருக்கும் டப்பா யாருக்கு?"

"அவளுக்குத்தான்."

"யாருக்கு?"

"ஹேமாவுக்கு."

"யார் ஹேமா, ஜெயாபாய்?"

"என் மருமகள்தான்."

ஆச்சரியமாக இருந்தது.

"பிள்ளைகளை விட்டுட்டு வேற யாரோடயோ போனாளே அந்த மருமகளா?"

"அவள்தான்" என்றாள் ஜெயாபாய் பாத்திரங்களைக் கழுவ ஆரம்பித்தபடி.

இவள் ஒன்றும் சொல்லாமல் இருக்கவே, "மம்மி, என் பையன் மாதிரி ஒரு குடிகார ரௌடி இந்த உலகத்துலயே இருக்க முடியாது. கடல் மேல போனா களைப்பாத்தான் இருக்கும். எங்க வீட்டுக்காரரும் கொஞ்சம் குடிப்பார். தேஸி தாரு குடிப்பார் கொஞ்சமா. என்னைத் தொட்டு அடிச்சது கிடையாது. 'ஜெயா'ன்னு ஆசையா கூப்பிட்டுப் பேசுவாரு. ஆனால் என் பேர்ல ஒரு படகுகூட வைக்காமல் போயிட்டாரு. இந்த ராட்சசன் என் வயத்துல எப்படிப் பிறந்தான்னு தெரியல. தினம் குடி. வீட்டுக்கு வந்தால் ஹேமாவுக்கு அடி. உதை. அடுத்தடுத்து குழந்தை பெத்தவளை இடுப்பிலயும் நெஞ்சிலயும் அடிச்சா தாங்க முடியுமா? அவளும் நாளெல்லாம் மீன் வித்து வேலை செய்யறாதானே?"

"அடிச்சா நீ தடுக்க மாட்டியா?"

"தடுப்பேன். என்னையும் அடிப்பான்."

பெரிய வாணலியை எடுத்து அழுத்தித் தேய்க்க ஆரம்பித்தாள்.

"ஒருநாள் என் கிட்ட வந்து என் காலைப் பிடிச்சிட்டு அழுதா. 'என்ன ஹேமா?'ன்னு கேட்டதும், 'பா, ஒரு நல்ல மனுஷன் என் மேல ஆசைப்படறார். என்னை நல்லா வெச்சுப்பேன்னுட்டுச் சொல்றார். நான் போகட்டுமா?'ன்னுட்டு கேட்டா. அவன் பேர் கோபால். எனக்கு அவனைத் தெரியும். தங்கமானவன். பெண்டாட்டி இறந்துபோயிட்டா. அவளைக் கட்டிப் பிடிச்சுட்டேன். ஒரு பெட்டியில அவள் துணிமணி எல்லாம் வெச்சு, என் கையில சேமிச்சு வெச்சிருந்த பணத்தோட நானே கோபால் கிட்ட கூட்டிட்டுப் போனேன். 'கோபால் இவளைக் கைவிட மாட்டேன்னு சத்தியம் பண்ணு'ன்னுட்டுச் சொன்னதும் அழ ஆரம்பிச்சுட்டான். என் கிட்ட ஆசிர்வாதம் வாங்கிட்டு ரெண்டு பேரும் தமன் போயிட்டாங்க. ஃபோன்ல கூப்பிட்டுப் பேசுவா அப்பப்ப. குழந்தைகளோட ரகசியமா பேசுவா."

"இப்போ திரும்பி மும்பாய் வந்துட்டாளா என்ன?"

தேய்த்த பாத்திரங்களை நீர் வடிய விடும் தொட்டியில் போட்டாள். கையைச் சோப்பால் கழுவித் துடைத்துக் கொண்டாள்.

துடைப்பத்தை எடுத்துக்கொண்டு பெருக்க ஆரம்பித்தாள். பெருக்கிக்கொண்டே சொன்னாள். "கணபதிக்காக இந்தத்

தடவை கோபால் சொந்தக்காரங்க வீட்டுக்கு வந்திருக்கா ரகசியமா. இவ்வளவு வருஷம் கழிச்சு வயிற்றில் பிள்ளை."

குனிந்து பெருக்கிக்கொண்டே இருந்தவள் தலைப்பால் கண்களைத் துடைத்துக்கொண்டாள்.

குனிந்தபடியே சொன்னாள்.

"அவளுக்கு அம்மா அப்பா கிடையாது, மம்மி. ஒரு அண்ணாதான் அவன் போர்பந்தர்ல இருக்கான். நான்தான் அவள் அம்மா. அம்மா வீட்டுக்கு வர மாதிரி மும்பாய் வந்திருக்கா. கௌரி மாதிரி. அவளுக்குப் பொரிச்ச இறால் பிடிக்கும்."

அவள் பெருக்கித் துடைத்தபடி இருந்தபோது பீரோவைத் திறந்து கறுப்பில் கிளிப்பச்சைக் கரையிட்ட, இன்னும் கட்டாத புடவையை எடுத்தாள்.

எல்லாவற்றையும் வைக்க வேண்டிய இடத்தில் வைத்துக் கொண்டிருந்த ஜெயாபாய் அருகே போய் புடவையைக் காட்டி, "ஜெயாபாய், எங்கள் வீட்டுல கர்ப்பமா இருக்கும் பெண்ணுக்குக் கறுப்புக் கலரில் புடவை தருவாங்க கண் படாமல் இருக்க. இது பிடிச்சுதா? ஹேமாவுக்குத் தரவா?" என்றாள்.

ஜெயாபாய் விம்மினாள்.

ஒரு பையில் புடவையைப் போட்டு அவள் பையின் அருகே வைத்துவிட்டு, "ஜெயாபாய், இன்னிக்கு எனக்கும் ஒரு 'கடக் சாய்' போடு" என்றாள்.

"பொரிச்ச இறால் வறுவலும் வேணா ஒன்னு தரவா?" என்றாள் ஜெயாபாய் சிரித்துக்கொண்டே.

"வேண்டாம், வேண்டாம். அது தாய் வீட்டுக்கு வந்திருக்கும் அந்த கௌரிக்கே இருக்கட்டும்" என்றாள்.

யாரோ மூன்றாம் நாள் விசர்ஜனம் செய்ய கணபதி பப்பாவைத் தூக்கிக்கொண்டு போகிறார்கள் போலும்.

ஜெய் கணேஷ ஜெய் கணேஷ ஜெய் கணேஷ தேவா
மாதா ஜாகி பார்வதி பிதா மஹாதேவா

என்ற ஆரத்தி பாட்டு கேட்டது.

ooo

13

புத்தரின் பாதங்கள்

ஜஸ்லீன் கௌரின் வாதம் சரியென்றே பட்டது. ஒரு குழுவாக இல்லாமல் அவர்கள் தனிப்பட்ட முறையில் பல கண்காட்சியகங்களைப் பார்த்திருந்தனர். சந்தனா கொல்கத்தாக்காரி. அதனால் அங்குள்ள பழங் கண்காட்சியகத்துக்குப் போவது பள்ளி நாட்களிலிருந்தே அவளுக்கு வழக்கமாயிருந்தது. டெல்லியிலிருந்த தேசியக் கண்காட்சியகத்தை அவர்கள் எல்லோருமே பார்த்திருந்தனர். ராமகுமாரி ஹைதராபாத்காரி. அதனால் ஸ்லார்ஜங் கண்காட்சியகம் பற்றி நன்றாகத் தெரியும். தவிர வெளிநாட்டில் உள்ள பலதரப்பட்ட கண்காட்சியகங்களையும் பார்த்த அனுபவம் மூவருக்குமே உண்டு. கலை, வரலாற்று அனுபவங்கள், தனி நபர் வரலாறு, சமூக வரலாறு, அறிவியல் என்று பலவகைப்பட்ட வரலாறுகளை யும் நிகழ்வுகளையும் ஆதாரமாகக் கொண்ட கண்காட்சியகங்கள். மும்பாயிலேயே தற்போது சத்ரபதி சிவாஜி மஹராஜ் வாஸ்து ஸங்ரஹாலயா என்று பெயரிடப்பட்டிருக்கும் பிரின்ஸ் ஆஃப் வேல் ம்யூசியம் மும்பாய்க்காரர்கள் எப்போது புதிய கண்காட்சியோ, படம் திரையிடப்படுவதோ நடந்தாலும் சென்று குவியும் இடம். அன்றும் அங்கு சுதந்திரப் போராட்டத்தில் பங்கு பெற்ற மும்பாய்ப் பெண்கள் பற்றிய கண்காட்சி ஒன்றைப் பார்க்கச் சென்றபோதுதான் அந்தப் பேச்சு எழுந்தது.

ஒரு குழுவாக அவர்கள் சில வேலைகளை மற்ற வேலைகளுக்கிடையே செய்திருந்தனர்.

பெண்கள் திரைப்பட விழா, இலக்கியக் கூட்டங்கள், நாடக விழா என்று சில விழாக்களுக்கான ஏற்பாடுகளைச் செய்து அதில் வெற்றியும் தோல்வியும் அடைந்திருந்தனர். வடகிழக்கு மாநிலப் படங்களின் திரைப்பட விழா எங்கெங்கிருந்தோ நிதி சேர்த்துச் செய்தபோது வந்த கூட்டம் ஐம்பதுக்கு மேல் தேறாதுபோயிற்று. ஒருவர் அவளிடம் வந்து அறிவுரை கூறும் தொனியில் கனிவுடன், "இது எல்லாம் இந்தியப் படங்கள் மாதிரியே இல்லையே?" என்றார். விழாவைத் தொடங்கிவைக்கச் சமூக விஷயங்களில் ஆர்வம் உள்ள நடிகை ஒருவரைக் கூப்பிட்டிருந்தார்கள். அவர் நுழைந்தவுடனேயே ஆயிரம் காமராக்கள் பளிச்சிடும் என்று அவர் எதிர்பார்த்தாரோ என்னவோ தெரியவில்லை. அவள் திரைப்பட விழாவை அறிமுகப்படுத்திக்கொண்டு இருக்கும்போதே இடைமறித்து, வேறு இடத்துக்குப் போகவேண்டும் என்று கூறி, இரண்டு நிமிடங்கள் பேசிவிட்டுக் கிளம்பிவிட்டார்.

அவர்கள் குழுவுக்குப் பெண்கள் வரலாற்றுக் கண்காட்சியகம் அமைக்க வேண்டும் என்ற பிரம்மாண்டக் கனவு இருந்தது. அன்று மும்பாய்க் கண்காட்சியகம் போய் வந்ததும், ஜஸ்லீன் கௌர், அம்ருத்ஸரில் சமீபத்தில் நிறுவியிருந்த நாட்டின் பிரிவினை பற்றிய கண்காட்சியகம் அவர்கள் கனவு காணும் கண்காட்சியகத்துக்கு நல்ல மாதிரியாக இருக்கும் என்றாள். அது மிகப் பிரம்மாண்டமானது இல்லை. ஆனால் புகைப்படங்கள், பேட்டிகள், தினசரிச் செய்திகள், படங்கள் இவற்றை நன்றாக இணைத்துச் செய்த ஒன்று என்றாள்.

நாட்டின் பிரிவினை குறித்த கண்காட்சியகம் அவள் மனத்தில் தோன்ற அவர்கள் சில நாட்களுக்கு முன் படித்திருந்த ஒரு கட்டுரை காரணமாக இருக்கலாம். மண்டோவின் 'டோபா டேக் சிங்', 'கோல் தோ' (திறந்துவிடு) கதைகளுக்குப் பிறகு அவர்களை வெகுவாகப் பாதித்த கட்டுரை. நாட்டின் பிரிவினை பற்றிய குல்ஸாரின் கவிதைகள், குஷ்வந்த் சிங்கின் 'ட்ரைன் டு பாகிஸ்தான்' (பாகிஸ்தானுக்கு ரயில்), யஷ்பாலின் 'ஜூடா ஸச்' (பொய்யான உண்மை) குவாரதுலேன் ஹைதரின் 'ஆக் கா தரியா' (அக்னி ஆறு) போன்ற இலக்கிய நூல்களும், ஊர்வசி புடாலியாவின் 'த அதர் ஸைட் ஆஃப் ஸைலன்ஸ்' (மௌனத்தின் இன்னொரு பக்கம்) போன்ற அனுபவங்களைப் பேசும் நூல்களும் பல ஆராய்ச்சி நூல்களும் படித்திருந்தாலும் அந்தக் கட்டுரையின் தாக்கம் போக வெகு நாட்களாயிற்று. கட்டுரையிலும் அம்ருத்ஸர் இருந்தது ஒரு காரணமாக இருக்கலாம் மனத்தில் இந்தத் தொடர்பு ஏற்பட.

இரு பைகளில் ஒரு வாழ்க்கை

நாட்டின் வரலாறு அமைந்துகொண்டிருந்த நடுராத்திரி நேரத்தில், தங்கள் விதியைத் தாங்களே தீர்மானிக்க அதிகாரம் இல்லாத சிலரின் விதி நிர்ணயிக்கப்பட்டதைப் பற்றிய கட்டுரை அது. ராஞ்சியின் காங்கே என்ற இடத்தில் இருந்த மனநல ஆஸ்பத்திரியிலிருந்து ஒரு மருத்துவர் குழுவும் ஆஸ்பத்திரியில் வேலை செய்த மற்றவர்களின் குழுவும் அம்ருத்ஸர் அருகிலிருந்த வாகா எல்லை என்று பிறகு பெயரிடப்பட்ட எல்லைக்குப் பயணப்பட்டனர். அங்கு நோயாளிகளின் பரிமாற்றம் நடந்தது. முஸ்லிம் நோயாளிகள் பாகிஸ்தானில் பொறுப்புள்ளவர்களிடம் ஒப்படைக்கப்பட்டு, இந்து, சீக்கிய நோயாளிகள் அங்கிருந்து காங்கே மனநல ஆஸ்பத்திரிக்கு அழைத்துவரப்பட்டனர். கட்டுரையாளரின் பாட்டி, ஆஸ்பத்திரியின் பெண் நோயாளிகள் பகுதிக்கு 1927இல் பொறுப்பேற்ற டாக்டர். இந்து டாக்டர் ஒருவரை விரும்பி மணந்த கிறித்துவர்.

பிற்காலத்தில் காங்கேயில் ஒரு பெரிய வீட்டில் கூட்டுக் குடும்பமாய் இருந்தபோது பெண் மன நோயாளிகளை அறையில் அடைத்துவைக்காமல் வீட்டுக்கு அழைத்துவந்து அவர்களுடன் உரையாடுவார். வீட்டில் அவர்களுடன் உணவு சமைத்து எல்லோரும் சேர்ந்து உண்பார்கள். அவரை அவர்கள் டாக்டர் என்று கூப்பிடவில்லை. மாஷிமா என்று அழைத்தார்கள். மாஷிமா என்றால் சின்னம்மா. சிலர் அவரை மா என்றே அழைத்தார்கள்.

பிஹாரிலிருந்தும் ஒரிஸ்ஸாவிலிருந்தும் அழைத்துவரப் பட்டு ஆஸ்பத்திரியில் சேர்க்கப்பட்டிருந்த முஸ்லிம் பெண் மனநோயாளிகளை அம்ருத்ஸர்வரை சென்று ஒப்படைக்கும் பொறுப்பு அவருடையதாகியது. மனநோய் ஆஸ்பத்திரிக்கு வரும் வரை வீட்டை விட்டு வெளியே வராதவர்கள். ஆஸ்பத்திரிக்கு வந்தபின் உறவினர்களால் புறக்கணிக்கப்பட்டவர்கள். ஒரு வார்த்தை உருது தெரியாது. அவர் அவர்களுடைய தாயாக இருந்தவர். இப்போது அந்த மன நோயாளிகள் மத அடையாளப் பட்டிகள் உள்ள வெறும் எண்கள் மட்டுமே. வேறொரு மத அடையாளப் பட்டிகளுடன் வரும் எண்களுடன் பரிமாற்றம் செய்துகொள்ளவேண்டியவர்கள். மாஷிமாவை நம்பிக் குதூகலத்துடன் பயணித்தவர்கள். எல்லையில் பிரியும்போது என்ன நடக்கிறதென்றே தெரியாமல் தங்கள் மாஷிமாவை நோக்கிக் கை நீட்டினார்கள்.

அவர்கள் வரலாற்றில் எழுதப்படாத, பேரில்லாதவர்கள். நாட்டின் பிரிவினைக் கண்காட்சியகத்தில் அப்படிப் பலரின் கதைகள் இருக்கலாம். இவர்கள் நிறுவவேண்டும் என்று

அம்பை

நினைக்கும் கண்காட்சியகத்திலும் அப்படிப் பல பெண்களின் கதைகள் இருக்கும். பெண்ணின் வரலாற்றுப் பகுதிகள். அப்படித்தான் அம்ருத்ஸர் பயணம் அமைந்தது.

அங்கிருந்த இளம் பொறுப்பாளரிடம் பேசியபோது அவர் வாழ்க்கையே ஒரு நாட்டின் பிரிவினைக் கதைபோல் தோன்றியது. குர்லீன் கௌரின் தாத்தா அனாதையானபோது ஒரு முஸ்லிம் குடும்பத்தினரால் லாகூரில் வளர்க்கப்பட்டார். பிரிவினையானதும் அந்தக் குடும்பம் அனாதையாக அவரை அம்ருத்ஸருக்கு அனுப்பிவைத்தது.

"இந்தக் கண்காட்சி ஒரு பக்கக் கதையை மட்டுமே கூறுகிறது என்கிறார்களே?" என்று கேட்டபோது குலீன் கௌர், "இதில் இந்து–முஸ்லிம் என்ற இரு பக்கங்கள் மட்டுமே இல்லை. இது சிக்கலான பல கோணங்கள் கொண்டது. இரு பக்கங்களை மட்டுமே பார்த்து அதை எளிமைப்படுத்தக் கூடாது" என்றார்.

அவர்கள் அனைவரும் சுதந்திர இந்தியாவிலோ அதற்கு இரண்டொரு ஆண்டுகளுக்கு முன்போ பிறந்தவர்கள். ஜஸ்லீன் கௌரைத் தவிர வேறு யாருக்கும் குடும்ப ரீதியாகப் பிரிவினை யுடன் தொடர்பு இருக்கவில்லை. ரயிலின் கூரை மேலும் உள்ளேயும் வெளியே தொங்கியும் வந்த அகதிகள் வண்டியின் புகைப்படங்கள், செய்திப்படங்கள், காட்சிப்படுத்தப்பட்ட உரையாடல்கள், காணொளிகள், மானத்தைக் காத்துக்கொள்ள பெண்கள் குதித்த கிணறு என்று உருவாக்கப்படிருந்த கிணறு, இவற்றையெல்லாம் பார்த்தபடி வந்தபோதுதான் லாகூர் கண்காட்சியகத்திலிருந்த காட்சிப் பொருட்கள் எப்படி பிரிக்கப் பட்டன என்று பஞ்சாபில் பண்பாட்டுத் துறை முன்னாள் செயலாளராக இருந்த ஒரு பெண்மணியின் பேட்டியின் காணொளி ஒன்றைப் பார்க்க முடிந்தது. குஷானர் காலத்து காந்தாரக் கலையின் சிற்பங்கள் பிரிக்கப்பட்டபோது புத்தரின் இரு பாதங்களாக வடிவமைக்கப்பட்டிருந்த சிற்பத்திலிருந்து ஒரு பாதம் பாகிஸ்தானுக்கும் ஒரு பாதம் இந்தியாவுக்கும் பிரிக்கப்பட்டது என்றார் அந்தப் பெண்மணி.

இந்தியாவுக்கு வந்தது எந்தப் பாதம்? வலது பாதமா, இடது பாதமா, அது எங்கே இருக்கிறது என்ற கேள்வி மனத்தைக் குடைந்தது. அந்த ஒற்றைப் பாதம் எதைக் கூறுகிறது?

டபிள்யூ. எச். ஆடன் தனது 1966 'பிரிவினை' கவிதையில் கூறியதுபோல் மிகக் குறுகிய காலத்தில், முன்பின் அறியாத நாட்டில், பழைய வரைபடங்கள், மக்கள்தொகைக் கணக்கெடுப்புகள் இவற்றுடன் தாங்க முடியாத வெய்யில்

கால வெப்பத்தில், போலீஸ் பாதுகாப்புடன் தனியாக ஒரு பங்களாவில், வயிற்றுக் கடுப்புடன் கழிவறைக்கு ஓடியபடி இருந்த ஒருவர் போட்ட எல்லைக்கோடு அது. அந்த எல்லைக்கோட்டைப் போட்டதால் பிரிக்கப்பட்ட அந்த இரு பாதங்களும் வெறும் பாதங்கள் இல்லை, இரு நாடுகளின் பிரிவினை வரலாற்றின் குறியீடுகள் என்று அவளுக்குத் தோன்றியது.

ooo

14

உறுதல் கூறல்

சன்னல் கதவில் இரவு பத்துமணிவரை அமரும் சிபியிடம் மாலை ஐந்து மணிக்கே வேறு எங்காவது போகச் சொல்லிவிட்டாள். சிபி அவள் வீட்டின் சன்னல் புறா. விடிகாலையில் வந்து அமர்ந்து அவள் விழித்திருக்கும்வரை தலையை உடலில் புதைத்துக்கொண்டு தூங்கும். அன்று சீக்கிரம் போகவேண்டிவரும் என்று அதற்கும் தெரிந்திருக்கும் போல. கை வீசிச் சொன்னதும் பறந்துபோய்விட்டது.

காலையிலிருந்து இருண்டுகொண்டுவந்தது. இடையிடையே கனத்த மழை. இப்படிப்பட்ட ஒரு நாளின் மாலையில்தான் பல ஆண்டுகளுக்கு முன் அவள் வீட்டில் எதார்த்தம் குறித்து பேச்சு எழுந்தது. அன்று அவள் முன்னறையில் உட்கார்ந்திருந்தாள். அவள் கை பக்கத்தில் இருந்த சுழலும் அலமாரியில் இருந்த ஜான் பர்கரின் நூலின் மேல் விழுந்தது தன்னிச்சையாக. அட்டையிலேயே "பார்த்தல் சொற்களுக்கு முன் வருகிறது... நாம் பார்ப்பதற்கும் நாம் அறிந்துகொண்டிருப்பதற்கும் இடையே உள்ள உறவு எப்போதுமே தீர்வாகாதது" என்ற வரிகள் இருந்தன.

அந்த மாலையில் பேசப்பட்டது இன்னும் மறக்கவில்லை.

அப்பா சிவசங்கரன் அதே அறையில் தன் சீடர் ஒருவருடன் அமர்ந்து அடுத்த நாளின் ஆன்மிகச் சொற்பொழிவுக்கான விஷயங்கள் குறித்துப்

பேசிக்கொண்டிருந்தார். பருப்பொருள், எதார்த்தம் குறித்துப் பேசும்போது ஈசாவாஸ்ய உபநிஷத்திலிருந்து ஒரு சுலோகத்தைச் சொன்னார்.

ததே ஜதி தன்னை ஜதி
ததூரே தத் வந்திகே
ததந்தரஸ்ய ஸர்வஸ்ய
ததுஸர்வஸ்யாஸ்ய பாஹ்யாதஹ

சுலோகத்தை விளக்கிக்கொண்டிருந்தார்.

அது அசைகிறது. அது அசைகிறதில்லை.
அது தூரத்திலிருக்கிறது. அது அருகிலுமிருக்கிறது
அது அனைத்தினுள்ளும் இருக்கிறது
அது அனைத்தின் வெளிப்புறத்திலுமிருக்கிறது

என்று அவர் சொல்லிக்கொண்டிருக்கும்போதே அறையின் இன்னொரு மூலையில் ஏதோ படித்துக்கொண்டிருந்த குவைய இயற்பியலாளரான அவள் கணவன் நந்தகோபன் சடேரென்று தலை நிமிர்த்தி,

"மாமா, அதைத் திருப்பிச் சொல்லுங்க" என்றான்.

"எதை நந்தா?"

"இப்போ சொல்லிட்டிருந்தீங்களே, 'அது அசைகிறது, அது அசைகிறதில்லை' அதை."

அப்பா மீண்டும் கூறினார்.

"மாமா இப்பத்தான் "மாயையான பருப்பொருள்" என்கிற தலைப்புல நான் படிச்ச ஒரு கட்டுரையைத் தமிழ்ல மொழிபெயர்த்தேன் நண்பர் ஒருத்தர் கேட்டார்னு. என்னை மாதிரி ஒரு க்வான்டம் ஃபிஸிஸிஸ்ட் எழுதினது. அவர் சொல்றார், இதோ படிக்கிறேன் கேளுங்க" என்று தமிழாக்கம் செய்த கட்டுரையைப் படித்தான்:

"பௌதிக எதார்த்தம் என்பதில் பௌதிகமே இல்லை. நாம் உண்மையாக இருக்கிறது என்பதெல்லாம் இருப்பதாக நினைக்க முடியாதவற்றால் அமைகிறது. பருப்பொருள் என்பது உண்மையிலேயே இல்லை. அணுவை அதன் மிக நுண் நிலையில் பார்க்கும்போது அது செயல்படும் விதம் மாறுகிறது. பௌதிகமல்லாதவை பிரபஞ்சத்தைச் செலுத்துகின்றன. இதனால் நாம் நம் நோக்கை பிரக்ஞை குறித்தும், பௌதிக எதார்த்தத்தை அது சிருஷ்டிப்பது குறித்தும் திருப்புகிறோம். அணுதான் சிறியதிலும் சிறியது என்று நினைத்தது சரியில்லை. பல நுண் அணுக்களாலானது அணு. அவை பலவித வலிமையான ஆற்றல்களை வெளிப்படுத்தியபடி

இருக்கின்றன. அணுவின் அமைப்பை ஒரு நுண்ணோக்கி மூலம் பார்க்கும்போது சூறாவாளிபோல் ஒரு சுழல் தெரிகிறது. அதிலுள்ள நுண்துகள்களை க்வார்க்ஸ், ஃபோட்டான்ஸ் என்கிறோம். மேலும் மேலும் அருகில் போய் நுணுக்கமாகப் பார்க்கும்போது அவை இல்லாமல் போகின்றன. அங்கு பௌதிக வெறுமைதான் எஞ்சுகிறது. கண்ணால் காண முடியாத ஆற்றல்களாலானது அணு, பருப்பொருளால் இல்லை. இதிலிருந்து வெளிப்படுவது என்னவென்றால் பருப்பொருள் பார்க்கும் நபரால் உருவாக்கப்படுகிறது. அது மனத்தின் உருவாக்கம். ஜேம்ஸ் ஜீன்ஸ் என்ற இயற்பியலாளர் கூறியதுபோல் 'பிரபஞ்சம் என்பது ஓர் உயரிய இயந்திர கதி இயக்கமுடைய ஒன்றாக இல்லாமல் ஓர் உயரிய எண்ணமாகவே இருப்பதாகத் தோன்றுகிறது.' நம் நம்பிக்கைகள், பார்வைகள், நோக்குகள், அதாவது நம் பிரக்ஞை, உலகைப் படைக்கிறது..."

நந்தகோபன் நிறுத்தினான்.

"'பிரக்ஞையோட தன்மை என்னன்னு பல கட்டுரைகள் வந்திருக்கு. ரொம்ப சுவாரஸ்யமான கட்டுரைகள். அப்படி யானால் உண்மை என்பது என்ன' என்கிற கேள்வியைத்தான் நாங்களும் கேட்டுக்கொண்டிருக்கோம் மாமா"

இடைமறிக்காமல் கேட்டுக்கொண்டிருந்த அப்பா, "'எல்லாம் வேதத்துல இருக்கு, வேதகாலத்துல விமானம் இருந்தது, இப்ப அறிவியல்ல பேசறது எல்லாம் அப்பவே இருந்தது' இப்படியெல்லாம் சொல்ல சில பேர் கிளம்பி யிருக்கறதுனாலதான் நீ முன்னால இதுபற்றி பேசினபோது இப்படிச் சில தொடர்பு இருக்கிறது பற்றி நான் ஒன்னும் பேசலை. நான் ஃபிஸிஸிஸ்ட் இல்லை. ஆனால் அறிவியல நான் மறுக்கிறவனும் இல்லை. டார்வின், ந்யூடன், நீல்ஸ் போர், ஷ்ராடிங்கர், மாக்ஸ் பலாங்க் இப்படிச் சிலபேரை ஆழமா இல்லாட்டாலும் நானும் படிச்சிருக்கேன். ஏன் நம்ப நரம்பியல் விஞ்ஞானி விலயனூர் ராமச்சந்திரனோட பேட்டியெல்லாம் ரொம்ப விரும்பிப் படிப்பேன். ஆன்மிகமும் அறிவியலும் ஒன்னுக்கொன்னு முரணானது இல்லை, நந்தன். நாங்களும் உண்மையைத்தான் தேடறோம். ரிக் வேத காலத்துல இருந்து தேடறோம். நாஸதீய சூக்தத்துல பிரபஞ்ச தோற்றம் பற்றி அடிப்படைக் கேள்விகள் இருக்கு ரொம்ப ஆழமான கேள்விகள். அதுல ரெண்டு சுக்தத்துல வர கேள்விகள் நீ சொல்லற விஷயத்துக்கு ரொம்பப் பக்கத்துல இருக்கு." என்றுவிட்டு, "சுப்பய்யா, அந்தக் குறிப்பு நோட்புக்கைக் கொஞ்சம் குடு" என்று சீடரிடம் கேட்டு அவர் தந்த குறிப்பேட்டில் சில பக்கங்களைப் புரட்டிப் பார்த்து இரண்டு சூக்தங்களின் பொருளைப் படித்தார்.

“யாருக்கு உண்மை தெரியும்? இந்தப் படைப்பு எங்கிருந்து தோன்றியது என்று யார் அறிவார்? இதை யார் சொல்லக்கூடும்? தேவர்கள்கூட இந்தப் படைப்புக்குப் பிறகு தோன்றியவர்கள். எனவே, அவர்களுக்கும் அது தெரியாது. இந்தப் படைப்பு எங்கிருந்து தோன்றியது என்று யார்தான் அறிவார்?”

“இந்தப் படைப்பு எங்கிருந்து தோன்றியதோ, அது இந்தப் படைப்பைத் தாங்குகிறதா, இல்லையா? மேலான விண்ணில் வாழும் இந்தப் படைப்பின் தலைவர் யாரோ அவர் கட்டாயமாக அறிவார். ஒருவேளை அவருக்கும் தெரியாதோ என்னவோ?”

“நந்தன், இது வேற்று மதங்கள்ல இருப்பது மாதிரி ஒரு பிரபஞ்சம் படைக்கப்படும் தொன்மம் இல்லை. அதனால் இது இங்லீஷ்ல சொல்றதுபோல ‘ஹிம் ஆஃப் க்ரியேஷன்’ இல்லை. நமக்கு இதைப் பற்றிய கிரகிப்பு, அறிவாற்றல், வருமான்னு கேள்விதான் கேட்கிறது.”

அப்பாவுக்கும் நந்தகோபனுக்கும் இடையே உருவான அந்த அபூர்வ உரையாடலை அவளும் அப்பாவின் சீடரும் அவதானித்துக்கொண்டிருந்தார்கள் அன்று. அவளோ, சீடரோ குறுக்கிடவில்லை என்றாலும் அப்பாவின் சொற்பொழிவு களுக்குப் பல ஆண்டுகளாய் குறிப்பெடுத்தவர்கள் அவர்கள் இருவரும். இயற்பியலாளர் இல்லை என்றாலும் அவளும் அறிவியல் பட்டதாரிதான். ஒரு பள்ளியில் அறிவியல் ஆசிரியை அப்போது. மிசியோ காகுவின் மேல் அப்போது ஒரு பித்து இருந்தது. ஆனால் இப்படி உரையாடல் நேர்ந்ததில்லை வீட்டில் அதற்குமுன். அது நேர, அபூர்வ மந்திரக்கோல் வீசப்பட்டு உருவாகும் மந்திரக் கணம் தேவை போலும்.

அந்த வினோத மாலை அப்படிப்பட்ட எண்ணப் பாதைகளில் நெட்டித்தள்ளிக்கொண்டு போயிற்று மனத்தில் பல கேள்விக் கொக்கிகளை மாட்டிவிட்டு. சமையல், சாப்பாடு, உறக்கம், நெருக்கம், மகிழ்ச்சி, சோகம் என்று அன்றாட வாலாயமாக வாழ்க்கை ஓடிக்கொண்டிருந்தாலும் ஒன்றொன்றாகக் கொக்கிகள் மாட்டியபடி இருந்தன மனத்தில். திடீரென்று ஊசிக்குத்துபோல் ஒரு கொக்கி. எப்போது மாட்டியது என்று தெரியாமலே ஒரு கொக்கி. பூரணத்தை மாவில் வைக்கும்போது ஒரு கொக்கி. அமைதியான மாலையில் யாருமில்லா வேளையில் ஊதுவத்தி ஏற்றும்போது ஒரு கொக்கி. “பார்வதி நாயக பாஹிமாம்” என்று ‘பாஹிமா’மில் இழைந்து வரும் பௌளியின் சொட்டு காதில் விழும்போதோ, பிஸ்மில்லா கானின் ஷெஹனாய் எல்லாவற்றையும் ஊடறுத்துக்கொண்டு

வரும் மென் அம்பாய்த் துளைக்கும்போதோ, பாரதியின் குயில் பாட்டின் சில வரிகள் திடீரென்று மனத்தை நிறைக்கும்போதோ, கடல் அலையின் நுரை காலைத் தொடும்போதோ, திடீரென்று விழித்துத் தன்னையே தேடும்போதோ, பட்டுப்பூச்சி ஒன்று காற்றாடியில் மோதி மடியில் விழும்போதோ, துளசிச் செடி வாடத் துவங்கும்போதோ, அப்பாவை நமஸ்கரிக்கும்போது அறியாமல் அவர் பாதத்தை விரல் தீண்டிவிடும்போதோ, நந்தகோபனின் நீள் முதுகில் விரலை ஓட்டும்போதோ விழும் கொக்கிகள். நந்தகோபன் அவள் கைகளைப் பற்றியபடியே இல்லாமல் போனபோது வார முடியாமல் முடியில் இறுகிப் போன சிடுக்காய் ஒரு கொக்கி. அப்பாவின் உடல் எரிந்தபோது பொறியாய் ஒருகொக்கி.

அப்படியே வாழ்க்கை போய்க்கொண்டிருந்தது மெல்ல ஓடியபடி, சுழலாய் இழுத்தபடி, பிரவாகித்தபடி.

◯

கேள்விக் கொக்கிகளோடு ஒன்றி வரும் அந்த எண்ணங்கள் இன்று, இந்த மாலையில், மீண்டும் கிளைத்தன மனத்தில். எதிரே முக்காலியில் அப்பாவின் குறிப்பேடுகளும் நந்தகோபன் மொழிபெயர்த்த அந்தக் கட்டுரையும் இன்று எதிரே இருப்பது தற்செயல்தானா?

கொக்கி 1:

நம் கண்முன் தெரிவது, நம்மைச் சுற்றித் தெரிவது எதார்த்த மில்லை, எதார்த்தம் பன்மைத்துவமானது, எல்லையின்றி இருப்பது என்றால் உடலால் வாழும் வாழ்க்கையும் எல்லை யின்றி இருக்க முடியுமா?

கொக்கி 2:

மிசியோ காகு கூறும் மீன்தொட்டியே தன் உலகம் என்று நினைக்கும் மீன் தண்ணீரின் மேல் தலை தூக்கிப் பார்த்தால் அதற்கு என்ன ஆகும்? எதார்த்தத்தின் வேறு பரிமாணங்கள் அதற்குப் புரியுமா? அதன்படி அதன் வாழ்வும் சாவும் மாறுமா?

கொக்கி 3:

பெட்டியில் போட்ட அந்த ஷ்ராடிங்கரின் பூனை இறந்திருக்கிறது. உயிரோடுமிருக்கிறது. பெட்டியைத் திறக்காமல் இருக்கும்வரை அது இரு நிலையிலுமிருக்கிறது. வாழ்வு, சாவு இரண்டும் இணைந்தே இருக்கிறது என்றால் சாவு ஒரு முடிவு இல்லை. அப்படியென்றால் வாழ்வை நீட்டிக்கொண்டே போக முடியுமா?

இரு பைகளில் ஒரு வாழ்க்கை

கொக்கி 4:

மனித உடலிலிருந்து எடுத்த விந்தணுவும் கருமுட்டையும் வெளியே இணைக்கப்பட்டு கரு வெளியே உருவாகும்போது அது உடலின் எல்லையை விரிக்கிறது இல்லையா? உயிர் என்பதின் பரிமாணங்களைக் கூட்டுகிறது இல்லையா?

கொக்கி 5:

அதிகம் குளிரூட்டப்பட்ட குளிர்பதனப்பெட்டியில் விந்தணுவும் கருமுட்டையும் வைக்கப்பட்டு, எந்த உடலிலிருந்து எடுக்கப்பட்டதோ அந்த உடல் மரித்த பின்னும் விந்தணுவும் கருமுட்டையும் உயிர்களை உருவாக்கப் பயன்படும் என்றால் சாவு இல்லாமல் போகிறது ஒரு வகையில். அதேபோல் மூளைச்சாவு ஏற்பட்ட உடலின் உறுப்புகள் வேறு உடலில் பொருத்தப்படும்போதும் அதன் சாவு இல்லாமல் போகிறது.

கொக்கி 6:

விண்கலத்தில் வேறுகிரகம் செல்லும் விண்வெளி வீரர் மரித்தாலும் அவர் உடலில் இருக்கும் நுண்ணுயிரிகள் பல்லாண்டு காலம் சாகாமல் பரிணாம வளர்ச்சி பெறும் என்று படித்திருந்தாள். உயிர் விதைகள் அழிவதில்லை என்றால் உயிரும் அழிவதில்லை. உயிர் அழிவதில்லை என்றால் சாவுமில்லை!

கொக்கி 7:

உடலின் ஒவ்வோர் அங்கமும் மின்னணு இயந்திரங்களாலும் சில்லுகளாலும் இயக்கப்பட்டு முடிவில் இதயம் மூளை இரண்டையும் இயந்திர அங்கங்களாய் மாற்றிக்கொண்டு முழு மின்னணு இயந்திர உயிரி ஜீவித்திருப்பது எதனால்? அந்த நபருக்குள் இறந்தது எது? வாழ்வது எது?

○

சில நாட்களுக்கு முன்தான் அவள் ந்யூரா லிங்க் நிறுவனம் செய்யும் மூளை கணினி நரம்பிணைத் தொடர்புச் சோதனை பற்றிக் கேள்விப்பட்டிருந்தாள். முதல் முறையாக ஒரு கணினிச் சில்லு மனித மூளையில் பொருத்தப்பட்டிருந்தது. கை, கால்கள் செயல்பட முடியாத மாற்றுத் திறனாளிகள், எண்ணங்களால் தங்கள் மின்னணுச் சாதனங்களை, கைப்பேசி உட்பட, கட்டுப் படுத்த முடியும் மூளையில் பொருத்தப்பட்ட இந்தச் சில்லு மூலம். கணினிக்கும் மனித மூளைக்குமான இந்த இடைமுகம், வருங்காலத்தில் கைப்பேசியே இல்லாமல் ஆக்கிவிடும் என்று இலான் மஸ்க் சொல்லியிருந்தார். இரண்டாம் நபருக்கு ந்யூரா லிங்க் சில்லு பொருத்தப்பட்டுவிட்டால் இரண்டு பேரும் கைப்பேசி உதவியின்றி ஒருவருக்கொருவர் தகவல்களைப்

பரிமாறிக்கொள்ளமுடியும். அதைப் பொருத்தும் ஓர் இயந்திர நபரும் இந்த இடைமுகமும் செயல்படுமா என்று பரிசோதனைகள் நடக்கின்றனவாம்.

இவை எல்லாமே முடிவில் எட்டும், இனி வேறு பாதை யில்லை என்று தோன்றும் பாதை முடிவு, எது வாழ்வு எது சாவு என்ற கேள்விதான் என்று அவளுக்குத் தோன்றியது. மனத்தில் கேள்விக்கொக்கிகள் உதித்தபடி இருந்தபோது அவளருகே எப்போதுமே நிரந்தரமாக அப்பாவும் நந்தகோபனும் இருக்கவேண்டும் என்று தோன்றியபோது சிரஞ்சீவித்தன்மை பற்றி அப்பாவிடம் கேட்டாள்.

அப்பா சிரித்தார்.

“உன் பேர் நிரந்தரி. அது தேவியின் பேர். ஆனால் யாரும் நிரந்தரமில்லை” என்றார். அன்றுதான் ‘குண்டலகேசி’யில் வரும் அந்த “இடுக்கணழியாமை” பாடலைச் சொன்னார். மனப்பாடமாகிவிட்டது அந்தப் பாடலும் பொருளும். அடிக்கடி அதை மனத்தில் சொல்லிப் பார்த்துக்கொள்வாள்.

மறிப மறியும் மலிர்ப மலிரும்
பெறுப பெறும் பெற்று இழப்ப இழக்கும்
அறிவது அறிவார் அழுங்கார் உவவார்
உறுவது உறுமென்று உரைப்பது நன்று

அழியும் பொருளெல்லாம் அழிந்தே தீரும். வளர்பவை எல்லாம் வளர்ந்தே தீரும்
கிடைக்க வேண்டியது கிடைத்தே தீரும். இழக்க வேண்டியவை இழந்தே தீரும்.
அறிவுடையார் இதற்காக அழவோ உவக்கவோ மாட்டார்கள்
வருவது வந்தே தீரும் என்று கூறுவது நன்று.

இருந்தும் இன்றும் மழை கொட்டியும் ஓய்ந்தும் மாறி மாறி வரும் வினோதமான மாலையில் அவளுக்குத் தோன்றியது. இவ்வளவு விதம் விதமான செயலிகள் உரையாடவும் வரையவும் மொழிபெயர்க்கவும் இருக்கும்போது கைப்பேசியில் மின்கலம் தீர்ந்துவிடப்போகிறது என்று எச்சரிக்கை வருவதுபோல் உயிர் இன்னும் இத்தனை காலம்தான் என்று எச்சரிக்கும் ஒரு மின்கலச் செயலி இருந்தால் எவ்வளவு நன்றாக இருக்கும்! வேலைகள் முடியும்வரை, வாழும் ஆசை இருக்கும்வரை, மின்னேற்றம், அதாவது உயிரேற்றம் அல்லது உயிர் நீட்டிப்புச் செய்தபடி அந்த இல்லாமல்போகும் நாளை ஒத்திப்போட்டபடி இருக்கலாமே என்ற எண்ணம் எழுந்தது. நம் உடலில் மின்கலம்போல் உயிரணுக் களை இயக்கவைப்பது அடெனொஸின் ட்ரைஃபாஸ்ஃபேட் மூலக்கூறுதான். அதை முடுக்கும் அறிவியல் நுணுக்கம் உள்ள செயற்கை நுண்ணறிவுச் செயலி இருந்தால் போதும்!

கைப்பேசி "ஓ ஷாம் குச் அஜீப் தீ, ஏ ஷாம் பீ அஜீப் ஹை; ஓ கல் பீ ஆஸ் பாஸ் தீ, ஓ ஆஜ் பீ கரீப் ஹை" என்று குல்ஸாரின் பாடலை ஹேமந்த்குமாரின் குரலில் "அது ஒரு வினோதமான மாலை, இந்த மாலையும் வினோதமானது; அது அன்றும் அருகிலிருந்தது, இன்றும் அது அருகிலிருக்கிறது" என்று பாடியபடி ஒலித்தது. கைப்பேசியை எடுத்தாள். அவளுக்குத் தெரியாத எண்.

திரையின் மேலே விரலால் தள்ளி, அழைப்பை ஏற்றுக் கொண்டு, "ஹலோ" என்றாள்.

"ஹலோ, நான் இலான் மஸ்க் பேசுகிறேன்."

"சரிதான். நீங்கள் இலான் மஸ்க் என்றால் நான் நீதா அம்பானி. தொந்தரவு செய்யாதீர்கள்."

"ப்ளீஸ், இணைப்பைத் துண்டிக்காதீர்கள். நான் உண்மையாகவே இலான் மஸ்க்தான். நீங்கள் காலம் சென்ற க்வான்டம் ஃபிஸிஸிஸ்ட் டாக்டர் நந்தகோபன் மனைவிதானே?"

"ஆமாம். நிரந்தரி நந்தகோபன். என்னை ஏன் தொடர்பு கொண்டீர்கள் என்று நான் அறியலாமா?"

"சொல்கிறேன். இப்போது அங்கு பின்மாலைப் பொழுது இல்லையா?"

"ஆமாம். எல்லாம் விசாரித்துவிட்டுத்தானே கூப்பிட்டிருப்பீர்கள்? உங்கள் இன்றைய வேலை நாள் ஆரம்பித்து விட்டதா?"

"ஆமாம்."

"என் எண் எப்படிக் கிடைத்தது?"

"ஒரு நண்பர் மூலம். என் வேலை பற்றித் தெரியும் இல்லையா?"

"அது பற்றித் தெரியாதவர் இருக்க முடியுமா? இந்தியப் பள்ளி மாணவர்களை வாய்ப்பாடுகூடப் படிக்கும் முன் ஸ்பேஸ் எக்ஸ் என்று சொல்லவைத்தவராயிற்றே நீங்கள்?"

உரக்கச் சிரித்தார்.

"சில நாட்கள் முன்தான் கைப்பேசியே இனி தேவையில்லாமல் போகும் என்று நீங்கள் சொன்னதைப் படித்தேன். அப்படி என்றால் நாம் யாரையாவது கூப்பிட்டுப் பேச நினைத்தால் அது அவருக்குக் கைப்பேசி இல்லாமலே தெரிந்து விடுமா?"

"இல்லை, இல்லை. இந்தச் சில்லு பொருத்தப்பட்டவர் தான் தொடர்புகொள்ள விரும்பும் நபரை நினைத்தால் போதும்.

இப்போது நீங்கள் 'டயல் இலான் மஸ்க்' என்று நினைத்தால், பிறகு கணினி அதை உறுதிப்படுத்திக்கொள்ளும். இது கணினியை மனக் கட்டுப்பாட்டில் வைப்பதுதான். இப்போது நீங்கள் அலெக்ஸாவுடன் பேசுகிறீர்கள், இல்லையா? அதுபோல், நினைப்பது. பேசத் தேவையில்லை."

"ஓ. நாம் பேசாத எண்ணங்களை அடுத்தவர் தெரிந்து கொண்டுவிடுவார் என்று நினைத்தேன்."

"இல்லை. இது ஒரு நிகழ்ச்சி நிரல்போல்தான். நினைவுகளைத் தொடர்வது. மற்றவர் மனத்தில் புகுவது ஆபத்தான பரிசோதனை இல்லையா? என்னுடைய வேலையின் நோக்கம் எல்லோருடைய நன்மைக்காகவும்தான்."

"சரி. இதைப் பேசத்தான் கூப்பிட்டீர்களா? நம்ப முடிய வில்லையே. நீங்கள் இலான் மஸ்க்தானா இல்லை, ஏதாவது ரோபோவா?"

"இலான் மஸ்க்தான். நம்புங்கள். ஆயுட் காலம் பற்றி கூறும் மின்கலச் செயலி இருந்தால் உபயோகமாக இருக்கும் என்று நினைக்கிறீர்களா?"

"அது எப்படித் தெரியும்?"

"மிஸஸ். நந்தகோபன், ரகசியம் என்று ஒன்று இப்போ தெல்லாம் இல்லை. நீங்கள் நினைத்து வலையில் தேடினால் போதும். அது உங்கள் இதயத்தையே திறந்த மாதிரி."

"நான் இது குறித்து எதுவும் வலையில் தேடவில்லையே?"

"தேடவில்லை. சேதி மூலம் பேசியிருக்கிறீர்கள்."

"ஆமாம். என் கணவரின் நண்பர் யோகராஜாவுடன் பேசினேன். ஆனால் அது பொதுவெளி உரையாடலில்லை. உள்பெட்டியில்தான் பேசினேன். அது யாருக்கும் தெரிய சாத்தியமில்லை."

"அவர் எங்கள் சில்லு பொருத்திக்கொண்ட நபர். அவர் கணினிச் செயல்பாடுகள் எங்களுக்குத் தெரிந்துவிடும்."

"என்னது?!"

அதிர்ந்துபோனாள்.

"ஏதோ எல்லோரின் நன்மைக்காகவும் என்றீர்கள். ஒட்டுக் கேட்கிறீர்கள். வையுங்கள் கைப்பேசியை!"

"இல்லை, இல்லை. தவறாக நினைக்காதீர்கள். அப்படி ஒரு மின்கலச் செயலிச் சில்லு பொருத்திக்கொள்ள விருப்பமா?"

இரு பைகளில் ஒரு வாழ்க்கை

“இவ்வளவு பெரிய உலகத்தில் இந்தியாவில் உள்ள என்னை எப்படித் தேர்வுசெய்தீர்கள்?”

“எங்களுக்குச் சற்று வயதானவராக, தனியாக இருக்கும், செயற்கை நுண்ணறிவுப் பரிசோதனை முயற்சிகளில் ஆர்வம் உள்ளவர் தேவை.”

“அமெரிக்காவில் அப்படி யாரும் இல்லையா?”

“இருக்கலாம். ஆனால் இப்போது உங்களைப் பற்றி தெரிந்துவிட்டதால். . .”

“வயதானவர் என்கிறீர்களே, என் வயது தெரியுமா?”

“தெரியும். வரும் டிசம்பரில் 86. உங்களுக்குப் பிராணாயாமம், யோகா, தாய்ச்சி இவற்றில் ஆர்வம் உண்டு. இமயமலைப் பகுதிக்குப் போகப் பெருத்த ஆர்வம் உண்டு. சென்ற ஆண்டுதான் லடாக் போய்வந்தீர்கள். ஸிக்கிம்வரை போய், இமையமலையைத் தொட்டு வணங்கிவிட்டு, கல்லிலிருந்து சொட்டும் நீரைக் குடித்திருக்கிறீர்கள். மிஸோராம் போய் லுஷாய் மலைகளையும் ஃபோங்யுஸி நீல மலைகளையும் பார்த்திருக்கிறீர்கள். மேகாலயா சென்று ஷில்லாங் சிகரத்தைப் போய்ப் பார்த்திருக்கிறீர்கள்...”

“நீங்கள் செயற்கை நுண்ணறிவு மட்டும் வைத்து உங்கள் நிறுவனத்தை நடத்துகிறீர்களா, இல்லை கைரோபோல் கைரேகை ஜோதிடம் பார்க்கும் செயலியும் ஏதாவது உண்டா உங்களிடம்?”

“கைரேகை ஜோதிடம் எல்லாம் எதற்கு? ஃபேஸ்புக்கில் உங்களைத் தொடர்ந்தால் போதுமே? யோகராஜ் உங்களைத் தொடர்கிறார்...”

“சரிதான். அந்த யோகராஜை விசாரிக்க வேண்டும் நான்...”

“அது இருக்கட்டும். மின்கலச் செயலி பொருத்திக்கொள்ள விருப்பமா?”

“ஏதாவது அறுவைச் சிகிச்சைக்கு உட்பட வேண்டுமா?”

“இல்லை. இது ஒரு பட்டை வளையல் மாதிரி ஒரு சில்லு. உங்கள் மணிக்கட்டில் பொருத்தப்படும். யாருக்கும் தெரியாது. உங்கள் நாடியுடன் அதற்குத் தொடர்பு இருக்கும். இந்தியாவில் எங்கள் நிறுவனத்துடன் தொடர்புள்ள ரோபோ இதைச் செய்யும்.”

“சரி, மின்கலச் செயலி உண்டென்றால், மின்னேற்றமும் உண்டு இல்லையா?”

“மின்னேற்றம் எதற்கு? ஆயுட்காலம் இன்னும் எவ்வளவு என்று கூறும் மின்கலச் செயலிதானே கேட்டீர்கள்? மின்னேற்றம் என்றால் உயிரை அல்லவா நீட்டிக்க வேண்டும்?”

“அது சரிதான். அதற்கு நான் ஜாதகமோ, கைரேகை ஜோதிடமோ பார்த்தாலே போதுமே? ம்ருத்யுஞ்சய ஹோமம் கூட நான் செய்யலாம். செயற்கை நுண்ணறிவு சில்லு என்றால் அது இதையெல்லாம் விட நிச்சயமான கணிப்புகளுடன் கச்சித மாகச் செயல்படவேண்டாமா?” மின்கலம் தீர்ந்துபோகிறது என்றால் மின்னேற்றம் செய்ய வேண்டாமா என்ன?”

“இங்கு நீங்கள் மின்னேற்றம் என்பது உயிரை நீட்டிப்பது, மிஸஸ். நந்தகோபன்.”

“சரியாகச் சொன்னீர்கள். அடெனொஸின் ட்ரைஃபாஸ் ஃபேட் மூலக்கூறு பற்றி கொஞ்சம் படித்துப் பாருங்கள்.”

“சரி. மின்னேற்றம் ஏற்பாடு செய்கிறோம். ஆனால் அதில் சில நிபந்தனைகள் இருக்கலாம். கொஞ்சம் சமயம் வேண்டும்.”

“முதலில் மின்னேற்ற வசதி செய்யுங்கள். பிறகு மின்கலச் சில்லு பற்றி யோசிக்கலாம்.”

❍

யோகராஜாவைக் கூப்பிட்டு அவர் மண்டையில் போட விருப்பம் என்று சொல்ல வேண்டும்போல் தோன்றியது. நந்தகோபனின் நண்பர். வயதில் இளையவர். குவைய இயற்பியலாளர் என்பதால் பேசப்போக இப்படி இலான் மஸ்க்கிடம் இழுத்துவிட்டுவிட்டாரே? மிசியோ காகுவிடம் அறிமுகம் செய்திருக்கக் கூடாதா? அவருடைய விசிறி அவள்.

அவள் யோசித்துக்கொண்டிருக்கும்போதே “ஓ ஷாம் குச் அஜீப் தீ” என்று வினோத மாலையைக் குறித்துப் பாடியபடி கைப்பேசி அழைத்தது. திரை யோகராஜா என்று காட்டியது.

அவருடன் உள்பெட்டியில் பேசுவதுதான் வழக்கம். இப்போது கூப்பிடுவது ஆச்சரியமாக இருந்தது. மண்டையில் போட வேண்டும் என்று நினைத்தது தெரிந்துவிட்டதா என்ன?

“சொல்லுங்க யோகராஜா.”

“மேடம், இலான் மஸ்க் கூப்பிட்டாரா?”

“கூப்பிட்டார். உங்கள் சில்லு வண்டவாளம் எல்லாம் வெளியே வந்திட்டுது.”

“இல்லை, தப்பா நினைக்காதீங்க. உங்ககிட்ட சொல்லக் கூடாதுன்னு திட்டமிட்டு எல்லாம் மறைக்கலை.”

“நான் சொந்த விஷயமா பேசினது எல்லாம்கூட இலான் மஸ்க்குக்குத் தெரியுமா?”

“சொந்த விஷயம்னா எது மேடம்?”

“அதுதான் பொழுது போகாமல் சில லொட்டைக் கவிதைகளை எழுதி பகிர்ந்துக்கலையா? அதைச் சொல்றேன்.”

“அதெல்லாம் அப்பவே அழிச்சுட்டேன் மேடம். அழிச்சதை அவங்க பார்க்க முடியாது.”

“அழிச்சுட்டீங்களா? அற்புதமான கவிதைகள்னு சொன்னீங்க?”

“சும்மா, உங்களை உற்சாகப்படுத்த. . .”

“இப்ப நீங்க பேசறீங்களா, இல்லை சில்லு மூலமா ஏதாவது செய்யறீங்களா?”

“என் குரலை உருவாக்கியிருக்கேன், மேடம். நான் நினைத்தால் கணினில அந்தக் குரல் பேசும்.”

“நான் உங்களை மண்டையில் போட்டால் உங்களுக்கு வலிக்கவாவது செய்யுமா?”

“அதற்கு நீங்கள் ஜெர்மனிவரை வரணும். சில்லு வெச்சிருக்கறதால எனக்குச் சிறப்புப் பாதுகாப்பு வேற உண்டு.”

“யோகராஜா, சும்மா வேடிக்கைக்குக் கேட்கிறேன். நீங்க சதை, ரத்தம் இருக்கிற மனிதன்தானே?”

“இப்போதைக்கு மனிதன்தான், மேடம். மூளையில சில்லு இருக்கு. அவ்வளவுதான். இன்னும் 50 வருஷத்துல பலர் பயானிக் மனிதர்களாவோ ஸைபோர்குகளாவோ மாறலாம். அப்போ நானும் ஒரு ஸைபோர்கா இருக்கலாம்.”

பயானிக் மனிதர், ஸைபோர்க் பற்றி அவள் அறிவியல் கற்பனைப் படங்களைப் பார்த்தபின் சிந்திப்பதுண்டு. ஸ்டீபன் ஹாக்கிங்கின் குரலுக்குப் பதில் இயந்திரக் குரல் என்றிருந்ததைப் போல், மூளையைத் தவிர உடலின் மற்ற பல பகுதிகளுக்குப் பதிலாக மின்னனு வன்பொருள் சாதனங்கள் பொருத்திக்கொண்டு உயிர் வாழும் பயானிக் மனிதர்களால் உலகம் நிறைந்துவிடுமா ஒரு காலத்தில்? மூளையும் அதன் அத்தனை உணர்வுகளும் மின்னணு வன்பொருள் சாதனம் ஒன்றில் செலுத்தப்பட்டு கடைசியாக மூளையும் மின்னணு இயந்திரமாக மாற்றப்படும்போது ஸைபோர்க் ஆகிவிடும் நபர்களுக்கு மரணமில்லை. இறப்பில்லாத நித்யஜீவிகள்.

“யோகராஜ், நான் சாவை முடிந்தால் ஒத்திப்போடத்தான் நினைக்கிறேன். நீங்கள் சாவையே வெல்லணும்னு நினைக்கறீங்க.”

“நினைப்பதுல என்ன தப்பு?”

❍

இது நடந்து ஒரு மாதத்துக்குப் பின் இலான் மஸ்க்கிடமிருந்து சேதி வந்தது. மின்னேற்றம் செய்யும் செயலியைக் கண்டு பிடித்தாகிவிட்டதாம் நிபந்தனைகளுடன். பொருத்தப்பட்ட மின்கலச் சில்லை மாற்ற முடியாது. ஆறுமுறைதான் மின்னேற்றம் செய்ய முடியும். ஒவ்வொரு மின்னேற்றமும் ஆறு மாத காலத்துக் கானது. ஆறுமுறைக்குப் பின் சாத்தியமில்லை.

அவள் குடும்பத்தில் எல்லோருக்கும் நீண்ட ஆயுள். பெரியம்மா 100 வயதுவரை இருந்தார். அப்பா 102 வயதுவரை இருந்தார். அவருக்குமுன் போனது நந்தகோபன்தான். அம்மாதான் சீக்கிரம் போய்விட்டாள். ஆனால் சித்திகளும் மாமாக்களும் 90, 95 வயதுவரை இருந்தார்கள். ஆறுமுறை மின்னேற்றம் எதேஷ்டம்.

ஒத்துக்கொள்வதாகச் சொன்னாள் இலான் மஸ்க்கிடம்.

இரண்டு நாட்கள் கழித்து வாயில் மணி அடித்தது பின் மாலையில். அன்றும் திரள் திரளாய்க் கரிய மேகங்கள் வானில். வெள்ளிக் கரையுடன் சில மேகங்கள். மும்பாயில் பெருத்த மழை வருவதற்கு அறிகுறியாய் தூறல் போட்டு மண் வாசம் எழுவதில்லை. மும்பாய் மழை ஒலிகளோடு இணைந்தது. கடல் ஆர்ப்பரிக்கும் ஒலி கேட்கும். இலைகள் காற்றில் சலசலக்கும். பட்சிகள் கூட்டணி இசைபோல் ஒலி எழுப்பும். அன்றும் சிபியிடம் போகச் சொல்லியிருந்தாள். அன்றென்னவோ ‘கக்கும் கக்கும்’ என்று முனகி சிறிது மறுத்தது. பிறகு இவள்புறம் பார்த்துவிட்டுப் பறந்துபோயிற்று.

வாயிலைத் திறந்ததும் ஓர் இளம் பெண் “குட் ஈவினிங்” என்றபடி உள்ளே வந்தாள்.

“நீங்கள்தானே மின்கலச் சில்லு போட்டுக்கொள்ளப் போகிறவர்?” என்று கேட்டாள்.

“ஆமாம் . உட்காரு. டீ சாப்பிடலாமா முதலில்?”

அவள் பதில் சொல்லவில்லை.

பிறகு, “டீ சாப்பிட முடியாது” என்றாள். புன்னகைத்தாள்.

அப்போதுதான் தெரிந்தது அவள் மனுஷி இல்லை, இயந்திர மனுஷி என்று.

அவள் விளக்கினாள்.

ஜப்பானின் மிக உயர்ந்த தொழில்நுணுக்க முறையினால் உண்டாக்கப்பட்டவளாம் அவள். மனிதத் தோலையே பதப்படுத்தி மேனியில் பொருத்தப்பட்டதால் மற்ற இயந்திர நபர்களைப்போல் அல்லாமல் புன்னகைக்க முடியும் அவளால். மனுஷி போலவே தோற்றமளிக்க முடியும். விவரமாக விளக்கினாள்.

ஸல்வார்-கமீஸ் அணிந்திருந்தாள். ஊதா நிறத்தில். மதர்த்து வராத முலைகள். சிற்றிடை. ஆனால் அவள் புன்னகை முயற்சி தாங்க முடியவில்லை. பழுத்த பெரிய பழத்தைக் கத்தியால் கீறுவதுபோல் ஒரு புன்னகை.

“உனக்குப் பெயருண்டா?”

“என் பெயர் நாட்டுக்கு நாடு மாறும். இந்தியாவில் நான் கங்கா.”

கடிகாரத்தைப் பார்த்தாள் நிரந்தரி. கங்காவுடன் பேசிக் கொண்டு, அவள் சில விளக்கங்களை விவரமாகச் சொல்லிக் கொண்டு இருந்ததில் நேரம் போவது தெரியவில்லை. இரவு மணி பத்து.

“சரி கங்கா. பொருத்திவிடு. வலிக்குமா?”

“வலிக்காது. காது குத்துவது மாதிரிதான். இது இலான் மஸ்க்கின் ந்யூரா லிங்க்கின் மிகவும் முன்னேறிய, உயர்தர சில்லு பொருத்தும் முறை.”

சாய்வு நாற்காலியில் அவளைச் சாய்ந்து செளகரியமாக உட்கார்த்தி, காப்பு போன்ற ஒன்றை அவள் மணிக்கட்டில் மாட்டி, ஏதோ செய்தாள். ஓர் ஊசிக் குத்து. ஒரு பொட்டு ரத்தமில்லை. மணிக்கட்டில் அழகாகப் பொருந்தியது.

“இயங்க ஆரம்பிக்க அரை மணிநேரம் ஆகும்” என்றாள்.

“கங்கா, மின்னேற்றம் எப்படிச் செய்வது?”

“இதோ பாருங்கள்.” கைக்காப்பில் சிறு பொட்டுப்போல் இருந்த ஒன்றைக் காட்டினாள். “இதை அழுத்தினால் என்னோடு தொடர்புகொள்ளலாம். நான் வருவேன். மின்னேற்றம் செய்வேன்.”

“ஒவ்வொரு தடவையும் நீ வர வேண்டுமா?”

“ஆமாம். இது ரொம்ப நுணுக்கமான வேலை. நான் வரவேண்டும்” என்றுவிட்டு, “மின்கலம் இயங்க ஆரம்பித்ததும்

நீங்கள் வழக்கம்போல் இருக்கலாம். இது எந்த வகையிலும் சேதம் அடையாது." என்றாள்.

சிறிது நேரம் சென்றதும், "மின்கலம் இயங்க ஆரம்பித்து விட்டது. நான் போகிறேன். வெகு நேரமாகிவிட்டது" என்றாள்.

காப்பு ஒளிர்ந்து ஏதோ கூறியது. கண்ணாடியை அணிந்து கொண்டு பார்த்தபோது "31–9–2024. இரவு 1:30 மணி. இன்னும் இரண்டு மணி முப்பது நிமிடங்கள்" என்றது ஆங்கிலத்தில்.

அது அன்றைய தேதி.

அதிர்ச்சியில் உடல் நடுங்கியது.

என்னது? இன்றிரவேயா? அவளுக்கு அடுத்த இரண்டு ஆண்டுகளுக்குப் பல திட்டங்கள் இருந்தன. பயணத் திட்டங்கள். பாரீஸ் போய் உணர்வை மையப்படுத்திய ஓவியங்களைத் தீட்டிய மோனேயையும் ஸெஸானையும் வான் காகையும் மனத் தாகம் தணியும்வரை பார்க்கவேண்டும். ஐஃபல் கோபுரத்தில் ஏற ஆசையில்லை. அங்கு உச்சித் தளத்தில் நின்று ஸென் நதியைப் பார்த்தபடி முத்தமிட அவளுக்கு இந்த வயதில் ஒரு வயதான கிழவன் இல்லை. அந்த நந்தகோபன் கிழவன் இருந்தபோதும் வாயில் முத்தமிட அவன் தாடிக்குள் வாயைத் தேடவேண்டும் குகையில் புதையலைத் தேடுவதுபோல. தேடி அடைந்ததும் வரும் இன்பம் அலாதிதான். சீனா போகவேண்டும். வான ரயில் என்று மலை உச்சியில் போகும் ரயிலில் போகவேண்டும். காசியில் கங்கையில் முங்கவேண்டும். கைலாச பர்வதம் போக வேண்டும். பனி போர்த்திய மலைகளைப் பிரதிபலிக்கும் தெள்ளிய மானஸரோவரைப் பார்க்கவேண்டும். நீலமாய் இருக்கும் கௌரி குண்டத்தைப் பார்க்கவேண்டும்.

இல்லை இன்று அவள் சாக முடியாது. அதற்கான நேரம் அவளிடமில்லை. இன்னும் எத்தனையோ இருக்கிறது செய்யவும் உணரவும் உணர்ந்து மகிழவும் சோகிக்கவும்.

கதவுவரை போய்விட்ட கங்காவைக் கூப்பிட்டாள்.

"கங்கா, மின்னேற்றம் செய்யவேண்டும்" என்று காப்பில் எழுதியிருப்பதைக் காட்டினாள்.

அதைப் பார்த்த கங்காவின் முகத்தில் எந்த உணர்ச்சியு மில்லை. அந்தப் பயங்கரப் புன்னகைதான் அவளுக்கு சாத்தியம் இயந்திர மனுஷியாக.

"முடியாது. இதைப் பொருத்திய தினமே மின்னேற்றம் செய்ய முடியாது. விதிகள் அப்படி" என்றாள்.

"நான் இன்றைக்கு இரவு சாகப்போகிறேன், கங்கா!" என்று கூவினாள்.

"ரொம்ப அபூர்வ சந்தர்ப்பங்களில்தான் என்னால் விதிகளை மீற முடியும்."

"இதுதான் அந்த அபூர்வ சந்தர்ப்பம்! விதிகளை மீறு!" என்று அலறினாள்.

கங்கா சமைந்து நின்றாள்.

திடீரென்று கீழ் வீட்டிலிருந்து அந்தப் பாடல் மிதந்து வந்தது. அங்கு இசை வகுப்பு மாலையில் தொடங்கி விசேஷ நாட்களில் சில சமயம் இரவெல்லாம்கூட பாட்டு ஒலிக்கும் மிக மங்கலான ஒலியில் யாரையும் தொந்தரவு செய்யாமல். இன்றுஎல்லா சன்னல்களையும் திறந்துவிட்டார்களா என்ன?

எந்தை வருக ரகு நாயக வருக
மைந்த வருக மகனே இனி வருக
என் கண் வருக எனதாருயிர் வருக அபிராமா...

இங்கு வருக அரசே வருக முலை
உண்க வருக மலர் சூடிட வருக
என்று பரிவினொடு கோசலை புகல வருமாயன்

திருப்புகழில் வரும் குழந்தை ராமன். ஆனந்தபைரவி அறையை வியாபித்தது.

கங்காவைப் பார்த்தாள். உணர்ச்சிகள் ஏற்றப்படாத இயந்திர மனுஷி அவள்.

கங்கா மெல்ல வந்து அவள் காப்பின் பொட்டின் மேல் விரலை வைத்தாள்.

"மிஸஸ் நிரந்தரி நந்தகோபன், என்னைச் செயல்படுத்தும் மின்னணு முறைகளை மீறி எதுவோ என்னைச் செலுத்துகிறது. என்னை முடுக்கிவிடுகிறது. புரியவில்லை. மின்னேற்றம் செய்கிறேன்" என்றாள்.

"கங்கா, இதோ பார். அடுத்த இரண்டு வருஷம் எனக்குப் பல இடங்களுக்குப் போகவேண்டும். ப்ளீஸ், ஆறு மின்னேற்றத்தையும் இப்போது செய்துவிடு. ஆறாறு முப்பத்தாறு மாதங்கள்."

கங்கா ஏதும் கூறும் முன் காப்பின் பொட்டின் மேல் இருந்த அவள் மின்னணு விரல் மேல் தன் விரலை வைத்து விடாமல் அழுத்தினாள்.

6 மாதங்கள்

12 மாதங்கள்

18 மாதங்கள்

24 மாதங்கள்

30 மாதங்கள்

என்று மின்னேற்றம் மெல்ல ஏறிக்கொண்டே போயிற்று இரவுடன்.

35 மாதங்கள் முடிந்து 30 நாட்கள் ஆனதும் அவள் உடலினுள் பெருஞ்சூறை ஒன்று புகுந்து வீசுவதுபோல் தோன்றியது. தடதடவென்று நடுங்கியது உடல்.

எங்கோ துரத்திலிருந்து "ஏஐ 3598 அலையஸ் கங்கா, இந்த மின்னேற்றம் விதிகளை மீறியது. ஆபத்தானது" என்ற இலான் மஸ்க்கின் குரல் காற்றில் சிதறும் ஓசையாய்க் கேட்டது.

கங்காவும் அவளும் ஒருசேர சாய்ந்தார்கள் தரையில். முதலில் கங்கா தூள்தூளாய்ச் சிதறிப்போனாள்.

திங்க ளரவுநதி சூடிய பரமர்
தந்த குமர அலையே கரைபொருத
செந்தி னகரில் இனிதே மருவிவளர் பெருமாளே

ஆனந்தபைரவி மேலே அலையலையாய் வந்தது.

படபடவென்று சிறகொலி கேட்டது. சிபியா அது? சன்னல் கதவு திறந்திருக்கிறதா சிபி அமர?

"மறிப மறியும் மலிர்ப மலிரும்..." அப்பாவின் கணீர்க் குரல் கேட்டது.

அதீத ஒளியை நோக்கி இழுபடுவதைப்போல் உணர்ந்தாள்.

நீல வண்ணம் கண்ணை நிறைத்தது.

அது என்ன கௌரி குண்டமா?

கையிலிருந்த காப்பு 'படீர்' என்று வெடித்தது.

மணி சரியாக இரவு 1:30. மூன்றாம் ஜாமம்.

○○○

15

அகிலமே உடலாக

அப்போதெல்லாம் நடனம் பற்றி அதிகம் தெரியாது. பள்ளியில் அப்போது நடனமாட வேண்டுமென்றால் ஆறாம் வகுப்பு ஏ பிரிவு நிதிலாதான் ஆடுவாள். அவளுக்கு வைத்த பெயர் அவள் பாட்டியின் பெயர் முத்துலக்ஷ்மிதான். ஆனால் அது நவீனப்பெயர் இல்லையென்று பள்ளியில் நிதிலா முத்துலக்ஷ்மி என்று தந்திருந்தார்கள். நிதிலா என்றுதான் எல்லோரும் அவளை அழைத்தார்கள். பச்சை வண்ண ஸாடின் பாவாடையும் சட்டையும் மஞ்சள் தாவணியும் அணிந்துகொண்டு "நந்தகோபாலனோடு நான் ஆடுவேனே, நந்தகோபாலனோடு நான் ஆடுவேனே, நந்தகோபாலன் ஆ. . .நந்தகோபாலன். . . நடமாடும் தோகைமயில்போல ஆடுவேனே. . ." என்று அவள் பாவாடையை விரித்துச் சுழன்றபடி ஆடும்போது கரகோஷம் எழும்.

முத்துலக்ஷ்மிக்குப் போட்டியாக வந்தாள் ஆறாம் வகுப்பு பி பிரிவு சரோஜா. அவளுடைய அப்பா மளிக்கைக்கடை வைத்திருந்தார். பையில் எப்போதும் கடலை மிட்டாயும் போலீஸ்காரன் தொப்பி பெப்பெர்மின்ட்டும். அதை ஆங்கிலத்தில் ஸீப்ரா கேண்டி என்பார்கள். அது ஏன் வரிக்குதிரை மிட்டாய் என்று கூறப்படாமல் போலீஸ்காரன் தொப்பி ஆயிற்று என்று தெரியவில்லை. வாயில் போட்டால் உடனே கரையாது. அதை வாயில் போட்டுக்கொண்டு அதக்கியபடி நாக்கால் வாயில் சுழற்றியவாறே இருப்பதும் கன்னத்துப் பக்கம்

பதுக்கிக்கொள்வதும் ஒரு விளையாட்டு. அவளைச் சுற்றி ஒரு கூட்டம் இருக்கும் மிட்டாய் திங்க.

சரோஜா முத்துலக்ஷ்மிக்குப் போட்டியாக எழுந்தாள். சரோஜா தேர்ந்தெடுத்த பாடல், “நித்திரையில் வந்து நெஞ்சில் இடம்கொண்ட உத்தமன் யாரோடீ?” “நித்திரையில் வந்து” எனும்போது இரண்டு கைகளையும் சேர்த்துக் கன்னத்தில் வைத்து, அதில் தலையைச் சாய்த்து உறங்குவதுபோல் செய்து, “நெஞ்சில் இடம்கொண்ட” கொஞ்சம் நீண்டுபோவதால் நெஞ்சில் ஒரு கையை வைத்துத் தேய் தேய் என்று தேய்த்து, “உத்தம”னுக்கு மேலே பார்த்து, (உத்தமர்கள் அனைவரும் மேலேயிருந்துதான் வருவார்கள் போலும்) “யாரோ”வுக்கு வலது கையை முஷ்டியாக்கிக் கட்டை விரலை நீட்டி, உலக்கையால் குத்துவதுபோல் மேலும் கீழும் ஆட்டி அபிநயம் செய்வாள் சரோஜா.

நிதிலாவும் சரோஜாவும் ஆடும்போது உற்சாகமும் கும்மாளமுமாக இருந்ததே ஒழிய தானும் ஆடவேண்டும் என்ற எண்ணமெல்லாம் எழவில்லை. அப்போது லேஸிம் பயிற்சியில் அதிக ஆர்வம் இருந்தது. தவிர, பள்ளியில் நிதிலாவும் சரோஜாவும் ஆடியது போக மற்றவர்கள் பாடி ஆடியது “நல்ல பெண்மணி, மிக நல்ல பெண்மணி, தாய் நாட்டு நாகரிகம் பேணி நடப்பவள் எவளோ அவளே நல்ல பெண்மணி மிக நல்ல பெண்மணி” பாட்டுக்குத்தான். வீட்டில் உறவினர்கள் வந்தாலும் ஒன்றுவிட்ட சகோதரிகளுடன் ஆடியது மற்ற சில கண்ணன் பாடல்களுடன் கட்டாயம் “நல்ல பெண்மணி”க்குத்தான்.

ஒரு “நல்ல” பெண்மணிக்கு என்னவெல்லாம் தெரிய வேண்டும், அவள் என்னவெல்லாம் செய்ய வேண்டும் என்பது கொஞ்சம் அசத்துவதாக இருந்தது. புது இந்தியாவில் அவள் பள்ளிக்கும் போகவேண்டும், படிக்கவும் வேண்டும், கோலம் போடவேண்டும், கொஞ்சம் பாடவும் வேண்டும். அம்மாவுக்கு உதவியாக ஆக்கத் தெரியவேண்டும் அவளுக்கு. திருமணமாகி விட்டாலோ புகுந்த இடத்தில் பிறந்த இடத்தைப் புகழக் கூடாது, கொண்ட புருஷனோடு வம்புச் சண்டை போடக் கூடாது, இகழ்ச்சியாக எவரையுமே பேசக் கூடாது, நல்ல பழக்க வழக்கங்களோடு கூடி நடப்பவள் எவளோ அவளே நல்ல பெண்மணி என்று பாட்டு நீளும். நவயுகப் பெண்ணுக்குப் பல பொறுப்புகள். அம்மாவிடம் ஒரு முறை, “அம்மா, “நல்ல ஆண்மகன், மிக நல்ல ஆண்மகன்”ன்னு ஏதானும் பாட்டு இருக்கா அம்மா?” என்று கேட்டதும் அம்மா சிரித்துவிட்டாள். அப்பாவிடம் சொன்னதும், “நீ எழுதும்மா அந்தப் பாட்டை” என்றார்.

முதன் முதலாக நடனம் குறித்த உத்வேகம்போல் ஒன்று தோன்றியது யாரோ "நடனம் ஆடினார்" பாடலை "லார்ட் சிவா டான்ஸ்ட்" என்ற பெயரில் ராம்கோபாலின் நடனத்தைக் காட்டிய படம் ஒன்றைப் பள்ளியில் திரையிட்டபோதுதான். இரண்டரை நிமிடப் படம்தான். ஸாரா எருல்கர் என்ற பெண்மணி எடுத்த படம். பாடலோ அபிநயமோ இருக்க வில்லை. வாத்திய இசையில் உடலை மொழியாக்கி ஓர் ஆடல். கடைசி நிமிடங்களில் குழலோசை ஒலிக்க, மத்தளம் அதிர ராம்கோபாலின் உடல் மேடையில் சுழன்றபோது அலையலையாய் அடிவயிற்றில் எதுவோ பொங்கியது. தானும் குதித்து ஆட வேண்டும் என்று ஒரு வேகம் பிறந்தது.

பள்ளிப் பேருந்தில் வீட்டுக்கு வரும்போது சன்னல்புறம் அமர்ந்து வெளியே பார்த்தபடி அம்மா–அப்பாவிடம் நடனம் கற்க ஆசை என்று சொல்லவேண்டும் என்று நினைத்துக் கொண்டாள். முன்பு அவர்கள் கேட்டிருந்தபோது மறுத்திருந்தாள்.

ஒரே ஒரு விஷயம்தான் அவளுக்குப் பிடிக்கவில்லை. நடனமணிகள் பெயர்கள் எல்லாம் கமலா, சரோஜா, மல்லிகா, நிதிலா, வைஜயந்தி என்று இருக்கும்போது அவள் பெயர் மட்டும் கலைக்குப் பொருந்தாதது என்று தோன்றியது. கேசி என்ன மாதிரி பெயர்? அது கிருஷ்ணரைக் குதிரையாக மாறித் தாக்க வந்த அசுரன் பெயராம். கேசி குதிரை என்று எல்லோரும் கிண்டல் செய்தனர். அவள் கொஞ்சம் வேகமாக நடப்பாள். விடுவிடுவென்று நடந்து வந்தால் டீச்சர் கூட, "ஏய் கேசி குதிரை, கொஞ்சம் மெதுவா நட" என்பாள். எல்லோரும் சிரிப்பார்கள்.

"பெண்" படத்தில் எஸ். பாலசந்தர் "கல்யாணம் ஹ ஹ ஹ கல்யாணம்" பாட்டை சந்திரபாபு குரலில் பாடும்போது, "சரஸா, கிரிஜா, ஜலஜா, வலஜா, மாலினி, லோசனி, மஞ்சுளபாஷிணி" என்று அடுக்கிக்கொண்டே போவார். அப்படி ஏதாவது புது மாதிரி பெயர் வைத்திருக்கக் கூடாதா?

அம்மாவிடமும் அப்பாவிடமும் கேட்கவேண்டும் என்று நினைத்துக்கொண்டாள்.

❍

அன்று மாலை அப்பா தன் இசை வகுப்புகளை முடித்துவிட்டு வந்து, அம்மா தந்த காப்பிக் கோப்பையுடன் உட்கார்ந்ததும் அவர் அருகில் அமர்ந்துகொண்டாள். அம்மாவும் சற்று எட்டி ஒரு நாற்காலியில் அமர்ந்துகொண்டாள். அப்பா

காலையில் கல்லூரியில் ஆங்கிலப் பேராசிரியர். அதன்பின் இசை பயிற்பிக்கும் பாடகர். அம்மாவுக்கு எப்போதும் வீட்டு நிர்வாகமும் இசையும். அப்பாவின் மாணவியாக இருந்து அவரை மணந்தவள். அவள் இசை வகுப்புகள் காலை 11 முதல் மாலை நான்கு மணிவரை. அவள் கர்நாடக மாநிலத்தைச் சேர்ந்தவள் என்பதால் அம்மாவின் இசையின் சிறப்பு அம்சம் புரந்தர தாசர் பாடல்கள். புரந்தர தாசரின் பாடல்களைக் கற்க வேண்டும் என்பதற்காகவே அம்மாவிடம் வருவார்கள். தேவர் நாமாக்களின் பொருளையும் விளக்கிச் சொல்லித் தருவாள்.

கேசிக்கும் பாட்டு உண்டு. காலை நான்கு மணிக்கு எழுப்பி அகார சாதகம் குரல் நன்றாக உருள.

அவள் பக்கத்தில் அமர்ந்ததும், “என்ன கேசி, என்னவோ கேட்கப்போற மாதிரி இருக்கே?” என்றார்.

இன்னும் நெருங்கி அமர்ந்துகொண்டு ராம்கோபால் படம் பற்றிக் கூறிவிட்டு, “எனக்கும் டான்ஸ் கத்துக்கணும்” என்றாள்.

“சரிதான்” என்றுவிட்டு அம்மாவைப் பார்த்தார்.

“அதுக்கென்ன? கூட்டிட்டுப் போகலாம் கோபால் ராவ்–மேகனா கிட்ட” என்றாள் அம்மா.

“என் பேரையும் மாத்தணும்.”

“எதுக்கு?” என்றார் அப்பா.

“எல்லாரும் கேசி குதிரை கேசி குதிரைன்னு கேலி பேசறாங்க.”

“அவங்களுக்கு எல்லாம் ஒன்னும் தெரியாது. கேசி ரொம்ப அழகான பேரு. தேவியோட பேரு வாமகேசி. அழகான கூந்தலுடையவள்னு அர்த்தம். சைனாவுல பெண்கள் திரை ஓவியம் பண்ணுவாங்க. அதோட பேரு கேசி. அப்புறம் மலேயாவுல நாம கிட்டினு சொல்ற கைத்தாளத்தை உபயோக்கிக்கிறாங்க பாட்டுக்கு. அதோட பேரு கேசி. அப்புறம் கேசி தீர்த்தத்துலதானே கிருஷ்ணர் கோபிகைகளோட ராஸலீலா ஆடறார்? அதை எல்லாம் விடு. எனக்கு, அம்மாவுக்கு, உனக்கு எல்லாருக்கும் ரொம்பப் பிடிச்ச புல்லாங்குழல் விதுஷி, மாலியோட சிஷ்யை பேரு கேசி. அது போறாதா?”

அப்பா கூறியதும் கேசி பெயர் பிடித்துப்போனது. கேசியின் புல்லாங்குழல் இசையும் அவளுக்கு மிகப் பிடிக்கும். ரேடியோவில் புகுந்துகொள்வதுபோல் அதில் காதை வைத்துக் கேட்பாள்.

அது எப்படி மறந்துபோயிற்று மற்றவர்கள் கேலி செய்தபோது என்று தோன்றியது. கேசிக்கும் அழகான கூந்தலாக இருக்கும். வானொலி புத்தகத்தில் அவர் புகைப்படத்தில் சரியாகத் தெரியாவிட்டாலும் சுருண்ட கூந்தல்போல் தெரிந்தது.

"சரி. பேர் மாத்த வேண்டாம்" என்றாள்.

அம்மாவும் அப்பாவும் சிரித்தனர்.

○

கோபால் ராவ்–மேகனா நடன தம்பதியரிடம் கூட்டிச் சென்றது அதன்பின் நடந்தது.

மல்லேஸ்வரத்தில் அவர்கள் இருந்த வீட்டுக்கு இரண்டு தெருக்கள் தள்ளித்தான் அவர்கள் நடத்தும் நடனப் பள்ளி இருந்தது.

அம்மாதான் கூட்டிச் சென்றாள்.

வகுப்பில் ஐந்தாறு பெண்கள் இருந்தார்கள்.

"ஏனம்மா ஹெஸரு?" என்று கேட்டார் மேஷ்ட்ரு.

"கேசி" என்றாள் முணுமுணுப்பதுபோல.

"அட, ரொம்ப நல்ல பெயர். கிருஷ்ணர் ராஸலீலா செய்த தீர்த்தம்."

உடனே மனத்தில் உற்சாகம் பிறந்தது.

"இன்றைக்கு வெள்ளிக்கிழமை. ஆரம்பிக்கலாமா?" என்றார்.

"இன்றைக்கேவா? சரி, ஒரு பத்து நிமிஷத்துல வரேன்" என்று அம்மா வெளியில் விரைந்தாள்.

மற்றப் பெண்கள் மேஷ்ட்ரின் தட்டுகோலுக்கேற்ப ஆடிக்கொண்டிருந்தார்கள். மேகனா மேஷ்டர்ணி அடிக்கடி எழுந்துபோய் சில பெண்களின் கைகள் வைத்துக்கொள்ளும் விதத்தைச் சரிப்படுத்தினார். அவரை எல்லோரும் ஆன்ட்டி என்றே அழைத்தனர்.

சிறிது நேரத்தில் அம்மா ஒரு தட்டில் பழம், வெற்றிலை, தேங்காய், பூ, ஒரு ரவிக்கைத் துண்டு, வேட்டி எல்லாம் எடுத்து வந்தாள் இனிப்பு டப்பாவுடன். அவளிடம் கொடுத்து குரு இருவர் கையிலும் தந்து தரையில் விழுந்து நமஸ்காரம் செய்யச் சொன்னாள்.

அம்பை

“பரவாயில்லம்மா. இதெல்லாம் அவசியமில்லை” என்றனர் இருவரும்.

“இல்லை. இருக்கட்டும்”

இனிப்பை எல்லோருக்கும் கொடுத்ததும், அவளை அறை நடுவில் கை குவித்து நிற்கவைத்து ”அபிநயதர்ப்பணம்” நூலிலிருந்து தியான சுலோகம் சொல்லித்தர ஆரம்பித்தார்.

ஆங்கிகம் புவனம் ய்ஸ்ய
வாசிகம் ஸர்வவாங்மயம்
ஆகார்யம் சந்த்ர தாராதி
தம் நுமஹ ஸாத்விகம் சிவம்

அவர் கூறியதை வரிக்கு வரி திருப்பிச் சொன்னாள்.

மற்றப் பெண்களைப் பார்த்து, “ஏனம்மா அர்த்தா ? ஹேளி” என்று பொருள் கூறும்படி சொன்னார்.

யாருடைய உடலே புவனமோ
யாருடைய பேச்சே பிரபஞ்சத்தின் அனைத்து மொழிகளோ
யாருடைய ஆபரணங்கள் சந்திர சூரியர்களோ
அந்தத் தூய சிவனை வணங்குகிறேன்

என்று எல்லோரும் சேர்ந்து சொன்னார்கள் உரக்க.

பிறகு “குரு பிரம்மா குரு விஷ்ணு” சொல்ல வைத்து தட்டிக் கும்பிட கற்றுக்கொடுத்தபின், அரை மண்டியில் உட்காரச் சொன்னார்.

மேகனா ஆன்ட்டி ‘தைய்யா தை’ செய்யச் சொல்லி, தட்டடவை ஆரம்பித்துவைத்தார்.

அவள் சொன்னபடி செய்ததும் அம்மாவிடம், “நன்றாக ஆட முடியும் இவளால்” என்று கூறி இவள் முதுகைத் தட்டித் தந்தார்.

அடுத்த வகுப்புக்குப் பைஜாமாவும் சட்டையும் அணிந்துகொண்டு வரவேண்டும் என்றும் இடுப்பில் இறுக்கிக் கட்ட துப்பட்டாவும் கொண்டுவரவேண்டும் என்றும் சொன்னார்.

அம்மாவிடம், “சும்மா அரங்கேற்றம் செய்யவா இல்லை நாட்டியத்தை வாழ்நாள் எல்லாம் வெச்சுப்பாளா ?” என்று கேட்டார் மேஷ்ட்ரு கன்னடத்தில்.

“அவள் நாட்டியத்தை வாழ்நாள் முழுவதும் விடாம இருக்கணும்னுதான் எங்கள் ஆசை. எதிர்காலத்தில் என்ன

இருக்கு என்று யார் சொல்ல முடியும்?" என்றாள் அம்மா அவளுக்கே உரித்த அதிர்ந்து பேசாத குரலில்.

"சரி. நல்லதே நடக்கட்டும். இந்த ரெண்டு வருஷத்துல அரங்கேற்றம் எல்லாம் நாங்கள் செய்ய முடியாது. அதனால் சொன்னேன்."

"இல்லை. அவள் ஆடட்டும். அரங்கேற்றத்துக்கு எல்லாம் எந்த அவசரமுமில்லை."

"சரி. திங்கள், புதன், வெள்ளி க்ளாஸ் நடக்கும். திங்கட் கிழமை அனுப்பிடுங்க."

திரும்பி வீட்டுக்கு நடந்துவரும்போது சுற்றி எல்லா ஒலிகளும் 'தைய்யா தை' தாள கதியில் இருப்பதுபோல் இருந்தது. அவளுக்குப் புரந்தர தாசரின் "ஶ்ரீ கணநாத சிந்தூர வர்ண" கீதம் கற்றுத் தந்தபோதும் காலையில் கத்திய குயில் மலஹரியில் கத்துவது போலவும் பூப்பறிப்பது, நடப்பது, கொல்லைப்படியில் ஓடி இறங்குவது, தயிர் கடைவது, காப்பிப் பொடி திரிப்பது என்று எல்லா இயக்கங்களும் ரூபக தாளத்தில் இருப்பதுபோலவும் தோன்றியது.

அம்மாவிடம் சொன்னதும் அவளுடைய வழக்கமான சிரிப்பைச் சிரித்தாள்.

❍

ஹஸ்தங்களை, அடவுகளை வெகு சீக்கிரம் அவள் கடந்து விட்டாள். கோபால் ராவ் மேஷ்ட்ரின் சொல்லித் தரும் முறையும் மெல்ல மெல்ல உடலில் தாளத்தை ஏற்றும் முறை. கூடவே கதைகள். இடது பதம் தூக்கி ஆடும் நடராஜரின் தலையிலிருந்து இரு புறமும் சாய்வுக் கோடுகள் இழுப்பதுபோல் காட்டி, இரு கோடுகளையும் ஒரு கிடைமட்டக் கோட்டால் இணைப்பதுபோல் காட்டி, "இது ஏனு, வாட் இஸ் திஸ்?" என்று கேட்பார்.

"த்ரிகோணா, ட்ரையாங்கில். . ." என்று கூட்டுக்குரல் எழும்பும்.

பரந்திருக்கும் இருபுறக் கை முனைகளையும் இணைத்து ஒரு கிடைக்கோடு போடுவதுபோல் காட்டி, அந்தக் கோட்டின் இரு பக்கமும் சாய்வுக் கோடுகள் பாதத்தில் இணைவதுபோல் காட்டி, "இது ஏனு? வாட் இஸ் திஸ்?" என்பார்.

"இன்னொந்து த்ரிகோணா, அனதர் ட்ரையாங்கில்" என்று கூட்டுச் சத்தம் மீண்டும் எழும்.

“இரண்டு முக்கோணங்கள் இப்படி இணைந்தால் என்ன ஆகும்?” என்று கேட்பார் ஆங்கிலத்தில்.

“ஸ்டார், ஸ்டார், ஸ்டார்...” என்று கூச்சல் எழும்.

“ஆமாம். அதுதான் சிவனும் சக்தியும் இணைந்த ஷட்கோணம்.” என்று விளக்கிவிட்டு, அவருடைய விளக்கமாய், “இரவில் தோன்றி பகலில் காணாமல்போகும் தோற்றமாயை அது. உலகமே மாயை என்று அறிவுறுத்துவது. த ஸ்டார் ஆஃப் இல்யூஷன்.” என்று கூறுவார்.

இரு முக்கோணங்கள் இணைந்த நட்சத்திரமும் மாயை விளக்கமும் அவள் மனத்தில் நிறைந்துபோயிற்று.

சில நாட்கள் பதினைந்து நிமிட வகுப்பு எடுத்துவிட்டு பந்தநல்லூர் மீனாட்சி சுந்தரம் பிள்ளையிடம் அவரும் மேகனா ஆன்ட்டியும் நடனம் கற்ற கதையைக் கூறுவார். அவரை எல்லோரும் தாத்தா என்றுதான் கூப்பிட்டார்கள். அவர் வீட்டு மாடியில் இரு கயிற்றுக் கட்டில்கள், சிறு சமையலறை கூடிய அறைதான் அவர்கள் வசிப்பிடம். காலை இரண்டு மணி நேரம் வெறும் பரத நாட்டிய நடை. பிறகு காலை உணவுக்குப்பின் அடவுகளும். ஜதிகளும் தீர்மானங்களும். மதிய உணவுக்குப் பின் சிறிது ஓய்வு. மாலை தேநீருக்குப்பின் கோவிலுக்குக் கூட்டிச் சென்று சிலைகளைக் காட்டி புராணக் கதைகளின் விளக்கம், தேவதாசிகள் பற்றிய வரலாறு, அவர் வாழ்க்கையின் சில பகுதிகள் என்று வாழ்க்கையையும் கதைகளையும் இணைத்துப் பேசுவார். அதன்பின் வீடு திரும்பி இரவு ஒன்பது மணி வரை மீண்டும் நடனம். காலையும் மதியமும் கீழிருந்து தாத்தா குரல் கொடுப்பார்: “ஐயா, அம்மா, வாங்கோ கீழே...”

ஒரு நாளைக்குப் பதிமூன்று மணி நேர நடனப் பயிற்சி. தலை வலிக்கும். ஜுரம் வரும். தாத்தா நிறுத்த மாட்டார். “தலைவலி, ஜூரம் எல்லாருக்கும் வருவதுதான். சும்மா ஆடுங்க” என்பார். மிகவும் கறாரான குரு. ஆனால் அன்பு வெள்ளம்.

இவர்கள் நடன வகுப்பில் தாத்தா மீனாட்சி சுந்தரம் பிள்ளையின் படம் இருந்தது. அதை வணங்கிவிட்டுத்தான் வகுப்பை ஆரம்பிப்பார்கள்.

சதுஸ்ரம், திஸ்ரம், மிஸ்ரம், கண்டம், சங்கீரணம் என்று ஐந்து தாளங்களில் அலாரிப்பு ஆட ஆரம்பித்தபோது உடம்பு வளைந்துகொடுத்தது. வெறுமே உட்கார்ந்திருந்தாலும் படுத்திருந்தாலும் கால்கள் அசைந்து ஆடியபடி இருந்தன தன்போக்கில்.

கல்யாணி ஜதிஸ்வரம், காம்போதி சப்தம், சங்கராபரண வர்ணம், பதங்கள், கானடா தில்லானா என்று நாட்டியம் விகாசமடைந்தபடி இருக்கும்போதே அவள் உடலும் மலர்ந்தபடி இருந்தது. முதலில் மொட்டுபோல் முலைகள், இடை காற்றில் அசைவதுபோல் நடை அசைவு, குச்சி குச்சியாய் இருந்த தொடைகளில் சதைப்பற்று, தோள்களில் ஒரு மென்மை என்று நாட்டியத்துடன் ஒன்றிய தன் கதைகளை உருவாக்கியபடி இருந்தது உடல்.

பாவாடையும் தாவணியும் இயல்பாகியது. அம்மாவின் மெல்லிய, உறுத்தாத பழைய பருத்திப் புடவைகள் மாத விலக்குக்கான துணிகளாயின. உடலிலிருந்து குருதி கசிவது முதலில் உலுக்கிப் போட்டாலும் அன்றாட வாழ்க்கையில் ஒன்றாயிற்று. நாட்டியம் அதையும் தன்னுடன் இணைத்துக் கொண்டது அனாயாசமாக.

மேகனா ஆன்ட்டி மாணவப் பருவத்தில் கன்னடத்தில் தங்கப் பதக்கம் வாங்கிய முதுகலை மாணவி என்பதால் புரந்தர தாசரின் பல பாடல்கள் அவர்கள் ஆடுவதற்கான பதங்களாயின. அவர்கள் எல்லோரின் வயதுக்கேற்ப ஆண்டுதோறும் நாட்டிய நாடகங்களை உருவாக்கி, அவர்களுக்கேற்ற பாத்திரங்களைத் தருவதில் மேஷ்ட்ரும் ஆன்ட்டியும் வல்லுனர்களாக இருந்தார்கள். தாசரின் பாடல்களுடன் அமைந்த “கிருஷ்ண பந்த விமோசனா” நாட்டிய நாடகத்தில் அவள்தான் கிருஷ்ணனைக் கட்டிப்போட்டுவிட்டு, யசோதையிடம் போய், “கேளே யசோதே நின்ன மகன லூட்டிய, தாளலாகேது நானு தரளன துடுக்கு” என்று கோபமாக முறையிடுபவள். யசோதையாக அவள் தோழி பார்வதி ரெட்டி. சாந்தமான முகம் அவளுக்கு.

“ஆடும்போது கேசியோட கோபத்தைப் பார்த்தால் எனக்கே பயமாக இருக்கிறது. பார்வதி ஏற்கனவே சாது, பாவம். பயந்துபோய்விடுவாள்” என்று கேலி செய்வார் மேஷ்ட்ரு.

“கேசிக்குள்ள ஒரு கோபம் இருக்கிறது” என்று கிண்டல் செய்வார். தசாவதாரம் அவர்கள் மூன்று பேராக ஆடியபோது நரசிம்மாவதாரமும் பரசுராமவதாரமும் அவளுக்குக் கச்சிதமாகப் பொருந்தின என்றார்.

அவளுக்குள் இருந்தது கோபம் இல்லை என்று அவளுக்குத் தெரிந்தது. ஆனால் எது அவளை முடுக்குகிறது என்பதை அவளால் விளக்க முடியவிலை. பலவித அர்த்தங்கள் அவள் உடல்மேல் திணிக்கப்பட்டு அதன் பாரம் ஒரு பாம்பாக அவளை இறுக்குவதைப்போல் உணர்ந்தாள் சில சமயம். பெண்/ஆண்,

உள்ளே/வெளியே, உடல்/மனம், பிரக்ஞை/அபிரக்ஞை என்ற எந்த இருமைகளுமில்லாமல் ஒன்றிலிருந்து இன்னொன்றுக்கு வழுக்கிக்கொண்டு போக விரும்பினாள் அவள். வேறு யாரும் அவள் உடலின் எல்லையை வகுக்கக் கூடாது. அவள் உடல் விரைந்தோடும் ஆற்றைப்போல் எங்கும் தேங்காமல் சுழித்துக்கொண்டு ஓடவேண்டும் என்று தாபப்பட்டாள்.

❍

'அக்கமகாதேவி' நாட்டிய நாடகம் நடத்தத் திட்டமிட்டனர் மேஷ்ட்டும் மேகனா ஆன்ட்டியும். அதில் அவளும் பார்வதியும் அக்கமகாதேவி மேடைக்கு வரும் முன் அவள் வருகிறாள் என்று கட்டியம் கூறுபவர்களாக இருந்தனர்.

பருதளிந்து இந்து ஹரன பூஜெகெந்து மகாதேவி
பரமபக்தி சாந்தியிந்தே அதி விரக்தி மகாதேவி

என்று அவர்கள் ஆடிக்கொண்டே அறிவித்தபின் மேகனா ஆன்ட்டி மகாதேவியாக வருவார் கூந்தலை மார்பின்மேல் தவழவிட்டபடி.

அவளையும் பார்வதியையும் அக்கமகாதேவியின் வசனங்கள் வெகுவாகப் பாதித்தன.

ஒந்தல்ல எரடல்ல மூரல்ல நாலகல்ல
எம்பத்து நால்கு லட்ச யோனியொளகே
பந்தே பந்தே பாரத பவங்களன
உண்டே உண்டே சுகா சுகங்கள

ஒன்றல்ல இரண்டல்ல மூன்றல்ல நான்கல்ல
எண்பத்து நாலு லட்ச யோனிகள்ளுள்ளிருந்து
வந்தேன் வந்தேன் வேண்டாத பிறப்புகளினூடே
சுகங்களையும் வலிகளையும்
உண்டேன் உண்டேன்

என்ற வசனத்தை பாடகி ஆனந்தி தன் காத்திரமான குரலில் பாட அக்கமகாதேவி வரும்போது அவளுக்கும் பார்வதிக்கும் 'ஜிவ்'வென்று போகும். கைகளைக் கோர்த்துக்கொள்வார்கள்.

வசனகாரர்களை ஆழ்ந்து படித்திருந்த பலர் இதில் அக்கமகாதேவி பிறப்புச் சுழற்சியிலிருந்து விடுபட வேண்டும் என்று முக்தியைக் கோருவதுபோல் உள்ளது. வசனகாரர்கள் உடலைப் புறக்கணித்தவர்கள் அல்ல. உடலில்லாமல் உன்னை எப்படி அடைவது என்று அக்கமகாதேவி சென்ன மல்லிகார்ஜுனனிடம் கேட்டிருக்கிறள் ஒரு வசனத்தில். அதனால் இது பிற்சேர்க்கையாக இருக்கலாம் என்று

அபிப்பிராயப்பட்டிருந்தாலும் மேஷ்ட்ரும் மேகனா ஆன்ட்டியும் அதை நாட்டிய நாடகத்தில் வைத்திருந்த காரணம் இந்த வசனத்தில் அக்கமகாதேவி உடல் வந்த பாதைகளைக் கூறுகிறாளே ஒழிய முக்தி கோரி கெஞ்சவில்லை என்று அவர்கள் நினைத்தார்கள். அவள் சிவனுடன் உரையாடுபவள் அவனுக்குச் சமமாக. அவளுடைய ஆளுமையின் கர்வம் அதில் தொனிப்பதாகவே அவர்கள் கருதினார்கள்.

அக்கமகாதேவியின் வருகையை அறிவித்தபின் யாருக்கும் நாட்டியமாட எதுவுமில்லை. ஆனால் கடைசிக் காட்சியில் அக்கமகாதேவி சிவலிங்கத்தின் முன் நின்று சிவன் தரிசனம் தராவிட்டால் தான் இறந்துபோவதாகக் கூறுவதுபோல் காட்சி அமைத்திருந்தார் மேஷ்ட்ரு. அந்தப் பெரிய அட்டை சிவலிங்கத்திலிருந்து சிவனாக மேஷ்ட்ரு வரும் காட்சியில் மயிர்க்கூச்சலெடுக்கும். பிறகு ஒரு பெரும் ஒளியில் இருவரும் மறைவது போல் காட்ட, இருவருமே சிவலிங்கத்தின் பின் மறைந்துவிடுவார்கள்.

உண்மை வரலாற்றில் அக்கமகாதேவி ஸ்ரீசைலம் போய் கதலி வனக் குகையில் பல நாட்கள் இருந்து ஒளியுடன் கலந்துவிடுவாள். இது மேஷ்ட்ரின் கற்பனை என்றாலும் அந்தக் காட்சி ஏற்படுத்தும் புல்லரிப்பு வெகு நாட்கள் இருக்கும் ஒவ்வொரு முறையும். இத்தனைக்கும் ஒரு முறை திறந்த வெளியில் நிகழ்ச்சியை நடத்தியபோது பலத்த காற்று வீசியது. இவர்கள் எல்லோரும் அட்டை சிவலிங்கத்தின் பின்னால் மறைந்துகொண்டு அது விழாதபடி பிடித்துக்கொண்டிருந்தனர். அவர்களுடன் நடனம் பயின்ற ராஜு, "என்ன கேசி, இப்போது கூட புல்லரிக்கிறதா? எனக்கு அரிக்கிறது. அவ்வளவுதான்" என்றான் கேலியாக.

ஆனால் அட்டை சிவலிங்கம், அதன் பின்னாலிருந்து வருவது மேஷ்ட்ரு என்ற உண்மை விவரங்களை அவள் காணவில்லை. அவள் மனது முழுவதும் சிவன் இருந்தார்.

அப்போது கல்லூரியில் தமிழ் பயில்வித்த பேராசிரியர் நாகலட்சுமியும் வீட்டில் அம்மாவும் அப்பாவும் திருவாசகத்தில் மூழ்கியிருந்தனர். அம்மாவும் அப்பாவும் கோயில் திருப்பதிகத்திலிருந்து பாடல்களைக் காலையில் பாடுவது வழக்கம். அவர்கள் குரல்கள் ஒன்றுக்கொன்று பிணைந்து, "ஆவியோடாக்கை புரைபுரை கனியப் புகுந்துநின் றுருக்கிப் பொய்யிருள் கடிந்த மெய்ச் சுடரே" என்று பாடும்போது இவளுக்கும் சிவனன்றி வேறில்லை என்று தோன்றும்.

இதில் குமாரி கமலா "முன்னம் அவனுடைய நாமம் கேட்டாள்" தேவாரத்துக்கு ஆடுவதை "பார்த்திபன் கனவு" படத்தில் வேறு பார்த்தபின் ஒரு நாள் அவளும் சிவனுக்கு ஒரு பாட்டை எழுதினாள் தன் டயரியில். "சத்தியம்" கவிதையின் தலைப்பு.

அலரும் காலைப் பொழுதினிலே
ஆடும் சிதம்பரப் பதியினிலே
கோபுரக் கலசம் அழைக்க
கோரிட நானும் வருவேன்

கோலம் இட்ட வேளையிலே
கோவில் மணிகள் ஒலிக்க
மங்களமாய் உனைத் தேடி
மங்கை நானும் வருவேன்

அசைந்ததாலே ஒலித்த சதங்கை
ஆடிடவே எனைக் கெஞ்சிட
அழைக்கும் உன் சன்னிதியில்
அரங்கேற நான் வருவேன்

அம்மா பார்த்துவிட்டாள். அவள் தலையைத் தடவி, "சிவன் என்பது ரொம்ப அற்புதமான ஐதிகம். அதுக்கு இன்னும் எத்தனை எத்தனையோ அர்த்தம் உண்டு..." என்று சொல்லி விட்டு, "இப்படி நீ நினைக்கறதெல்லாம் உன் வாழ்க்கையில ஒரு கட்டமா இருக்கலாம்..." என்றாள் சிரித்தபடி.

❍

திடீரென்று புயல் வீசி கிளை முறிந்து விழுவதுபோல் இல்லாமல் மெல்ல மெல்ல அந்த விலகல் ஏற்பட்டது. சிருங்காரம் ராஜரசம் என்றார்கள். அதை பாலசரஸ்வதி "சிருங்காரம் ஷிதி நந்தினி விஹரனே" என்ற ராமாயண நவரச சுலோகத்தில் கூறப்படும் நவரசங்களை ஆடும்போது பார்த்திருந்தாள். ஹாஸ்ய ரசம் என்பது சூர்ப்பனகை தன் காதலை நேரடியாகச் சொல்லும் போது அவள் மூக்கை அறுக்கும்போது நேர்வது என்பதை அவளால் ஏற்க முடியவில்லை. ஒன்பது ரசங்களாகப் பிரித்திருந்தாலும் ரசங்கள் ஒன்றோடொன்று பிணைந்தவை. எந்தச் சமயத்தில் எந்த ரசம் என்பது உணர்பவராலும் பார்ப்பவராலும்தான் தீர்மானம் செய்யப்படும் என்றெல்லாம் மேஷ்ட்ரும் மேகனா ஆன்ட்டியும் விளக்கினாலும் சூர்ப்பனகையின்பால் இவளுக்கு அனுதாபம் இருந்ததால் அவள் மூக்கு அறுபட்டதற்கு ஹாஸ்யபாவத்தைக் காட்டுவது அவளால் முடியவில்லை.

தவிர சிருங்கார ரசத்தைப் பொறுத்தவரை அவள் வெறும் காதலாக, உடல்கள் கூடும் ஒன்றாகப் பார்க்கிறாள்; அதனால் அதை அவளால் தெய்விகத்துக்கு உயர்த்த முடியவில்லை என்றார் மேஷ்ட்ரு. சிவனையே அடைய நினைக்கும் அவளுக்கா சிருங்காரம் புரியவில்லை என்று அம்மாவிடம் முணுமுணுத்தாள் அவள். சிருங்காரத்தில் பல படிகள் இருப்பதைத்தான் அவர் குறிப்பிடுகிறார் என்று விளக்கினாள் அம்மா. அன்றாட வாழ்க்கையில் இருப்பது, நடராஜரின் நடனத்தின் உச்சமாக இருப்பது, கிருஷ்ணரின் குழலோசையாக இருப்பது எல்லாமே சிருங்காரம்தானே? எல்லா ரசங்களையும் உள்ளடக்கியது அது. பிரபஞ்சத்தின் அடிநாதமான ரசம். "யாஹி மாதவ யாஹி கேசவ" கீதகோவிந்தம் பாடலை ஆடும்போது ராதையிடம் அவள் காலைத் தன் தலையில் வைத்து தன்னை மன்னிக்கும்படி கிருஷ்ணர் கேட்பதும் சிருங்காரம்தான். அம்மாவும் மேஷ்ட்ரும் மேகனா ஆன்ட்டியும் நேரம் கிடைக்கும்போது அப்பாவும் எவ்வளவு விளக்கியும் சிருங்கார ரசத்தின் விரிந்த பொருளை அவளால் எட்ட முடியவில்லை. தன் கவிதையையே மீண்டும் மீண்டும் படித்தாள். ஒரு முறை அவள் படிப்பதை எட்டிப் பார்த்த அம்மா விளக்கினாள். சொற்கள் வேறு, உணர்ச்சிகள் வேறு. சிலவற்றைச் சொற்களில் அடக்க முடியாது, ஆனால் அவற்றை அவள் பாட்டின் சொற்களை மீறிய இசையாக, கித்தானில் அடைபடாத ஓவியமாக, முத்திரைகளாலும் பாவங்களாலும் மட்டுமே காட்டப்படாத உயரிய பாவமாய்க் காட்ட முடியும். தரையில் நின்றுகொண்டே எழும்ப முடியும். பட்டறிவால் அது முடியும். எல்லாம் புரிந்தது. புரியவும் இல்லை.

பரத நாட்டியத்தின் அடவுகளின் கோணங்களில் அவள் உடல் போய் முட்டிக்கொள்வதுபோல் தோன்றியது. ஆறு முக்கோணங்களில் அவள் உடலை அடக்கிவிட்டதுபோல் தோன்றியது. இஸடோரா டங்கன்போல் சுதந்திரமான நடனம் அவள் ஆட வேண்டும் விட்டு விடுதலையான அவள் உடலுடன். "தெருவில் வரானோ, என்னைச் சற்றுத் திரும்பிப் பாரானோ" இல்லை அவள் ஆடவேண்டிய பதம். சிவன் அவள் வாடிக்கையாளர் இல்லை.

கட்டுகளிலிருந்து விடுபட்ட அவள் உடல் மழையை ஆடும், கடலின் சீற்றத்தை ஆடும், நந்தவனத்தில் பூத்துச் சொரியும் மலர்களை ஆடும் அவள் "அங்கண் மா ஞாலத்து அரசர் அபிமான" திருப்பாவை பாசுரத்தையும் ஆடுவாள். "கிண்கிணி வாய் செய்த தாமரைப்பூ போலே செங்கண் சிறுச் சிறிதே எம்மேல் விழியாவோ" அவளுக்குப் பிடித்த வரி. சலங்கை

மணியின் வாய் உருவகமாக வருவது. அது கண்ணனுடன் செய்யும் கொண்டாட்டம்.

சாந்தா ராவ் அதிக நகைகள் இல்லாமல் உடை உடுத்தி அரங்கின் ஒரு மூலையிலிருந்து இன்னொரு மூலைக்கு விரைந்து ஆடியபடி சென்றது அரங்கையே அவள் நிறைத்து நின்றது போல் இருந்தது. மேஷ்ட்ரும் மேகனா ஆன்ட்டியும்கூட நாட்டியத்தின் உடல்மொழியைப் பலவாறு மாற்றியிருந்தாலும் சாந்தா ராவின் உடல்மொழி மிகுந்த உற்சாகத்தைத் தந்தது. உதய்சங்கர் நவீன இந்தியாவுக்கான நாட்டிய நாடகங்கள் செய்வது பற்றி அம்மாவும் அப்பாவும் பல சேதிகள் தந்தபடி இருந்தனர்.

பார்வதியை எந்தக் கேள்விகளும் பாதித்ததாகத் தெரிய வில்லை. அவள் ஆடினால் மேடை அவளுக்கு வளைந்து கொடுப்பதுபோல் இருந்தது. தீட்சிதரின் "ஶ்ரீ வேணுகோபாலா ஶ்ரீ ருக்மிணி லோலா" குறஞ்சி கிருதிக்கு ஆடும்போது இரண்டாம் வரியின் இறுதியில் "தேஹி தேஹி" என்று சொற்கள் வரும்போது யாசிப்பதுபோல் இரு கைகளையும் இணைத்து அவள் ஆடும்போது அவள் முகத்தில் அசாத்தியமான பொலிவுடன் கூடிய சாந்த பாவம் இருக்கும். மனத்தை என்னவோ செய்யும்.

பார்வதியிடம் கேட்டாள். "பாரு, நீ "தேஹி, தேஹி" வரிகள் வரும்போது உன் மனசுல என்ன நினைப்பே?"

உடனே சொன்னாள் பார்வதி. "மேடையில ஆடிட்டே நான் செத்திடணும். அப்படிப்பட்ட சாவை "தேஹி தேஹி"ன்னு கேட்கிறேன்."

மேடையில் ஆடும்போதே சாவு!

"அப்படி நினைச்சா அந்த பாவம் வந்துடுமா?"

"கட்டாயம்"

நடைமுறை வாழ்வில் இல்லாத, கட்டற்றக் கற்பனை கூடிய அந்த அதீதச் சோகம் அவளை வெகுவாக ஈர்த்தது.

அடுத்த முறை வகுப்புப் பெண்களுக்கு நிகழ்ச்சி வந்ததும் மேஷ்ட்ரு அவளை "ஶ்ரீ வேணுகோபாலா" ஆடச் சொன்னார். "தேஹி தேஹி" என்ற சொற்கள் வந்ததும் அவையினரின் தலைக்கு மேல் எங்கோ பார்த்தபடி, முகவாயை அதிகமாகத் தூக்கி, கடவுளிடம் அவளும் மரணத்தை யாசித்தாள். மிகவும் தீவிரமாக மனத்தை ஒருமுகப்படுத்தி அவள் செய்ததால் பார்வதியுடையதைபோல் அன்றி இவள் நெற்றியில் வரிகள்

விழுந்து, கண்கள் இடுங்கிப்போய் முகம் சிறுத்துவிட்டது. "கண்றாவி" அபிநயம் என்றார் மேஷ்ட்ரு. "ஒரு 'தேஹி' செய்ய என்னவோ மலச்சிக்கல் வந்தவள் முக்குவதுபோல் பாவம் காட்டுகிறாயே?" என்று கடிந்துகொண்டார் ஆன்ட்டி.

அப்போதுதான் புரிந்தது. எண்ணங்களைக் கடன் வாங்க முடியாது. அவை அவளுடையதாக இருக்கவேண்டும். அவள் உடல், அவள் வாழ்க்கையிலிருந்து வெளிப்பாடு வர வேண்டுமென்றால், சொற்களுக்கான பொருளை அவள்தான் கண்டடைய வேண்டும். அது ஒரு தனிமனிதப் பயணம். ஆனால் அது ஒன்றும் வரைபடமோ, திசைகாட்டியோ இல்லாத கடல் பயணம் இல்லை. அவளுக்கு முன் பலர் முற்காலத்திலும் தற்காலத்திலும் செய்திருக்கும் பயணம்தான். உடல் பல காத தூரத்தைக் கடந்து வந்திருப்பதுதான். அக்கமகாதேவி நாட்டிய நாடகத்தில் வந்த வசனத்தைப்போல் பல வெளிகளில் பயணித்த உடல் அது. ஒரு வகையான உடல் இல்லை அது. பலவகைப் பட்டது. ஒன்றொன்றுக்கும் ஒரு வரலாறு. வரலாறும் காலமும் தொடாத உடல் கிடையாது. உடலுக்கு எல்லையில்லை, அதன் அர்த்தங்கள் உருவாகிக்கொண்டே போகின்றன என்றால் எங்கே அதை அவள் இருத்த வேண்டும்? எங்கிருந்து அவள் பேச வேண்டும்? அந்த வரலாற்றிலும் காலத்திலும் நனைந்த உடலை நமக்கான காலத்தில் இருத்த வேண்டும். வாழ்ந்து கொண்டிருக்கும் வாழ்க்கையை அதன் வெளி, அதன் மொழி இவற்றிலிருந்து பிறக்கும் பல அர்த்தங்களுடன்தான் பார்க்க முடியும். வண்டியோட்டி பின்காட்டிக் கண்ணாடியின் உதவி யுடன் வண்டியோட்டுவதைப்போல கடந்தகாலத்திலிருந்து நம்மைத் தொடரும் பலவற்றைப் பார்த்தபடிதான் வாழ்க்கையைச் செலுத்த வேண்டும்.

○

மேற்படிப்புக்கு வெளியே போகப்போகிறாள் என்றதும் ரங்கப் பிரவேஷ் செய்துவிடலாம் என்று முடிவாகியது. பார்வதி யுடையது இரண்டாண்டுகளுக்கு முன்பு நடந்திருந்தது. அவளுக்குத் தேர்ந்தெடுத்த உருப்படிகள் அவள் மனத்தன்மைக் கேற்ப மேஷ்ட்ருவும் மேகனா ஆன்ட்டியும் தேர்ந்தெடுத்திருந் திருந்தனர். வழக்கமான அலாரிப்பு, ஜதிஸ்வரம், சப்தம், வர்ணம், தில்லானாவைத் தவிர மோஹினி ரூபத்தை விவரிக்கும் நீண்ட கன்னடப் பாட்டு ஒன்றை அவளுக்குக் குருப் பிரசாதமாகத் தந்திருந்தனர். அது மேகனா ஆன்ட்டிக்காக மேஷ்ட்ரு தயாரித்திருந்த உருப்படி. பார்வதி அதை அன்று அவ்வளவு ஒயிலுடனும் மிடுக்குடனும் ஆடினாள். "ஸாராங்கி ஸாங்கி,

ஸரஸாங்கி சுந்தர யமுனாங்கி" போன்ற சொற்களுக்கு கண்களில் குறும்பும் களிப்பும் எள்ளலும் கர்வமும் கூடிய சரஸத்தை அவளால் காட்ட முடிந்தது. நவீன முறையில் மிகக் குறைந்த நகைகளுடன் ஜகஜக என்று பளீரிடாத உடைகளுடனும் கம்பீரமாக, "இது என் மேடை, என் இடம்" என்று கூறுவது போல் அமைந்தது அவள் நாட்டியம். அவளுடைய முத்திரை உருப்படியான "ஸ்ரீ வேணுகோபாலா"வுடன் "கீத கோவிந்த"த்தி லிருந்து "சந்தன சர்ச்சித நீல கலேபர பீத வஸன வனமாலி" என்று கிருஷ்ணன் கோபிகைகளுடன் ஆடுவதை ஒரு சகி, ராதைக்குக் கூறுவதைப்போல் அமைந்த அஷ்டபதியையும் ஆடினாள். தோழி கூறுவதை அவள் வம்பு பேசுவதுபோல் மிகையாகக் கூறுவதுபோல் அபிநயித்தும் ராதை அதைச் சலனமற்ற முகத்துடன் கேட்பதைப் போலவும் பார்வதி பாவம் காட்டியதும் முடிவில் அந்த ராசலீலை பெண்களுடன் பசுக்களும் வன மிருகங்களும்கூட புல்லாங்குழலின்பால், இசையின்பால் ஈர்க்கப்பட்ட அற்புத ஆன்மிக அனுபவமாக மாறியது பார்வதியின் ஆடலில். சபையே மயங்கி அமைதி யானது ஒரு நிமிடம் அவள் ஆடி முடித்ததும்.

மேஷ்ட்ரும் ஆன்ட்டியும் கண்களில் பூரிப்பில் எழுந்த கண்ணீரைத் துடைத்துக்கொண்டனர்.

இவளுடைய ரங்கப் பிரவேஷுக்குத் தேர்ந்தெடுத்த உருப்படிகள் முற்றிலும் வேறானவையாக இருந்தன. அம்மாவும் அப்பாவும் அவை அவள் இயல்புக்கும் அப்போதைய மனப்போக்குக்கும் மிகவும் ஒத்திருந்தன என்றார்கள். பதங்கள் எல்லாம் தாசரின் பாடல்கள். "கேளே யசோதே" என்று யசோதையுடன் கோபத்துடன் முறையிடுவதும் "ஆடிதனோ ரங்கா" என்று காளியமர்த்தனமும் அவளுக்குப் பிடித்தவை. மேடையின் இடப்பக்கத்திலிருந்து துள்ளிக் குதித்து வந்து காளியமர்த்தனம் பற்றிக் கூறுவதை அவள் உற்சாகமாகச் செய்வாள் எப்போதும். அத்துடன் லீலா சுகரின் கிருஷ்ண கர்ணாமிருத சுலோகங்களிலிருந்து இரு சுலோகங்கள் குருப்பிரசாதமாகத் தரப்பட்டன.

ரங்கப் பிரவேஷ் அன்று மழை கொட்டியது. இசையின் ஒலியுடன் இடியின் ஒலியும் மழையின் பொருந்த ஓசையும் கேட்டன. சிறப்பு விருந்தினர் பெரிய மனிதர். நீதிபதி, தொழிலதிபர், செல்வந்தர் இப்படிப்பட்டவர்களின் பெண்கள் ஆடினால்தான் வருவாராம். மேஷ்ட்ருக்காக ஒப்புக்கொண்ட அவர் முடிவில் வாழ்த்துரை மட்டும் அனுப்பியிருந்தார் உடநலம் சரியில்லை என்று சாக்குச் சொல்லி. பார்வதியின்

ரங்கப் பிரவேஷில் அவர் அழகாகப் பேசியிருந்தார். பார்வதியின் அப்பா தொழிலதிபர்.

அம்மாவுக்கும் அப்பாவுக்கும் அதில் மனக்குறை. அவளுக்கு எதுவும் பொருட்டாக இருக்கவில்லை. மழையும் பதங்களுக்காக அம்மா வாங்கியிருந்த காவிக்கரையுடன் கூடிய வெள்ளைப் புடவையும் அவளுக்குப் போதுமானதாக இருந்தன. ஆடி முடித்துவிட்டு அவள் ஒப்பனை அறைக்குள் வந்ததும் முதலில் ஓடிவந்து கட்டிக்கொண்டது பார்வதிதான். “கேசி, நீ உனக்காக ஆடினாய். உன் கண் முன்னால நீ என்ன பார்த்தாய்னு தெரியலை. ஆனால் உன் கண்ணு ரெண்டும் அப்படிப் பிரகாசமாக இருந்தது” என்றாள். வியர்வை வழியும் கன்னத்தில் முத்தமிட்டாள்.

மேஷ்ட்ரும் ஆன்ட்டியும் “குறையே சொல்ல முடியாத நடனம்” என்றனர்.

அம்மாவும் அப்பாவும் மென்மையாக அணைத்துக் கொண்டு “இதைவிட வேறென்ன வேணும் எங்களுக்கு” என்றனர்.

சென்னைக்குப் போக அவள் சாமான்களைக் கட்டியபோது ஒரு சிறு பையில் அம்மா அவள் சலங்கையை வைத்து அவள் பெட்டியில் வைத்தாள். “வேற ஊருக்குப் போறதால ஆட முடியாமப் போகலாம். சலங்கை இருக்கட்டும் எப்போதும் உன்னோட” என்றாள்.

மனத்தில் பூட்டி வத்திருந்த, அம்மா அப்பாவிடம் ஏன் பார்வதியிடம்கூடக் கூறாத ஒரு நிகழ்வையும் தன்னுடன் எடுத்துச் சென்றாள்.

ஒரு சிற்றூரில் ஒரு பெரிய மனிதர் வீட்டில் திருமணத்துக்கு மேஷ்ட்ரை அவர் மாணவர்களுடன் ஒரு நடன நிகழ்ச்சிக்கு அழைத்திருந்தனர். பல உருப்படிகளுடன் மேஷ்ட்ரும் மேகனா ஆன்ட்டியும் சிவனும் சக்தியாகவும் ஆடும் நடனமுமிருந்தது.

நிகழ்ச்சி முடிந்ததும் அவர்கள் எல்லோரும் தேங்காய் எல்லாம் வைத்துத் தாம்பூலத்தட்டு பட்சணங்களுடன் கௌரவிக்கப்பட்டபின் கிளம்பத் தயாராகும்போது பத்தொன்பது இருபது வயதுபோல் இருந்த ஒரு பையன் வந்து மேஷ்ட்ரின் காலைத் தொட்டு வணங்கினான். மேஷ்ட்ரு வெளியே திண்ணையருகே இருந்தார். மற்றவர்கள் உள்ளே இருக்க, வெளியே வந்த இவள் கதவருகே நின்றாள்.

“தும்பா சன்னாகித்து, மேஷ்ட்ரே” என்றான் நிகழ்ச்சி சிறப்பாக இருந்ததென்று கன்னடத்தில்

சாதாரண வேட்டி சட்டையிலிருந்தான்.

"யாரப்பா நீனு?" என்று கேட்டார் மேஷ்ட்ரு.

"நான் இங்க இந்த எஜமான் வயல்ல வேலை செய்யற குடும்பத்தோட பையன். நான் இப்போ ஷிமோகாவுல இருக்கேன். இங்கே இந்தக் கல்யாணத்துக்கு உதவியா வேலை செய்ய வந்தேன்."

"சரி, சரி."

"என் பேரு சிவப்பா. இங்க கோவில் பூஜை ஆட்டத்துல நான் ஆடுவேன். உங்க மாணவனா ஒரு பையன் இருக்கறதைப் பார்த்தேன். எனக்கும் பரத நாட்டியம் கத்துக்க ஆசை. மேஷ்ட்ரு தயவு காட்டணும்."

"பார்க்கலாம், பார்க்கலாம். எனக்கு நேரம் இல்லை."

"அப்படிச் சொல்லக் கூடாது."

"இல்லை, நீங்க சொல்லுங்க. நான் பெங்களூர் வரேன். உங்க கூடவே இருந்து கத்துக்கறேன். வாசல்ல படி கிட்டப் படுத்துப்பேன். எனக்கு அறை எதுவும் வேண்டாம்."

"என்னப்பா, இப்படிப் பிடிவாதம் பிடித்தால் எப்படி?" என்ற மேஷ்ட்ரு, மெதுவாக, "என்ன சாதி?" என்று கேட்டார்.

"ஹொலெயரு, மேஷ்ட்ரே."

"உங்களுக்கும் பரதநாட்டியத்துக்கும் சம்பந்தமே இல்லையே? எனக்கு நேரம் இல்லை." மேஷ்ட்ரு அவனை அனுப்புவதிலேயே குறியாக இருந்தார்.

திடீரென்று அவன் முகம் மாறியது. அதுவரை கட்டியபடி இருந்த கைகளைத் தளரவிட்டு, விறைத்தபடி நின்றுகொண்டு, "ராயரே, சிவன் ஆடியது இந்தப் பிரபஞ்சத்துக்கு. டமரு, ஹலிகி, கரடே எதை அடித்தாலும் அங்கே இருப்பவர் அவர். உங்க மிருதங்கத்தோட தாளம் மட்டும்தான் அவர் காதுல விழுமா என்ன? நான் ஒரு கலைஞன். நீங்களும் ஒரு கலைஞர். வயசுல மூத்தவர். ஆசையில கேட்டேன். என் தப்பு" என்றுவிட்டுத் திரும்பிப் போனான் விறுவிறுவென்று.

மேஷ்ட்ரு சுற்றும்முற்றும் பார்த்தார். இவள் கதவின் பின் மறைந்துகொண்டாள்.

❍

பெட்டியின் ஓர் ஓரத்தில் சலங்கை வைக்கப்பட்டு, இன்னும் இரண்டு பெண்களுடன் அவள் பகிர்ந்துகொண்ட பெண்களுக்

கான விடுதி அறையில் அவள் கட்டிலின் கீழ் இருந்தது. அவள் ஆட நினைப்பதெல்லாம் எப்போது ஆட முடியும் என்று தெரியவில்லை.

அப்போதுதான் ருக்மிணியின் நட்பு கிடைத்தது. ருக்மிணி இசை வேளாளர் குடும்பத்தைச் சேர்ந்த ராஜாம்பாளிடம் நடனம் பயின்றுகொண்டிருந்தாள். அவள் பெற்றோர் வெளிநாட்டுக்குப் போயிருந்ததால் விடுதியில் இருந்தாள். ராஜாம்பாள் சற்று வயதானவர். சில அசைவுகளைக் காட்ட ஆடுவாரே தவிர உட்கார்ந்தபடிதான் சொல்லித்தருவார் என்றாள். ஆர்வத்தினால் அவளும் ருக்மிணியுடன் போகத் தொடங்கினாள், ருக்மிணி பயிலும்போது அதைப் பார்க்க. ருக்மிணி அவளைத் தன் தோழி என்று அறிமுகப்படுத்தினாள் அவரிடம்.

ஐந்தாறு முறைகளுக்குப் பிறகு ராஜாம்பாள் அவளிடம், "என்னம்மா கேசி, உனக்கு நல்லா ஆட வரும்போல இருக்கே?" என்று கேட்டார் சிரித்தபடி.

"எப்படித் தெரியும்மா?" என்றாள் ஆச்சரியத்துடன்.

"நீ புடவைக்குக் கீழே மறைச்சுண்டாலும் உன் கால் ரெண்டும் அசைஞ்சுகிட்டே இருக்கே?" என்று கூறிவிட்டு உரக்கச் சிரித்தார்.

"ஆமாம். ஆடத் தெரியும்."

"யார் கிட்ட பாடம்?"

"பெங்களூர்ல கோபால் ராவ், அவர் மனைவி மேகனா ரெண்டுபேர் கிட்டயும் பாடம்."

"ஓ! அவங்க மீனாட்சி சுந்தரம் பிள்ளை தாத்தா கிட்ட கத்துட்டவங்க. சுத்த பந்தநல்லூர் பாணி."

அவள் மௌனமாக இருந்தாள்.

"எங்க, ஒரு அலாரிப்பு ஆடிக்காட்டு பார்ப்போம்."

"இல்ல, ஆட முடியலை. மனசே சரியில்ல."

"ஏன், என்ன ஆச்சு?"

"தெரியலை. உடம்பைக் கட்டிப்போட்ட மாதிரி இருக்கு. ஒரே கோணங்கள் எல்லா அடவுகள்லயும். அப்புறம் சாமி நம்பிக்கை இல்லன்னு வையுங்க, அவங்க ஆட முடியுமா? தட்டிக்கும்பிடாம ஆட முடியாதே? இந்தப் "பாலும் கசந்ததடீ

சகியே படுக்கை நொந்ததடீ” எல்லாம் என்னால ஆட முடியலை. சிருங்காரம் வர மாட்டேங்குது. நம்ம இப்ப இருக்கற வாழ்க்கையைப் பிரதிபலிக்கறமாதிரி, உதய்சங்கர் எல்லாம் ஆடற மதிரி ஆடணும்னு தோணுது. சாதி எல்லாம் இல்லாம எல்லாரும் ஆடணும்னு தோணுது. . .” என்று ஏதோ மடை திறந்தாற்போல் பேசிக்கொண்டே போனவள் திடீரென்று உடைந்து அழ ஆரம்பித்தாள்

கேட்டுக்கொண்டே இருந்த ராஜாம்பாள் எழுந்து வந்து அவளை அணைத்துக்கொண்டார்.

“ருக்மிணி, அந்தப் பேப்பரையும் பென்சிலையும் கொண்டு வா” என்றாள்.

அவள் கொண்டுவந்ததும் கேசியின் கண்களைத் தன் புடவைத் தலைப்பால் துடைத்துவிட்டு, நிமிர்த்தி உட்கார வைத்தார்.

காகிதத்தில் இரு முக்கோணங்களை இணைத்துக் கோலம் போல் போட்டார்.

“இது என்ன?”

“ரெண்டு முக்கோணம். ஷட்கோணம்.”

“சபாஷ். இப்பப் பாரு.”

எல்லா முக்கோண முனைகளையும் ஒரு வட்டக்கோடு போட்டு இணைத்தார்.

“இது என்ன?”

“வட்டம்.”

“இது விரிஞ்சுகிட்டே போற வட்டம். இது பிரபஞ்சம். இதை நீ எப்படி வேணுமானாலும் விரிக்கலாம். இது உன் உடம்பை முடக்காது.”

ஏதோ பொறிதட்டியதுபோல் இருந்தது. முகம் மலர்ந்தது. ஈரக் கண்களுடன் சிரித்தாள்.

“சாதியப் பத்தி சொன்னே இல்லையா? உனக்கு ஒரு கதை சொல்றேன் கேளு. சோமாசிமாற நாயனார்னு பெரிய மகானான ஒரு நாயனார் இருந்தார். சிவனே நேரில் வந்து அவிர்பாகம் வாங்க அவர் ஒரு பெரிய யாகம் செய்தார். சுந்தரமூர்த்தி நாயனார் சொற்படி நடத்தின யாகம். யாகம் செய்தாரா? வேதம் தெரிஞ்ச ஞானிகள், முனிவர்கள், பெரிய

மகான்கள், பெரிய மனிதர்கள் எல்லாரும் கூடி, யாகத்தோட பயனா சிவன் வருவார்னு காத்திட்டிருந்தபோது, ஒரு புலையர் இறந்துபோன ஒரு கன்னுக்குட்டியத் தோள்ல போட்டுகிட்டு, நாலு நாய்கள கையில பிடிச்சுகிட்டு, ரெண்டு பையன்களோட வந்தார் தம்பட்டம் அடிச்சுகிட்டு. கூடவே அவர் பெண்டாட்டி இடுப்புல ஒரு கள் குடத்தோட. சாதி, தூய்மை பார்க்கிற சுத்தி இருந்தவங்க எல்லாம் ஓட்டம் பிடிச்சாங்க. சோமாசிமாறர் விநாயகரைத் துதிச்சதும், அவரும் அங்கதானே இருந்தார் அப்பாவோட, அவர் சொன்னார் வந்திருக்கிறது சிவன்தான்னு. அவர் கால்ல விழுந்து அவிர்பாகம் தந்ததும் அவர் வாங்கிக்கிட்டார். இது கபாலி கோயில் வெளிப்பிரகாரத்துல சிலை வடிவா இருக்கு.

"சாதி இல்லாம இல்லை. அது இருக்கு. ஆனால் அதை முறிக்கிறதும் நடந்துட்டே இருக்கு. தவிர சாதி எல்லாம் மீறி கலைஞர்கள் கிட்ட நிறையக் கொடுக்கல் வாங்கல் இருந்திருக்கு. சரபோஜி மன்னர் காலத்துல தஞ்சை சின்னையாவும் அவரோட கூடப்பொறந்தவங்களும்—சின்னையா, பொன்னையா, சிவானந்தம், வடிவேலுன்னு நாலு பேரு அவங்க; தஞ்சை நால்வர்னு சொல்வாங்க—முத்துசாமி தீட்சிதர் கிட்ட பாட்டு கத்துட்டாங்க. தவிர, எல்லா மொழிகளும் தெரியணும்னு தமிழ், தெலுங்கு, சமஸ்கிருதமும் அவங்க கத்துட்டாங்க. அவங்க அரங்கேற்றத்துக்கு சரபோஜி மன்னர் தீட்சிதருக்கு 5000 ரூபாய் கொடுத்தாரு. அவங்க "நவரத்னமாலிகா"ன்னு குருவுக்கான கீர்த்தனைகள்ல குருகுஹன்னு தீட்சிதருக்கான முத்திரை போட்டிருக்காங்க.

"அவங்க நாலுபேருதான் பரதநட்டியத்துக்கான அடவு, ஜதிஸ்வரம், சப்தம், பதவர்ணம், பதம், ஜாவளின்னு எல்லாம் பிரிச்சவங்க. எல்லாத்தையும் செய்து, ரெண்டு பொண்ணுங்களுக்குக் கத்துக்கொடுத்து, முத்துசாமி தீட்சிதர் முன்னால அரங்கேற்றம் பண்ணினாங்க. அவரு இவங்களுக்குப் பட்டம் வழங்கினாரு. எட்டையபுரத்துல முத்தாச்சி அம்மாள்னு ஒரு தேவதாசி. முத்துசாமி தீட்சிதர் தம்பி பாலஸ்வாமி தீட்சிதர் கிட்ட பாட்டு கத்துட்டு, அரசவைக் கலைஞரா இருந்தாங்க.

"பட்டணம் சுப்பிரமணிய ஐயர்னு பெரிய கலைஞர். டைகர் வரதாச்சாரியாரோட குரு. அவர் பட்டணத்தை, அதாவது நம்ம சென்னையை, சேந்தவரே இல்லை. அவரோட ஊரு திருவையாறு. அவரு பட்டணம் வரதுக்குக் காரணம் என்ன தெரியுமா? அப்போ பெரிய நடனமணியா இருந்த சேலம் மீனாட்சி, ஊரோட இருந்த சுப்பிரமணிய ஐயரைத் தன்

மகளுக்குச் சங்கீதப் பாடம் சொல்லிக்கொடுக்கத் தான் குடியிருந்த லிங்கிச் செட்டித் தெருவுக்குக் கூட்டிட்டு வந்து தங்கறதுக்கு ஏற்பாடு எல்லாம் செய்துதந்து, அவர் இங்கேயே தங்கி பட்டணம் சுப்பிரமணிய ஐயர் ஆயிட்டாரு. அவர்தான் பாலசரஸ்வதிக்கும் சங்கீதம் கத்துக்கொடுத்தாரு. பாலசரஸ்வதி யோட எள்ளுப்பாட்டி—நீங்க இங்லீஷ்ல க்ரேட் க்ரேட் க்ராண்ட்மதர்னு சொல்லுவீங்க—காமாட்சினு பேரு, அவங்க கணபதி சாஸ்திரி கிட்டத்தான் கத்துக்கிட்டாங்க. தஞ்சாவூர் அரசவைல 75 வயசு வரைக்கும் ஆடினாங்க. அவங்க 1890ஓ என்னவோ செத்துட்டாங்க. அவங்க பையன் அப்பாக்கண்ணு அப்புறம் பொண்ணு சுந்தரம்மாள் ரெண்டுபேரும் சுப்பராய சாஸ்திரி கிட்டதான் சங்கீதம் சொல்லிட்டாங்க. அவர் யாரு? சங்கீத மூவர்ல ஒருத்தரான ஷ்யாமா சாஸ்திரியோட பையன். காமாட்சியோட பேத்திதான் வீணை தனம்மாள். அவங்க சங்கீத சிட்சை சாத்தனூர் பஞ்சாண்டையர் கிட்ட. அவர் முத்துசாமி தீட்சிதரோட சிஷ்யர். இவ்வளவு ஏன், நம்ப மயிலாப்பூர் கௌரி அம்மாள் கிட்ட பதங்கள் பாடக் கத்துட்டாங்க அரியக்குடி ராமானுஜ அய்யங்காரும் புஷ்பவனமும். அவங்களே சொல்லியிருக்காங்க என்கிட்ட.

“இன்னொன்னு சொல்றேன். ராமானுஜர் கர்நாடகத்துல இருந்தபோது அவர் சாதியையும் பார்க்கல, பொம்பளை ஆம்பிளைன்னும் பார்க்கலை. குரேசரோட பெண்டாட்டி ஆண்டாள், பொன்னாச்சி, கொங்கு பிராட்டி இப்படிப் பலபேர் அவரோட சீடர்கள். ஸ்ரீ பாஷ்யத்தை ராமானுஜர் சொல்ல சொல்ல எழுதறபோது. அவர் ஏதாவது சின்னத் தப்பு செய்தா, ஆண்டாள் அம்மா திருத்துவாங்களாம். அவ்வளவு பெரிய பண்டிதை. அப்படிக்கூட பாரேன், காலமாறதுக்கு முன்னால தன் சீடர்கள்ல 76 பேரை பீடாதிபதி ஆக்கினாரு. ஒரு பொண்ணு கிடையாது. பிராமணர் இல்லாதவங்க ஒருத்தர் கிடையாது. ஜைனர்கள எடுத்துகிட்டா, ஜைனப் பெண்கள் சந்நியாசி ஆகலாம். ஜங்கமா ஆக முடியாது. புத்த பிக்குணிகள் யாருக்கும் தீட்சை தர முடியாது. இதையெல்லாம் முறிச்சாங்க சாரதா தேவி. அவங்க மந்திரத்தைத் தந்து தீட்சை தந்திருக்காங்க. இப்படிச் சரியும் தப்பும் கூடி கூடித்தான் வருது. நீ சரியானதை எடுத்துக்கயேன்.

“இப்ப நாங்க எல்லாம் என்ன சாதி? நாங்க பலபட்டறை. பல சாதிகளோட கலப்பு நாங்க. யாராவது என் கிட்ட சாதி கேட்டா இசை வேளாளர்னு சொல்ல மாட்டேன். நான் பெண் சாதி. தவிர அவ்வையார் 'இட்டார் பெரியோர் இடாதார்

இழிகுலத்தோர்'னு சொன்ன மாதிரி நான் இட்டார் சாதி. நாங்க எல்லாருக்கும் இந்த நடனக் கலையைத் தரவங்க. அதனால நாங்க எல்லாம் பெரியோர்."

பெரிய விரிவுரையாற்றுவதைப்போல் பேசிவிட்டு, "டூ யூ அன்டர்ஸ்டான்ட்?" என்று முடிவில் ஆங்கிலத்தில் ஒரு போடு போட்டார் ராஜாம்பாள் சிரித்தபடி அவள் தலையைத் தட்டியவாறே.

பல காலதர்கள் திறப்பது போலிருந்தது. அவ்வப்போது அம்மாவும் அப்பாவும் மேஷ்ட்ரும் மேனகா ஆன்ட்டியும் திறக்க முயற்சித்தவைதாம். அவள்தான் கொக்கிகளை இறுகப் போட்டுவைத்திருந்தாள் போலும்.

❍

ருக்மிணியுடன் போவதை வழக்கமாக்கிக்கொண்டாள். ருக்மிணிக்கும் அவள் வந்தால் உரையாடல்களில் ராஜாம்பாளின் வராலாற்றைச் சொல்லும் முறையும், அவர் பல விஷயங்களைப் பூ கோர்ப்பதுபோல் இணைத்துக்கொண்டு போவதும் பிடித்திருந்ததால் அவள் வருவதைத் தடுக்கவில்லை. சனி ஞாயிறுதான் ருக்மிணிக்கான தினங்கள். காலை எட்டு மணிக்கு ஜார்ஜ் டவுனில் கோவிந்தப்ப நாயக்கன் வீதியிலிருந்த அவர் வீட்டுக்குப் போய்விடவேண்டும். மாடியும் கீழுமாக வீடு. பழங்காலத்து வீடு. கீழே அங்கணத்தின் இடதுபுறம் இருந்த பெரிய அறைதான் நடனப் பயிற்சிக்கானது. அங்கணத்தின் எதிரே குளியலறையும் கழிப்பறையும். வலது பக்கம் அவர் குடித்தனம் நடத்திய மாடிக்குப் போகும் படிகள். உதவிக்கு ஒரு பெண்மணி இருந்தார். தங்கம்மாள் என்று பெயர். ராஜாம்பாளின் தூரத்து உறவு.

காலையில் வந்ததும் சுக்கு வெள்ளம் தந்து களைப்பை நீக்குவார். 8:30 முதல் 9 மணி வரை பரதநாட்டிய நடைகள் நடக்க வேண்டும் ருக்மிணி. நிமிர்ந்த முதுகுடன் காலைப் பின்னால் மடக்கிக் குதிகால் பிருஷ்டப் பகுதியைத் தொடுவதுபோல் போய்க் கீழே கொண்டு வந்து நடக்கும் நடையில் ஆரம்பித்துப் பல நடைகள். முதல் இரண்டு மூன்று முறை அவள் ருக்மிணி நடப்பதைப் பார்த்துக்கொண்டிருந்தாள். அடுத்த முறை, "இந்தா கேசி, ஆடாட்டி பரவாயில்லை. மனசு வரும்போது ஆடு. நடக்கறதுக்கு என்ன? எழுந்து நட" என்றார். அவள் நடந்து காட்டியதும், "கோபால் ராவ் சிஷ்யை இல்லையா? கச்சிதமான நடை" என்றார். அதிலிருந்து அவளும் ருக்மிணியுடன் பரதநாட்டிய நடை நடந்தாள். வியர்த்து ஒழுகும். ஒன்பது

மணிக்கு தங்கம்மாள் மூவருக்கும் பயத்தம்பருப்புக் கஞ்சியும் மலைப்பழமும் கொண்டுவந்து தருவார்.

ஒன்பதிலிருந்து பத்து மணிவரை ராஜாம்பாள் பல கதைகளைச் சொல்வார். சில சமயம் கேசிக்கான பதில்களாக இருக்கும். சில கதைகள் கதைகள்போலச் சொல்லும் வரலாறாக இருக்கும். நல்ல மனநிலையில் இருக்கும்போது (அதற்கு ஒரு மழை பெய்ய வேண்டும்!) சினிமா பாடல்களையும் பாடுவார். ஒடிஸி நடனத்தில் அவருக்கு மிகுந்த ஆர்வம் இருந்தது. ஸஞ்ஜுக்தா பாணிக்கிரஹியை மிகவும் பிடிக்கும். அதைவிட அவர் கணவர் பண்டிட் ரகுநாத் பாணிக்கிரஹியைப் பிடிக்கும். அவர் பாட்டும் ஸஞ்ஜுக்தாவின் ஆடலும் உயிரும் உடலும்போல என்பார். "அவள் யார்" படத்தில் பண்டிட் ரகுநாத் பாணிக்கிரஹி பாடிய "நான் தேடும்போது நீ ஓடலாமோ? ஏன் ஊடலோ வெண்ணிலாவே, வாராய்" பாடலைச் சில சமயம் பாடுவார். மிகவும் இனிமையான குரல் அவருடையது பாடும்போது. நட்டுவாங்கம் செய்யும்போது சாட்டைவீச்சுபோல் விழும் ஜதிகளும் தீர்மானங்களும் அவர் பாடும்போது குளிர்ந்த நீரோடையாகிவிடும். ருக்மிணியை இடையிடையே ஏதாவது கிருதியையோ பதங்களையோ பாடச்சொல்வார். அவளையும் கூடப் பாடச் சொல்வார்.

லேசாகத் தூற்றல் போட்டு மண்வாசனை எழுந்திருந்த ஒரு நாள் நடனம், நடன உருப்படிகள் பற்றி பேச்சு திரும்பியபோது, அது தேவதாசிகள் பற்றிய விவரங்களுக்கு இட்டுச் சென்றது. "ஈ. கிருஷ்ணய்யர் பரதநாட்டியக் கலை அழிஞ்சுபோகாதபடி அதற்கு உயிர் தந்தார். உண்மைதான். அவரே நாட்டியம் கத்துட்டு இது ரொம்ப உயர்ந்த கலை, இழிஞ்ச கலை இல்லைன்னு நிரூபிச்சார். பல தேவதாசிப் பெண்களுக்கு மேடையில ஆடற வாய்ப்புக் கொடுத்தார். எல்லாம் சரிதான். ஆனால் அவர் பிராமணப் பெண்கள் நடனத்தை விமர்சிக்கிறபோது அவங்க கௌரவமான பண்புள்ள குடும்பத்தைச் சேர்ந்தவங்கன்னு அழுத்திச் சொல்வாரு. தேவதாசிக் கலைஞர்களைப்பற்றிச் சொல்லறபோது அந்தமாதிரி பெயரடைச் சொல் எல்லாம் உபயோகிக்க மாட்டார். ஏன், பாட்டும் நடனமும் தமிழ் தெலுங்கு சமஸ்கிருதம்னு மொழிகளையும் கத்துட்ட அவங்களுக்கு பண்பாடு இல்லையாமா? அந்தக் காலத்துல மூத்தவீட்டு கண்ணுன்னு ஒரு நடனக் கலைஞர் இருந்தாங்க. அவங்க ஆடினால் பக்கத்துவீட்டுக்காரங்க எல்லாம் புறுபுறுப்பாங்க. அப்படிப் பேரிடி மாதிரி, பூகம்பம் மாதிரி ஜதி பட்டு பட்டுனு விழும். பாலம்மானு ஒரு பாடகி. பாடினால் மின்னல்

பறக்கும். இதெல்லாம் கௌரவத்துக்குள்ள வராதாமா? மிருதங்கம் வாசிச்ச முதல் பெண்மணி ரங்கநாயகி எங்க பரம்பரைதான். அது பண்பாடு இல்லையா? பெங்களூர் நாகரத்னம்மா தியாகராஜருக்குக் கோவிலே கட்டினாங்க. எல்லா இடங்களுக்கும் எடுத்துட்டுப்போற மாதிரி பிரிச்சுத் திருப்பி இணைக்கிற தம்பூரா கொண்டுவந்ததும் அவங்கதான்.

"நம்ம தஞ்சாவூர் உபேந்திரன் அம்மா, காமுக் கண்ணம்மாள் எப்படிப்பட்ட மனுஷி! ஆண் நட்டுவனார் மட்டுமே இருந்த காலத்துல, அந்த வழக்கத்தை. முறிச்சவங்க காமுக் கண்ணம்மாள். 1945லன்னு நினைக்கிறேன். அவங்க மாணவியோட அரங்கேற்றத்துல கையில கிட்டியோட மேடைக்கு வந்தாங்க நட்டுவாங்கம் செய்ய. கிட்டின்னா கைத்தாளம். எல்லா நட்டுவனாருக்கும் நெஞ்சே அடைச்சிப் போயிடுத்து. அப்புறம் சுதந்திரப் போராட்டத்துல இருந்தாங்க. காங்கிரஸ் கட்சியில சேர்ந்து பிரசாரம் பண்ணினாங்க. உப்பு சத்தியாக்கிரகத்துக்கு நிதி திரட்டும்போது தன் அத்தனை நகையையும் தந்தாங்க. யாரு தருவா அப்படி? கதராடைதான் உடுத்துவாங்க. ராட்டையும் கையுமா இருப்பாங்க.

"நவாப் காலத்துல முத்து இருளாயின்னு ஒரு தேவதாசி மதுரைல மீனாட்சி அம்மன் கோவிலுக்குத் தாசி. பங்குனி மாசத்துல அங்கே அம்மனையும் சுவாமியையும் திருப்பரங்குன்றம் எடுத்திட்டுப் போவாங்க. வழிப்பறிக் கொள்ளைக்காரங்க அம்மனோட நகைகளைத் திருடத் திட்டம் போட்டாங்க. முத்து இருளாயி தன் மொத்த நகையையும்—அம்மன் நகைகளை விட அதிக நகை அவங்களுது—கழட்டிக் குடுக்க முன்வந்தா அம்மன் நகையைக் காப்பாத்த. கொள்ளைக் காரங்க நகையே வேணாம்னு ஓடிட்டாங்க. திரும்ப நகையை வாங்கிக்கணுமே? ம்ஹூம். குடுத்தது குடுத்ததுதான்னு சொல்லிட்டாங்க. அந்த நகைகள வித்த பணத்துல கோவிலுக்கு 130 ஏக்கர் நிலம் வாங்கினாங்க திருமங்கலம் தாலுக்காவுல. மறவங்குளம்னு ஒரு கிராமத்தையே வாங்கினாங்க.

"இவர் சொல்ற அந்தக் "கௌரவமான" குடும்பத்து ஆம்பிளைகள் எப்படிப்பட்டவங்களா இருந்தாங்களாம்? டீ பார்ட்டில தேவதாசிப் பெண்களை ஆடவிட்டு ரசிச்சது யாராம்? எல்லாம் உசந்த சாதி ஆம்பிளைகள்தான். ஒரு தடவை நாடகத்துல ருக்மிணி கிருஷ்ணன் தலையில பூ வெச்ச பெருமையைச் சொல்ல சத்யபாமா வீட்டுக்குப் பாடிட்டு வரா. கோகிலத்வனி ரத்னாபாய் அக்கான்னு நினைக்கிறேன் ருக்மிணியா நடிச்சது. சத்யபாமா வீட்டு வாசலுக்கு வந்தாச்சு.

முன்னால ஸோபாவுல இருந்த ஒருத்தரு, "மாமாப் பாட்டு பாடு"ன்னாரு. "டைம் ஆகிவிட்டதே?" ன்னா ருக்மிணி. "பரவாயில்லை"ன்னாரு அவரு. உடனே

"கழுகுமலை குருவிகுளம்"னு ருக்மிணி, கிருஷ்ண பரமாத்மாவோட பட்டமகிஷி, பாட ஆரம்பிச்சா.

"ஏ மாமா! ஏ மச்சான்!"ன்னு அவ பாட, பின்பாட்டு ஐயர், "ஏ மாமி! ஏ மச்சி!" ன்னாரு.

"நடனம் ஆடறபோதும் இது நடக்கும். பணக்காரச் செட்டியார்களும் மத்தவங்களும் முன்னால உட்கார்ந்து "இதை ஆடு அதை ஆடு"ம்பாங்க. எல்லாம் ஏக வசனம்தான். அதுதான் அப்பவே கல்கி எழுதினாரு, பரதநாட்டியம் சம்பந்தமா முதல்ல செய்யவேண்டிய சீர்திருத்தம் இந்தக் கிழங்கள ஒழுங்கா நடந்துக்கச் சொல்றதுதான்னு.

"இவங்களுக்குப் பதிலடி கொடுத்தவங்களும் இருந்தாங்க. வீணை தனம்மாள் வெள்ளிக்கிழமை வீட்டுல வாசிப்பாங்க. ஒரு சத்தம் போடக்கூடாது. தெருவுல போறவங்க கூட பேசாம போவாங்க. அப்படித்தான் காஞ்சிபுரம் தனகோடி அம்மாள்னு இருந்தாங்க. ஒரு தடவை அவங்க பாடிட்டிருந்தபோது, சபையில எல்லாம் பெரிய பணக்காரங்க. ஒருத்தரு, "தனகோடி, ராமாயணக் கீர்த்தனை பாடேன்"னாராம் ஏக வசனத்துல. வந்துதே கோபம் அவங்களுக்கு!. உடனே கேதார கௌளையில அனுமான் ராவணன் சபையில இருந்தபோது அனுமானைப் பார்த்துக் கேட்கிற மாதிரி "யாரடா நீ குரங்கே?" பாட்டைப் பாடினாங்களாம்!

அந்தப் பாட்டின் முதல் வரியைப் பாடிவிட்டு, வாய்விட்டுச் சிரித்தார் ராஜாம்பாள். பிறகு, "ஏய் ருக்மிணி, எழுந்து அந்த "ஸரஸிஜாக்ஷலு" சப்தத்தை ஆடு, கதை பேசிட்டு!" என்றார்.

"நீங்கதானே பேசினீங்க" என்று அவள் சிணுங்கினாள்.

"நான் பேசினா? வாய்ல ஈ புகுந்தது தெரியாம வாயைப் பொளந்துகிட்டுக் கேட்கறீங்க? எல்லாம் இந்தக் கேசி செய்யற வேலை. ஏதாவது கேள்வி கேட்டுப் பேச்சை ஆரம்பிச்சுடுவா" என்று செல்லமாகக் கடிந்துகொண்டார்.

❍

ஒரு சனிக்கிழமை சென்றபோது ராஜாம்பாள் அவசர வேலையாக எங்கோ சென்றிருந்தார். தங்கம்மாள் மட்டும் வீட்டிலிருந்தார். நடனம் பயிலும் அறையில் ருக்மிணியும்

இவளும் அமர்ந்திருந்தனர். வழக்கமான சுக்கு வெள்ள மில்லாமல் தேநீரும் முறுக்கும் கொண்டுவைத்துவிட்டு தங்கம்மாளும் அமர்ந்துகொண்டார் அறையில். அவருக்கும் பொழுது போகவில்லை போலும். ருக்மிணி ராஜாம்பாளின் புத்தக அலமாரியிலிருந்து எதையோ எடுத்துப் பார்த்தபடி தேநீரை அருந்தினாள்.

இவள் பக்கம் திரும்பி தங்கம்மாள், "நீயும் ஆடுவியா?" என்றார்.

"ஆடுவேன். இப்பக் கொஞ்ச நாளா ஆடலை" என்றவள் பிறகு, "தங்கம்மாக்கா, நீங்க ஏன் ஆடவோ பாடவோ கத்துக்கலை?" என்றாள்.

"தங்கம்மாள் சிரித்தார்.

"தேவதாசிகள்னா எல்லாரும் சின்னமேளம் கத்துட்டாங்க இல்ல, பாடக் கத்துட்டாங்கன்னு இல்லை. சிலபேர் சும்மா பூஜைமுறையை மட்டும் செய்வாங்க. எல்லாருக்கும் எல்லாம் வராது, இல்லையா? அவங்கள ஆதரிக்க ஆம்பிளைகளும் இல்லாமல் போகலாம். அப்ப யார் வீட்டுலயாவது வேலை செய்யறது உறவுக்காரங்க வீட்டுல இருக்கறது இப்படிப் போயிடும் வாழ்க்கை. என்னோட ரெண்டு அக்கா கத்துட்டாங்க. சின்னமேளம் இல்லை. கத்தி டான்ஸ், பாம்பாட்டம் அப்புறம் பின்னால குனிஞ்சு கண் இமையால ஊசி எடுக்கறது இப்படி. அப்புறம் ஒரு அக்கா பின்புறம் சாய்ஞ்சு தரையைத் தொட்டு இருக்கும்போது இன்னொரு அக்கா அவ வயத்துல வாழக்காய், புடலங்காய் வெச்சு வெட்டுவா."

"ஏதோ சர்க்கஸ் மாதிரி இருக்கே?"

"அப்படித்தான் இருக்கும். அப்பல்லாம் முறையா சின்னமேளம் கத்துக்கொடுக்குற இடத்தைக்கூட சிலம்பக் கூடம்னுதான் சொல்லுவாங்க. எங்க பெரியம்மா பொண்ணு டான்ஸ் கத்துட்டா. கோவில் ராட்டின விழாவுல எல்லாம் ஆடுவா."

"ராட்டின விழாவா? அப்படீன்னா?"

"நீ நினைக்கிற கைராட்டினம் இல்ல இது. மரப் பலகை மாதிரி இருக்கும். பலகை ரெண்டு பக்கத்துலயும் பிரியும். நடுவுல நின்னுட்டு ரெண்டு பக்க பலகையையும் இடுப்பைச் சுத்தி இறுக்கிட்டு கீழே நிலைப்படி மாதிரி இருக்கற இடத்துல கால் ரெண்டையும் வெச்சுப்பாங்க. அந்தப் பலகையை ஒரு கம்புல வெச்சுருப்பாங்க. அந்தக் கம்பை கீழே இருக்கற கம்புல

குத்திவெச்சுட்டு மேலே அந்தரத்துல கம்பை ஏத்திட்டே போவாங்க. மத்தளக்காரங்க எல்லாம் கீழேயே இருப்பாங்க. அந்தக் கம்புல அவங்க சுழல்வாங்க. அந்தப் படி மேலயே தீர்மானங்கள் எல்லாம் செய்வாங்க. கிட்டத்தட்ட கழைக்கூத்து மாதிரிதான். ஆனால் நிஜமாவே கழைக்கூத்து பண்ணறவங்க வேற. அவங்களக் கூத்தாடின்னு சொல்லுவாங்க. அப்புறம் கம்மாள சாதியிலயும் ஆடறவங்க உண்டு. அவங்களக் கம்மாளத் தேவிடியாம்பாங்க.”

“வேற என்னெல்லாம் டான்ஸ் நீங்க பார்த்திருக்கீங்க?”

“நிறைய டான்ஸ் உண்டு. அது எல்லாம் நட்டுவனார் கத்துத் தரது இல்லை. வேற சிலபேர் பொம்பளைகள், பிராமணப் பொம்பளைகள்கூட கத்துத் தருவாங்க. கோலாட்டம், கும்மி அப்புறம் குடை டான்ஸ், டேப்பு டான்ஸ், கயறு டான்ஸ், கிலுகிலுப்பை டான்ஸ் இப்படி. நான் நாலஞ்சு கிளாஸ் படிச்சேன். ஒரு டீச்சர் முத்துமாரியம்மன் டான்ஸ் கத்துகுடுத்காங்க.

முத்து முத்து சிலம்புக்காரி
மூவெழுத்து முதல்காரி
தத்துவத்தை அறிந்த மாரி
தெய்வங்களா வந்திடுங்க

கொட்டறேன் கொட்டறேன் இன்னீங்களே
இப்போ கொட்டாம போனீங்களே
(என்ன ? பால்)

வெக்கறேன் வெக்கறேன் இன்னீங்களே
இப்போ வெக்காம போனீங்களே
(என்ன ? பொட்டு)

ஏத்தறேன் ஏத்தறேன் இன்னீங்களே
இப்போ ஏத்தாம போனீங்களே
(என்ன ? விளக்கு)

“இப்படிப் பாட்டு. எப்படி எப்படியோ ஆடுவாங்க சில பேரு. யார் வீட்டுலயாவது ஆடறபோது கம்மலு கழண்டு விழுந்திட்டதுன்னு அங்க இருக்கற ஆம்பிளைகள் மடியில எல்லாம் தேடுவாங்க. மேடையில ஆடறப்போ மெல்லிசா பாவாடை கட்டிட்டு உள்ளே ஸாட்டீன் பைஜாமா போட்டிருப்பாங்க. அவங்க உடைக்குள்ள போன வண்டைத் தேடறதுதான் முழு டான்ஸ். அதைப் பார்க்க பெரிய கும்பல் வரும். புளிப்புத் தொரை முன்னால எங்கக்காவே இங்க்லீஷ் ஜாவளி ஆடியிருக்கா.

“நிறையபேரு எப்படி எப்படியோ போயிட்டாங்க. பைத்தியமாவே போயிட்டா என்னோட ஒரு அக்கா...”

இரண்டு மணிக்கு ராஜாம்பாள் வந்தார் அவசரமாக, “கொஞ்சம் வேலையா போயிருந்தேன்” என்றபடி.

“தங்கம்மா அக்கா கிட்ட பேசிட்டிருந்தேன்.”

“அவளுக்கும் நிறைய விஷயம் தெரியும்.”

“ஆமாம், தெரியும். போங்கக்கா” என்றபடி எழுந்தார் தங்கம்மாள்.

அவளிடம், “தங்கம்மா, நம்ம மங்களத்தோட அம்மா போயிட்டாங்க. அதுக்குத்தான் போயிட்டு வரேன். நான் ஒரு குளி குளிச்சிட்டு வந்திடறேன். பிள்ளைங்களுக்கு ஏதாவது குடுத்தியா?”

“முறுக்கும் டீயும் குடுத்தேன்.”

“கொஞ்சம் காய்கறி எல்லாம் போட்டு உப்புமாவா பண்ணிடேன் சாப்பாட்டுக்குப் பதிலா. எல்லாருமா சாப்பிடலாம்.” என்றுவிட்டு “வரேன் இப்ப” என்று இவர்களிடம் சொல்லிவிட்டு மேலே போனார்.

அவர் குளித்துத் தயாராகி வந்ததும் தங்கம்மாள் செய்திருந்த உப்புமாவை சுட சுட எல்லோரும் சாப்பிட்டனர்.

தட்டுகளை எல்லாம் கழுவி வைத்தபின் ராஜாம்பாள் இவர்களிடம் , “அங்க போயிட்டு வந்ததுல மனசே சரியில்ல. மங்களத்தோட அம்மா சுவர்ணாம்பாள் அப்படி ஆடுவாங்க. காலுல சதங்கை கட்டினா அவங்களுக்கு உலகமே மறந்துடும்” என்றார். ருமிணியிடம், “ருக்கு, அப்புறமா பாடம் கத்துத் தரேன். ஏதாவது பாடேன்” என்றார். ருக்மிணிக்கு வளமான குரல். பிருகாக்கள் அலை புரள்வதுபோல் புரண்டு ஓடும். அவள் பாடும்போது அவள் குரலின் அதிர்வு அறையெங்கும் பரவும். இவள் குரலும் நல்ல குரல்தான். ஆனால் ருக்மிணியின் குரலில் இருந்த செறிவு இவள் குரலில் இல்லை. ராஜாம்பாள் ருக்மிணியைப் பாடச் சொல்வது எப்போதும் ஏதாவது மன அழுத்தத்தை லேசாக்குவதற்காக இருக்கும்.

அறையிலிருந்த சுருதிப் பெட்டியை எடுத்து வந்தாள் ருக்மிணி. கேசி சுருதி போட, மெல்ல வாய்க்குள் சுருதி கூட்டியபின்,

அதுவோ இதுவோ என்று அலைந்திடும் பேயனை
கதி தருவேன் என்று கைகாட்டி அழைத்திடும்

என்று கோபாலகிருஷ்ண பாரதியின் பாடலை அனுபல்லவி யில் ஆரம்பித்து, ”இதுதானோ தில்லை ஸ்தலம்” என்று பல்லவிக்கு வந்தாள். மனத்தை நிறைக்கும் பெஹாக்.

"அம்மா..." என்று அரற்றினார் ராஜாம்பாள்.

பாடி முடித்ததும், "என்ன கேசி, ஒரு தாசர் பதம் பாடறியா? உங்கம்மாவுக்கு அதுல நல்ல தேர்ச்சி உண்டே?" என்றார்.

சிறிது யோசித்துவிட்டு, "இக்கலாரே கை எஞ்சலு" பாட்டைப் பாட ஆரம்பித்தாள். ருக்மிணிக்கும் விளையாட்டாகக் கற்றுக்கொடுத்திருந்தாள். ருக்மிணியும் அவளுடன் சேர்ந்து பாட ஆரம்பித்தாள் உற்சாகமாக.

பாடல் அன்றாட வாழ்க்கை பற்றியது. உஞ்சவிருத்திக்குத் தாசர் போகும்போது ஒவ்வொரு பெண்ணும் ஒவ்வொரு சாக்கு சொல்கிறாள். கை எச்சலாக இருக்கிறது பிட்சை தர முடியாது, சின்னக் குழந்தைகள் அழுகிறார்கள் போய்விடு தாசய்யா, வீட்டைச் சாணி போட்டு மெழுகிக்கொண்டிருக்கிறேன், மண் சட்டிகளைக் கழுவிக்கொண்டிருக்கிறேன், வீட்டில் யாரும் இல்லை, போய்வா தாசய்யா, பிள்ளைகள் அழுகிறார்கள், இதில் உன் தொல்லை வேறு, ஒரு கணம்கூட நில்லாமல் போய்விடு ஐயா தாசய்யா போய்விடு, பரண் மேலிருந்து அரிசி எடுக்க வேண்டும், வயிற்றை வேறு வலிக்கிறது, போய்வா தாசய்யா, வீட்டுக்கு விலக்காக இருக்கிறேன், வீட்டில் யாரும் இல்லை, அடம் பிடிக்காமல் போய்விடு தாசய்யா, இருந்த காசில் ஏதோ தானியம் வாங்கி வந்திருக்கிறேன், அது குழந்தையுடைய பசிக்கே காணாது, நீ பிட்சை கேட்பவன், நான் கெட்டவளாகவே இருந்துவிட்டுப் போகிறேன் போய்வா தாசய்யா என்று சாக்குகள் சொல்வார்கள் பெண்கள் பிட்சை போடாதிருக்க. பாலமுரளி கிருஷ்ணா பலமுறை பாடும் பாட்டு. எளிய கன்னடத்தில் அமைந்தது.

பாடி முடித்ததும், "சர்க்கரைப் பந்தல்ல தேன் மாரி பொழிஞ்சாப்பல இருக்கு ரெண்டுபேரும் சேர்ந்து பாடினால். சேர்ந்து எப்போ ஆடப் போறீங்க?" என்றார்.

பிறகு, "கேசி, நம்மைச் சுத்தி இருக்கற வாழ்க்கையைக் கலையாக்கணும்னு சொல்வியே, இது அப்படித்தானே?" என்றார்.

"ஆமாம்."

"ருக்கு, நான் வந்தப்போ ஏதோ புஸ்தகம் படிச்சிட்டிருந்தியே சுவாரஸ்யமா, என்ன புஸ்தகம் அது?" என்று கேட்டார்.

"நூதன விசித்திர ஜாவளிகள்"னு ஒரு புஸ்தகம். அதுல சில ஜாவளிகள் ரொம்ப சுவாரஸ்யமா இருந்துது."

"ஆமாம். சில தெலுங்கு ஜாவளிகளை இங்க்லீஷ்ல பண்ணினது அதுல இருக்கும்."

ருக்மிணி ஓடிப்போய் அந்தப் புத்தகத்தை அவள் வைத்த இடத்திலிருந்து எடுத்துக்கொண்டு வந்தாள். ஒரு ஜாவளியைக் காண்பித்துப் படித்தாள்:

ஹான்ட்ஸம் லேடி
எம்ப்ரேஸ் மை பாடி, நவ் ஐ ஆம் ரெடி
ஃபாளரல் ஆரோஸ் பின்ச் மி ரேபிட்லி
மூன் எஸ் எனிமி பர்ன்ஸ் மி ஸ்டுபிட்லி

படிக்கும்போதே சிரிப்புத் தாளவில்லை அவளுக்கும் கேசிக்கும். ராஜாம்பாளும் சிரித்தார். "ஓ மை லவ்லி லலனா"ன்னு தெலுங்கும் இங்க்லீஷும் கலந்த ஒரு ஜாவளி கூட உண்டு."

"தங்கம்மாக்கா புளிப்புத் தொரை முன்னால அவங்க அக்கா ஆடியிருக்காங்கன்னு சொன்னாங்க. யாரு புளிப்புத் தொரை?"

"ஃபிலிப் துரைன்னு ஒருத்தரு அதைச் சொல்றா."

"இப்பிடி எல்லாம் ஆட வேண்டி இருந்ததுன்னா தேவதாசித் தடைச் சட்டம் வந்தது நல்லதுதானே அம்மா?"

"கட்டாயம் நல்லதுதான். அம்மாக்காரி வற்புறுத்தி பொட்டுக் கட்டிக்கிட்ட பொண்ணுங்க ரொம்பக் கஷ்டப் பட்டிருக்காங்க. நல்ல முறையா கத்துட்டு ஆடினவங்களுக்கு ஆதரவும் இருந்தபோது, அவங்களால மேடையில் ஆட முடிஞ்சுது. எனக்கு ஆதரவா செட்டியார் இருந்தாரு. இந்த வீட்டை எனக்காகக் கட்டினது அவர்தான். மத்தவங்க காலுல யிருந்து கழட்டின சலங்கை கழட்டினதுதான். கல்யாணம்னு கட்டிட்ட சிலபேரு அதுக்கப்புறம் ஆடலை. ஏன், மீனாட்சி சுந்தரம் பிள்ளை தாத்தா பொண்ணு ஜெயலக்ஷ்மி ராஜாவைக் கட்டினா. எப்படிப்பட்ட ஆட்டக்காரி அவ! பந்தநல்லூர் பாணின்னா அவதான். ராணி ஆடக்கூடாதுன்னுட்டாங்க. யாரு போனாலும் சலங்கையைக் காட்டி அழும். இப்படித்தான் அவங்க இருந்தாங்கன்னு ஒரே ஒரு கதையைச் சொல்ல முடியாது. பலதரப்பட்டவங்க பல மாதிரி இருந்தாங்க. அவங்கள நித்யசுமங்கலின்னு தூக்கியும் வைக்கவேண்டாம் வேசின்னு கீழேயும் தள்ள வேண்டாம். வீட்டுக்கு வர தன் போஷகரை ஒரு கட்டத்துல, "இனிமே வராதய்யா"னு சொன்னவங்களும் உண்டு. நான் செட்டியார் கிட்ட இருந்த மாதிரி ஒரே ஒருத்தரோட இருந்தவங்களும் உண்டு. அவங்களும் சாதி பார்த்தாங்க.

அம்பை

தங்களைவிட உசந்த சாதியிலதான் உறவு வெச்சிட்டாங்க. பொருளாதர ரீதியா நல்ல பாதுகாப்புத் தரக்கூடியவங்களத் தான் தேர்ந்தெடுத்தாங்க. அந்த பதம் உண்டே, "கையில் காசில்லாதவன் கடவுள் ஆனாலும் கதவைச் சாத்தடி."

சற்று நிறுத்தினார் ராஜாம்பாள். அவருக்குத் தெரியும் முடிவில் இது சிருங்காரம் தெய்விகக் காதலா, பெண்ணின் இச்சையின் வெளிப்பாடா என்ற கேள்வியில் வந்து முடியும் என்று. அவரைப் பொறுத்தவரை சிவன் என்பது உலகம். அவனைக் காதலிப்பது உலகத்தோடு உறவு பூணுவதுபோல. அதை உலக ரீதியில் உடல் சார்ந்த காதலாகச் சொல்லி அபிநயம் செய்யும்போதுகூட நடனம் ஆடுபவள் ஒரு கதைசொல்லிதான். அவள் நாடகபாத்திரம் இல்லை. அவள் குறிப்பால் உணர்த்தினால் போதும். பதங்களிலோ ஜாவளிகளிலோ இருப்பவளாகவே மாறி மிகையான பாவம் செய்ய வேண்டிய அவசியம் இல்லை. நல்ல நடனமணிக்கும் மோசமான நடனமணிக்கும் இடையே உள்ள வித்தியாசம் அவ்வளவுதான். தேவதாசிகள் ஆடியதுபோல் ஆடுகிறேன் என்று பல்லால் உதட்டைக் கடிப்பதும் மிகையாகக் கண்ணைச் சுழற்றுவதும் இல்லை சிருங்காரம். அது ஒரு மனநிலை. ஆடும் நபரைப் பொறுத்து மனத்தை உலுக்கி மேலேயும் கூட்டிச் செல்லும் இல்லை, தரையிலும் தேய்க்கும் எழ முடியாமல். ரசம் என்பதை நடனமணி மட்டுமே தீர்மானிக்க முடியாது. அது பார்ப்பவரையும் பொறுத்திருக்கிறது. "கிருஷ்ணா நீ பேகனே பாரோ" என்று ஆடினால் பார்ப்பவர் தன்னைக் கூப்பிடுவதாக நினைக்கலாம். எதற்கும் ஒற்றை அர்த்தம் கிடையாது.

"அம்மா, வேற எங்கயோ போயிட்டீங்க" என்று கேசி அவரை அவர் சிந்தனையிலிருந்து வெளியே கொண்டுவந்தாள்.

முன்தலையைக் கையால் கோதிக்கொண்டு மீண்டும் தலையை முடிந்துகொண்டு, "அது, இன்னிக்கு மங்களம் வீட்டுல யாரோ ஒரு ஆராய்ச்சியாளராம். மங்களத்துகிட்ட கத்துக்கறா போல. அவ பாட்டுக்குக் கேள்வியா கேட்டுட்டே போறா, போட்டோ பிடிக்கறா, பேசறதை ரெகார்டு பண்ணறா. சுவர்ணாம்பாள் அக்காவைக் கிடத்தியிருக்காங்க தரையில. இவ என்கிட்ட வந்து சுவர்ணாம்பாள் அக்கா உறவு வெச்சுட்ட மனுஷர் பிராமணரா இல்லை வேற சாதியான்னு கேட்கறா. தேவதாசிகள் பத்தி ஆராய்ச்சி செய்யறேன்னா எங்க வாழ்க்கையையே உனக்கு ஒப்புக்கொடுத்துட்டோமா என்ன? எப்பப் பார்த்தாலும் ஆராய்ச்சிக்கான பொருளாவே எங்களைப் பார்த்தா எப்படி? என்னம்மா ஆராய்சி

இது? அதுல சதிருக்கு உயிர் கொடுக்கணுமாம். அதோட தூய்மை கெட்டுடுச்சாம். பரதநாட்டியம்னு பேர் தந்தது பிராமணங்களாம். பரதநாட்டியம்னு பேரு எப்பவோ வந்தாச்சு. புரந்தர தாசரே ஒரு பாட்டுல ரம்பை ஊர்வசி பரதநாட்டியம் ஆடினாங்கன்னு பாடியிருக்காரு. அப்புறம் அது என்ன பழசத் திருப்பிக் கொண்டுவரது? பழசு புதுசாயிட்டே இருக்கும், புதுசு பழசாயிட்டே இருக்கும் மாத்தி மாத்தி. அது ஒரு சுழற்சி மாதிரி. 'புராதனத்தையும் தெரிஞ்சுக்க, நூதனத்தையும் தெரிஞ்சுக்க; மக்கள் பேசறதையும் தெரிஞ்சுக்க, சாஸ்திரத்தையும் தெரிஞ்சுக்க; முற்போக்கா இரு'ன்னு ரிக் வேதத்துல சொல்லி யிருக்கு. அஞ்சாவது மண்டலத்துலன்னு நினைக்கிறேன். 'யத் பூர்வ்யம் மருதோ'ன்னு வரும். எங்க தாத்தா சொல்வாரு. சமஸ்கிருத பண்டிதரு அவரு. எனக்கு சமஸ்கிருதம் கத்துத் தந்தது அவர்தான். பொண்ணுங்க 'ஓம்'னு சொல்லக்கூடது 'உம்'முனுதான் சொல்லணும்னு சிலபேர் அட்டூழியம் பண்ணின காலத்துல 'நீ சொல்லும்மா, 'ஓம்'னு உரக்கச் சொல்லு'ம்பாரு.

"அந்தப் பொண்ணு சொல்லுது, மங்களத்தோடயும் என்னோடயும் சிதம்பரம் போகணுமாம். நான் சோல்லிட்டேன். என் உடம்பே எனக்குச் சிதம்பரம். சிதம்பரம் கோவிலும் நம்ப உடம்பு மாதிரியே ஒம்பது வாசலும் ஐம்புலனும், நாடி நரம்பும் ரத்த நாளமும் மூச்சும் இருக்கறதைப்போல அமைச்ச கோவில்தான். நான் எங்கயும் போக வேண்டாம். அவர் கால் கீழே போட்டு மிதிக்கிற ராட்சசன் பேரு என்ன? அபஸ்மாரம். அபஸ்மாரம்னா என்ன? அறியாமை. அதாவது பிரக்ஞை இல்லாமல் இருக்கறது. வலிப்பு வியாதிக்கும் அபஸ்மாரம்னு பேர். வலிப்பு வந்தா என்ன ஆகும்? பிரக்ஞை இல்லாமல் போயிடும். பிரக்ஞை தெளிவா இருக்கணும்னுதான், அது உலகத்தோட ஒன்றி இருக்கணும்னுதான், அது மேல ஆடறார்.

"சிதம்பரத்துக்குப் போகணுமாம். என்னச் சுத்தி இருக்காரு சிவன் எல்லாத்துலயும். அப்பர் சிவனையும் பார்வதியையும் தரிசனம் பண்ணனும்னு பிடிவாதமா கைலாசத்துக்கு நடக்கறார். கிழவர். விழுந்து எழுந்து தள்ளாடிட்டே நடக்கறார். எதிர்க்க ஜோடி ஜோடியா யானை, கோழி, குயில், அன்னம், மயில், அன்றில் பறவை, பன்னி, மான், நாரை, பச்சைக்கிளி, மாடு எல்லாம் வருது. அது எல்லாமே சிவன் பார்வதிதான்னு அவருக்குத் தெரியுது. எல்லாம் திருவையாறுல. அங்கயே அவருக்குக் கைலாசமாயிடுது. . . சுற்றுச் சூழலுக்கு என்னவோ சொல்வாங்களே, அது என்ன?"

"என்வைரன்மென்ட்."

“ஆமாம். என்வைரன்மென்ட்தான் சிவன், சாமி, கடவுள்.”

“அம்மா, பேசாம நீங்களே ஒரு தீஸிஸ் எழுதி ஒரு பி.எச்.டி வாங்கிடுங்க” என்றாள் ருக்மிணி.

“ஆமாம். பி.எச்.டி. ஒன்னுதான் குறைச்சல் எனக்கு. வா, நீ வந்து ஆடு. என்ன ஆடறே?” என்றார்.

“அம்மா, நீங்க சொன்னீங்க இல்லையா, எதையும் ஆடலாம்னு. கேசியும் நானும் அக்கமகாதேவியோட வசனத்துக்கு ஒரு சின்ன உருப்படி பண்ணியிருக்கோம். உங்ககிட்ட கேட்காம பண்ணியிருக்கோம். அதை ஆடிக் காட்டலாமா? கேசி பாடுவா” என்றாள் ருக்மிணி சிறிது தயக்கத்துடன்.

“அம்மாடி! இதெல்லாம் வேறயா? சரி ஆடு. தங்கம்மா, இங்க வா. அவங்களே ஏதோ உருப்படி பண்ணியிருக்காங்களாம்.”

தங்கம்மாள் வந்து அமர்ந்தார்.

“ஹஸிவாதோதே பிக்ஷான்னகளுண்டு” என்று சிந்துபைரவியில் பாட ஆரம்பித்தாள் கேசி.

முதல் வரியை முதல் முறை கேசி பாடும்போது அசையாமல் நின்ற ருக்மிணி, அவள் இரண்டாம் முறை அந்த வரியைப் பாடியதும் மெல்ல அசைந்து ஆட ஆரம்பித்தாள்.

ஹஸிவாதோதே பிக்ஷான்னகளுண்டு

த்ரஷேயாதோதே கெரே ஹள்ள பாவிகளுண்டு

ஷ்யனக்கே ஹாளு தேகுலகளுண்டு

சென்ன மல்லிகார்ஜுன தேவா

ஆத்ம ஸ்ங்காதக்கே நீனேநகுண்டு

ருக்மிணி ஆடி முடித்ததும் கைதட்டினார்கள் ராஜாம்பாளும் தங்கம்மாளும்.

“பிரமாதம். அதுவும் “நீனேநகுண்டு” சொல்லும்போது எதிரில் இருப்பதுபோல் காட்டாமல் எதிரே கையைக் காட்டிட்டு மேலேயும் கீழேயும் பார்த்துட்டு, ரெண்டு பக்கமும் தலையைத் திருப்பிப் பார்த்தியே, அது யாரோட யோசனை?” என்று கேட்டார் ராஜாம்பாள்.

“கேசியோட ஐடியா” என்றாள் ருக்மிணி.

"இங்க வாங்க" என்று கூப்பிட்டு, இருவரையும் அணைத்துக்கொண்டாள். ருக்மிணியின் முகத்தில் இருந்த வியர்வையைப் புடவைத் தலைப்பால் துடைத்தார்.

"எனக்கு நல்லா புரிஞ்சுது. தங்கம்மாளுக்குக் கொஞ்சம் அர்த்தம் சொல்லு" என்றார்.

பசித்தால் பிட்சை அன்னமுண்டு
தாகமெடுத்தால் ஏரி ஓடை கிணறுண்டு
சயனிக்கச் சிதைந்த கோவில்களுண்டு
சென்ன மல்லிகார்ஜுன தேவா
ஆத்ம உறவாடலுக்கு நீ மட்டுமே எனக்குண்டு

என்று கேசி மொழிபெயர்த்ததும் தங்கம்மாள், "ஆஹா" என்றார்.

பிறகு தன் மென்குரலில் கூறினார். "நைடத"த்துல ஒரு இடத்துல தமயந்தியோட அழகை அந்த ஓவியக் கித்தான்ல அடைக்க முடியலைன்னு நளன் வருத்தப்படறான்னு வரும். அவளோட திரண்ட முலையை வரையக் கித்தான்ல அகலம் பத்தலை, சின்ன இடைய வரையத் தூரிகை கூர்மையா இல்லைன்னு வரும். ஆனால் நாலஞ்சு வரியில அக்கமகாதேவி எவ்வளவு பெரிய விஷயத்தைச் சொல்லியுடறாங்க" என்றார்.

"ஆமாம். சிவன் கூட எப்படி வேணுமானாலும் பேசலாம். கிண்டல் பண்ணலாம். கேலி பண்ணலாம். தங்கம்மா, நம்ம பொன்னையா பிள்ளை பாட்டு ஒன்னு உண்டே? ஞாபகம் இருக்கா? என்.சி. வசந்தகோகிலம் பாடினது."

"தந்தை தாய் இருந்தால்..." என்றார் தங்கம்மாள்.

மெல்லப் பாடினார் ராஜாம்பாள்.

தந்தை தாய் இருந்தால் உலகத்தில்
உமக்கிந்த தாழ்வெல்லாம் வருமோ ஐயா (பெற்ற)

சாக்கிய முனிவரிடம் கல்லடி பட்டது, கண்ணப்பநாயனார் காலால் உதைபட்டது, அர்ச்சுனனிடம் வில்லடி பட்டது, பரசுராமனின் கோடாலியால் அடி வாங்கியது, சுந்தர மூர்த்தி நாயனாரிடம் "பித்தா பேயா" என்று திட்டு வாங்கியது, மதுரையில் அரசனிடம் பிரம்படி பட்டது எல்லாவற்றையும் கூறி, தந்தை தாய் இல்லாத அனாதையான சிவன் யாரை நினைத்திருப்பார் என்று கதைகளைக் கூறியது பாடல்.

ராஜாம்பாள் தன் இனிமையான குரலில் சிவனுடன் உரையாடுவதுபோல் பாடினார்.

அவர் பாடியபின் ருக்மிணி கடிகாரத்தைப் பார்த்தபோது நேரம் ஐந்து மணி. ஏழு மணிக்குள் கிண்டியில் விடுதியில் இருக்க வேண்டும்.

கிளம்பவே மனம் வரவில்லை. இருந்தாலும், ”கேசி, டைம் ஆயிடுச்சி” என்றாள்.

“ராஜாம்பாள், “இன்னிக்கு இங்கயே இருங்களேன்” என்றார்.

“வார்டன் கிட்ட சொல்லிட்டு வரலை” என்றாள் கேசி.

“வாரக் கடைசிதானே? லோகல் கார்டியன் வீட்டுக்குப் போகலாமில்ல?”

“அப்பவும் சொல்லணும்.”

“சரி, நம்பர் சொல்லு. ஃபோன்ல பேசறேன் அவங்க கிட்ட. அவங்க பேர் என்ன?”

“மிஸஸ். தாமஸ்” என்று கூறிவிட்டு தோலைபேசி எண்ணைத் தந்தாள்.

அறையின் மூலையில் முக்காலியில் இருந்த தொலைபேசி அருகே போய் எண்ணைச் சுழற்றினார். பொது அறை எண் என்பதால் வேறு யாரோ எடுத்து அந்த நபரிடம் மிஸஸ். தாமஸைக் கூப்பிடச் சொல்லி, தான் ருக்மிணியின் லோகல் கார்டியன் என்று விளக்கி, கேசியும் அவருடன் இரவு தங்க அனுமதி கேட்டார். சிறிது பேசியபின் “தாங்க்ஸ்” என்று கூறிவிட்டு ஒலிவாங்கியை வைத்தார்.

“அனுமதி தந்துட்டாங்க” என்றார்.

“ஹை” என்று குதித்தனர் இருவரும்.

“பீச்சுக்குப் போய் சுண்டல் சாப்பிடலாம்” என்றார் தங்கம்மாள்.

“முத்துசாமியைக் கூட்டிட்டு வா” என்றார் ராஜாம்பாள்.

தங்கம்மா பக்கத்திலிருந்த ஓட்டுநரை கூட்டிவரச் சென்றார். ராஜாம்பாளிடம் அம்பாஸிடர் வண்டி இருந்தது.

முத்துசாமி வந்ததும் மெரினா கடற்கரைக்குச் சென்றார்கள் வண்டியில். அவர்கள் போகவும் சூரியன் மெல்லக் கடலில் முங்கவும் சரியாக இருந்தது.

சுண்டலைச் சாப்பிட்டபடி அவரவர் மௌனங்களில் மூழ்கியபடி இருக்க அந்த மாலை கழிந்தது.

❍

கேசியின் மனத்தில் பல எண்ணங்கள் சுழற்சியாக ஓடியபடி இருந்தன.

எத்தனை கதைகள் அன்றைய நாளில்! பாட்டாகவும் பேச்சாகவும். எத்தனை வாழ்க்கைகள்! எத்தனை அர்த்தங்கள்! எத்தனை வெளிகள்! குருப்பிரசாதமாகக் கிடைத்த லீலா சுகரின் கிருஷ்ண கர்ணாமிருத சுலோகம் நினைவுக்கு வந்தது. மல்லர்களுக்கு அவன் மலைபோல் பிரம்மாண்டமாகத் தெரிந்தான். மற்றவர்களுக்கோ அவன் சின்னக் குழந்தையாகத் தெரிந்தான். கோபர்களுக்கு அவர்களில் ஒருவனாக இருந்தான். பெண்களுக்கு அவன் மன்மதன். இந்திராதி தேவர்களுக்கு அவன் பிரபஞ்சம். கண்ணில் பீதியுடன் நடுங்கும் கம்சனுக்கு அவன் காலன். யோகிகளுக்கு அவன் அவர்கள் தியானத்துக்கான இலக்கு.

அவளும் ஒருத்தி இல்லை. மாறிக்கொண்டே இருப்பவள். பலருக்குப் பல விதமாய் பல நேரங்களில். 'ஆங்கிகம் புவனம்' சுலோகம் அவளுக்கும்தான். சிவனைப்போல் இந்த உலகமே அவள் உடல். அதன் எல்லா மொழிகளும் அவள் மொழி. நிலவும் நட்சத்திரங்களும் அவள் நகைகள். உலகமே சிவனுக்குள். அவளுக்குள்ளும்.

அவள் பல கதைகளை ஆடுவாள். பல பாடல்களுக்குப் பல விதமாய். ஆடும் மேடை என்பது பெரிய அரங்காக இருந்தாலும், ஏதோ கிராமத்தில் எழுப்பிய சின்னத் திண்ணையாக இருந்தாலும், வயல் வெளியாகவோ தெருவாகவோ இருந்தாலும் அது அடங்கிக் கிடக்கும் தூங்கும் பாம்பு. அது உயிர் பெறுவது உடல்கள் அதன்மேல் நிற்கும்போதுதான். அவை சொற்களாலும் அசைவுகளாலும் அந்த வெளியை உயிர்ப்பிக்கின்றன. யார் மேடையில் ஆடுகிறாரோ அந்த நபரைப் பொறுத்து அது மகிழ்ச்சி ஊட்டுவதாகவும் சிந்தனையைத் தூண்டுவதாகவும் மனத்தைக் கொள்ளை கொள்வதாகவும் மிகை நாடகமாகவும், விரசமாகவும் விகாரமாகவும் மாறுகிறது. பெண்கள் மேடையில் ஏறும்போது அவர்கள் சொற்களும் அவற்றின் பொருளும் எழுதப்பட்ட உடல்களோடு ஏறுகிறார்கள். அந்தச் சொற்களோடு அவர்கள் ஆடலாம், அல்லது, அந்தச் சொற்களைத் தங்களுக்கேற்ப வனையலாம். அவற்றை வீசி எறிந்து புதுச் சொற்களை உருவாக்கலாம். புதிய உடல்களையும். உடல் என்பது எதிர்கொள்ளவேண்டியது. நம்மைச் செலுத்துவது அன்று. எப்போதும் அவள் மனத்தில் வரும் உருவகம்போல் அது உடைப்பெடுத்து ஓடும் ஆறு.

ஆடும் வெளி எப்படிப்பட்டதாக இருந்தாலும் அதில் பெண்கள் நுழைந்து அதன் இலக்கணத்துக்குப் பணிந்து போகலாம் சில சமயம். சில சமயம் அதை மீறலாம். முடிந்த போது அதன் தன்மையை நுண்ணிய சொற்களாலும் உடல் அசைவுகளாலும் மாற்றலாம். அல்லது பெண் உடலுக்குப் பல கதைகள் உண்டு என்பதைக் கூற விசுவரூபம் எடுத்து பெண்களின் உடல்களின் தன்மையை அறியாது சோம்பிக் கிடப்பவர்களைத் தட்டி எழுப்பலாம். உடலை விஸ்தரிக்கலாம். குறுக்கலாம். ஆடுபவள்தான் அதைத் தீர்மானிக்க வேண்டும்.

முடிவில் இருப்பது பல கோடி விதங்களில் மாறக்கூடிய உடல்தான். அந்த உடல் யாருமில்லா ஆடல் வெளியில் ஏறி அதற்குப் புது அர்த்தங்களைத் தரலாம். ஆடும் உடலும் ஆடும் வெளியும் ஒன்றறக் கலந்தும் பொருதியும் விழுந்து எழுவதும் தான் வாழ்க்கையின் நாடகம்.

ஆமாம். நளனின் குறுகிய கித்தானில் அடைபட முடியாத தமயந்தியின் அழகைப்போல எல்லாக் கதைகளும் அவள் வாழ்க்கைக் கித்தானில் இடம் பெறாமல் போகலாம். ஆனால் அந்த இல்லாமை அவை இருக்கின்றன என்பதைச் சூசகமாகச் சொல்லும். முடிவற்ற கதைகளுக்கு வழிகாட்டும். எதுவும் முடிவான உண்மை இல்லை என்பதைச் சொல்லும்.

அவள் மேடையில் ஆடவே முடியாமல் போகலாம். ஆனாலும் லயத்துடன் இயங்கும் ஆடலாகத்தான் அவள் வாழ்க்கை இருக்கும். அதன் அடித்தளத்தில் பல்லாயிரம் அர்த்தங்கள் பொதிந்த இசை ஓடியபடி இருக்கும்.

“கிளம்பலாமா?” என்று கேட்டு ராஜாம்பாள் எல்லோருடைய மௌனங்களையும் உடைத்தார்.

வீடு வந்து சேர்ந்து ருக்மிணியும் அவளும் இரவெல்லாம் கதை பேசியபின் மறு நாள் விடிந்ததும் ஞாயிற்றுக்கிழமை. ருக்மிணியின் நடனப் பயிற்சி முடிந்தபின் அக்கம் பக்கத்துப் பகுதிகளிலிருந்த எளிய குடும்பங்களின் சிறுமிகள் எல்லோரும் ராஜாம்பாளிடம் பாட்டும் நடனமும் பயில உற்சாகமாய் வரும் நாள். பாரதியார் பாடல்களையும் இன்னும் பல பாடல்களையும் எளிதான முறையில் கற்றுத் தருவார். ஆட ஆசைப்படும் பெண்களுக்குச் சில பாடல்களுக்கு ஆடவும் கற்றுத் தருவார். ருக்மிணியும் கூட இருந்து கற்றுத் தருவாள்.

“ஆடி வரும் தேனே”ன்னா தேனு எப்படி ஆடிட்டு வருமாம்?” என்று கேட்கும் ஒரு துடுக்குப் பெண்.

"தேன் ஆடாது. தேன் மாதிரி ஒரு பொண்ணு, உன்னை மாதிரின்னு வெச்சுக்கயேன், ஆடிட்டு வரலாம் இல்ல?" என்று அந்தப் பெண்ணுக்கும் பதில் சொல்வார்.

அவர்கள் ஒரு குழுவாக உற்சாகமாக ஆடியது பாரதியின் "திக்குகள் எட்டும் சிதறி" பாடலைத்தான். "பக்க மலைகள் உடைந்து வெள்ளம் பாயுது பாயுது பாயுது" வரி அவர்களுக்கு அவ்வளவு மகிழ்ச்சியைத் தரும்.

அன்றும் அதெல்லாம் நடந்து முடிந்தது. பரீட்சை நெருங்கி வந்துகொண்டிருந்ததால் இனி பரீட்சை முடிந்தபின்தான் வர முடியும்.

குழந்தைகள் போனதும் ராஜாம்பாள் கேசியிடம், "கேசி, நேத்து அவ்வளவு பேசினமே, நீ ஆடுவியா இல்லையா?" என்றார்.

"ஆடுவேம்மா" என்றாள் குரலடைக்க.

"சலங்கை கொண்டு வந்தியா? கொண்டுவரச் சொன்னேனே?"

"இல்லை. அவசரத்துல மறந்துட்டேன்."

அறையிலிருந்த அலமாரியைத் திறந்து, ஒரு பெட்டியிலிருந்து சலங்கையை எடுத்தார். மூலையில் முக்காலியில் விளக்கேற்றி வைத்திருந்த நடராஜர் சிலையின் முன் வைத்து எடுத்து அவளிடம் தந்தார்.

"சின்னப் பதம் ஒன்னு கத்துத் தரேன். சிருங்காரப் பதம்தான்" என்றுவிட்டுச் சிரித்தார்.

"தட்டிக்கும்பிடுவியா?" என்றார்.

"தட்டிக்கும்பிடுவேம்மா. நீங்கதான் சொன்னீங்களே, அது பிரபஞ்சத்துக்குச் செய்யுற வணக்கம்னு" என்றுவிட்டுத் தட்டிக்கும்பிட்டாள். ராஜாம்பாளைக் கீழே விழுந்து நமஸ்காரம் செய்தாள். அவள் காலில் சலங்கையைக் கட்டினார்.

ருக்மிணியையும் அவளுடன் ஆட அழைத்து, "தெருவில் வரானோ என்னைச் சற்றுத் திரும்பிப் பாரானோ?" பதத்துக்கு ஆடி, அபிநயம் செய்யக் கற்றுக்கொடுக்க ஆரம்பித்தார்.

"நேசமாய்ப் புள்ளேனோ, கழல் வைத்த ராஜனை வெல்லேனோ?" வரிக்குக் கேசி கர்வமாய்த் தலையை உயர்த்தி, "உன்னை வெல்கிறேன் பார்" என்று பாவம் காட்டியதும், "சபாஷ்" என்றார்.

அதற்குப்பின் அவரைப் பார்த்தது சென்னையை விட்டுப் போகும்போதுதான்.

"டெல்லி போறயாமே? ருக்மிணி சொன்னா" என்று கேட்டார்.

"ஆமாம்மா."

"அங்கேயும் ஆட்டத்தை விடாம இருப்பே, இல்லையா?"

"ம்."

இருவரையும் அணைத்து, இருவருக்கும் ஒரு ஸெட் தலை சாமான் தந்து, ஆசிர்வாதம் செய்து அனுப்பினார்.

○

டெல்லியிலிருந்து ராஜாம்பாளுடன் கடிதப் போக்குவரத்து விடாமல் இருந்தது. அங்கு ஆடுவது அவ்வளவு எளிதாக இருக்கவில்லை. ஏகப்பட்ட போட்டி. பெரிய மனிதர்களின் பெண்கள் ஆடினார்கள். ஒரு சிலர் மட்டும்தாம் மத்தியதரக் குடும்பப் பெண்கள். குடும்பம் என்ற ஒன்றைச் சார்ந்தோ, அல்லது ஒரு குழுவைச் சார்ந்தோ இல்லாவிட்டால் மேடை ஏற முடியவில்லை. நடனப் பயிற்சியை விடவில்லை.

மேற்படிப்பில் ஏழெட்டு ஆண்டுகள் ஓடிவிடும் என்று அவள் நினைக்கவில்லை. அப்போது சென்னை வர முடியாமலே போய்விடும் என்றும் நினைக்கவில்லை. ருக்மிணி திருமணம் செய்துகொண்டு அமெரிக்கா போய் அங்கே பரதநாட்டியப் பள்ளி நடத்திக்கொண்டிருந்தாள். "அமெரிக்காவுக்கு வா" என்று கூப்பிட்டுக்கொண்டிருந்தாள். பெங்களூரில் பார்வதி ஒரு தொழிலதிபரைத் திருமணம் செய்துகொண்டு மேடையில் ஆடுவதை நிறுத்தியிருந்தாள்.

திடீரென்று தங்கம்மாளிடமிருந்து கடிதம் வந்தது ராஜாம்பாளுக்கு உடல்நலம் சரியில்லை என்று. உடனே ரயில் டிக்கெட் எடுத்துப் புறப்பட்டாள். கோவிந்தப்ப நாயக்கன் வீதியை எட்டும்வரை மனம் பதற்றப்பட்டது.

ராஜாம்பாள் மாடி அறையில் படுத்திருந்தார். உடல் மெலிந்திருந்தது. தங்கம்மாள், "அக்கா, கேசி வந்திருக்கா" என்றார்.

"வாம்மா" என்றுவிட்டு, அவள் அருகில் அமர்ந்ததும் தடவித் தந்தார்.

“ஊருக்குப் போயிட்டிருக்கியா? உங்க அம்மா, அப்பா, கோபால் ராவ் மேகனா அம்மா எல்லாம் சௌக்கியமா?”

“சௌக்கியம்தான். மேகனா ஆன்ட்டிக்குக் கொஞ்சம் உடம்பு முடியலை.”

“வயசாயிடுச்சு இல்ல? என் வயசு இருக்குமே?”

“ஆமாம்.”

அவளுடைய ஸல்வார்-கமீஸைப் பார்த்து, “புடவையே கட்டறது இல்லையா?” என்றார்.

“இந்த டிரஸ் சௌகரியமா இருக்கும்மா” என்றாள்.

“ருக்மிணி போன வருஷம் வந்தா. பான்ட்டும் ஷர்ட்டும் போட்டுட்டு வந்தா. அவ பொண்ணு மூணு வயசு. என்னை ‘ராஜாம்பா பேட்டி’ அப்படீன்னு அமெரிக்காக்காரங்க பேசற உச்சரிப்போட கூப்பிட்டுது. கொள்ளை அழகு. அதுக்குத் ”தீராத விளையாட்டுப் பிள்ளை” கத்துக் குடுத்திருக்கா. “எச்சில்படுத்திக் கடித்துக் கொடுப்பான்” வரிக்கு நெத்தியெல்லாம் சுருக்கிக்கிட்டு ‘அசிங்கம்’னு சொல்ற மாதிரி பாவம் காட்டுது. அவ்வளவு சிரிச்சோம். ருக்மிணி எவ்வளவு சொன்னாலும் அதை மாத்த மாட்டேங்குதாம். என் மூக்குத்தியத் தொட்டுக் காட்டி “ஐ வான்ட் திஸ் பேட்டி”ங்குது. திருகு இல்லாம போட்டுக்கற ஒரு சின்ன மூக்குத்தி வாங்கித் தந்தேன். அவ்வளவு சந்தோஷம்.”

தங்கம்மாளிடம் சாவியைத் தந்து பீரோவிலிருந்து ஒரு புடவை எடுத்துவரும்படி சொன்னார். முன்பே சொல்லி வைத்திருந்தார் போலும். தங்கம்மாள் மயில் கழுத்துப் பச்சையில் மஞ்சள் சரிகைக் கரையுடன் இருந்த வைர ஊசிப் புடவையை எடுத்து வந்தார். ராஜாம்பாள் பதங்கள் ஆடும்போது அணியும் புடவை.

“தலை சாமான் வேற தந்திருக்கீங்க. எதுக்கும்மா இதெல்லாம்?”

“புடவைகள எல்லாம் எல்லாப் பிள்ளைங்களுக்கும் குடுத்திட்டேன் கேசி. ருக்மிணிக்கு நாலஞ்சு குடுத்தேன். வீட்டை வித்துட்டேன். எங்க வீட்டுச் செட்டியார் ஐயா குடும்பக்காரங்களே வாங்கிக்கிட்டாங்க. நான் இருக்கறவரை இங்கே இருக்கலாம். என் காலத்துக்குப் பிறகு அவங்க எடுத்துப்பாங்க. வண்டியை முத்துசாமிக்கே குடுத்திட்டேன்.

அவனும் தூரத்து உறவுதான். டாக்சியா ஓட்டறான். புஸ்தகம் எல்லாம் ருக்மிணி எடுத்திட்டுப் போயிட்டா. நான் போன பிறகு தங்கம்மா சௌகரியமா இருக்க ஒரு முதியோர் இல்லத்துல ஏற்பாடு செய்திட்டேன். பணம் கட்டியாச்சு. அவளுக்கு மாசா மாசம் பணம் வர மாதிரி பாங்க்குல பணம் போட்டிருக்கேன் அவ மேல... கேசி, நான் போன பிறகு தங்கம்மாவோட தொடர்புல இரு. ருக்மிணி கிட்டயும் சொல்லியிருக்கேன். தக்கமாவுக்கு வேற யாரும் கிடையாது...”

“போன பிறகு, போன பிறகுன்னு சொல்லிட்டே இருக்கிறீங்களே” என்று அவர் வாயைக் கையால் மூடினார் தங்கம்மாள்.

“யாருடீ சாஸ்வதம்? சருகு இலை கீழ விழத்தான் செய்யும்.”

கேசியைப் பார்த்து, “கேசி, ஒரே ஒரு சின்ன ஆசை இருக்கு. நப்பாசைன்னு வெச்சுக்கயேன்...”

“சொல்லுங்கம்மா...”

“என் மாணவிகள் எல்லாம் வெளிநாட்டுல எங்கெங்கயோ இருக்காங்க. எனக்கு ஒரு சடங்கும் செய்ய வேண்டாம். ஆனால் என் அஸ்தியை முடிஞ்சா கங்கையில கரைக்க முடியுமா? என் அம்மா, பாட்டி அஸ்தியை நான் அங்கதான் கரைச்சேன்...”

ராஜாம்பாளின் கையை இறுகப் பற்றிக்கொண்டு ‘செய்வேன்’ என்று தலையை ஆட்டினாள் அவள்.

கண் பார்வை சற்று மங்கிவிட்டதாகச் சொன்னார்.

“ஆடறியா இல்லையா?” என்று வழக்கம்போல் விசாரித்தார்.

கட்டிலருகில் அமர்ந்து கோபாலகிருஷ்ண பாரதியின் பாடல்களிலிருந்து காம்போதி ராக “திருவடி சரணம்” பாடலை அவருக்குப் பிடித்தபடி, “எடுத்த ஜனனம் கணக்கெடுக்கத் தொலையாது” என்று முதல் சரணத்தில் ஆரம்பித்து, “மறுபடியும் கருவடையும் குழியில் தள்ளி வருத்தப்படுத்த வேண்டாம் பொன்னம்பலவா” என்று அனுபல்லவியைப் பாடிவிட்டு, “திருவடி சரணம்” என்று பல்லவியைப் பாடினாள். இரண்டாம் சரணத்தின் “அரஹராவென்று சொன்னாலும் போதாதோ” வரிகளைப் பாடியபோது ராஜாம்பாள் கண்களிலிருந்து நீர் பெருகி கன்னங்களில் வழிந்தது.

இவள் பாடி முடித்ததும் தங்கம்மாள் குரலை உயர்த்தாமல்,

மற்றுப் பற்றெனக் கின்றி நின்றிருப்
பாத மேமனம் பாவித்தேன்
பெற்ற லும்பிறந் தேனி னிப்பிற
வாத தன்மைவந் தெய்தினேன்

என்று தேவாரத்தைப் பாட ஆரம்பித்தார். "நற்ற வாவுனை நான்ம றக்கினுஞ் சொல்லும் நாநமச்சி வாயவே" என்று பாடியபோது ராஜாம்பாள் தலைமேல் உயர்த்திக் கைகூப்பினார்.

பையிலிருந்த சலங்கையை எடுத்துக் காலில் கட்டிக் கொண்டு, தட்டிக்கும்பிட்டுவிட்டு, கோபால்ராவ் மேஷ்ட்ரு கற்றுத்தந்த, தீட்சிதர் இயற்றிய, ராஜாம்பாளுக்கு மிகப் பிடித்த கேதார ராக "ஆனந்த நடனப் பிரகாசம் சித் சபேசம்" கிருதியை மெல்லப் பாடியபடி ஆட ஆரம்பித்தாள்.

"பானு கோடி கோடி ஸம்காஸம்" என்று கோடி கோடி சூரியனின் ஒளி என்று சிவனைக் குறித்த வரிகளை ஆடியபோது, ராஜாம்பாளின் மங்கிய விழிகள் பிரகாசம் அடைந்தன.

அவள் ஆடி முடித்ததும், அருகே வந்த அவள் கைகளை இறுகப் பற்றிக்கொண்டு, "இது போறும். இது போறும் எனக்கு" என்றார்.

ooo